ವಸುಧೇಂದ್ರ
ನಮ್ಮಮ್ಮ ಅಂದ್ರೆ ನಂಗಿಷ್ಟ
(ಕರ್ನಾಟಕ ಸಾಹಿತ್ಯ ಅಕಾಡೆಮಿ ಪುಸ್ತಕ ಬಹುಮಾನ)

ಛಂದ
ಪುಸ್ತಕ

Nammamma Andre Nangishta
-Collection of Essays in Kannada
by Vasudhendra,
Published by Chanda Pustaka,
I-004, Mantri Paradise,
Bannerughatta Road, Bangalore-560 076
ISBN: 978-93-84908-47-8

ಹಕ್ಕುಗಳು: ಲೇಖಕರವು

ಮೊದಲ ಮುದ್ರಣ: 2006
ಹದಿನೇಳನೆಯ ಮುದ್ರಣ: 2016, 2017, 2019, 2020, 2021, 2022, 2022, 2022, 2023, 2023

ಒಳಚಿತ್ರಗಳು: ಪ. ಸ. ಕುಮಾರ್
ಮುಖಪುಟ: ಸೌಮ್ಯ ಕಲ್ಯಾಣಕರ್
ಕರಡು ತಿದ್ದುವಿಕೆ: ತಿರು ಶ್ರೀಧರ

ಕಾಗದ: ಎನ್‌ಎಸ್ ಮ್ಯಾಪ್ಲಿತೊ 70 ಜಿಎಸ್‌ಎಂ, 1/8 ಡೆಮಿ

ಪ್ರತಿಗಳಿಗಾಗಿ ಸಂಪರ್ಕಿಸಿ:

ಛಂದ ಪುಸ್ತಕ
ಐ–004, ಮಂತ್ರಿ ಪ್ಯಾರಡೈಸ್
ಬನ್ನೇರುಘಟ್ಟ ರಸ್ತೆ
ಬೆಂಗಳೂರು–560 076
ಸೆಲ್: 98444 22782
me@vasudhendra.com

ಮುದ್ರಣ:

ಟ್ರಿನಿಟಿ ಅಕಾಡೆಮಿ, ಕುಡ್ಲು ಗೇಟ್, ಹೊಸೂರು ರಸ್ತೆ, ಬೆಂಗಳೂರು

ವಸುಧೇಂದ್ರ

1996ರಿಂದ ಕನ್ನಡದಲ್ಲಿ ಸಾಹಿತ್ಯ ರಚಿಸುತ್ತಿರುವ ಇವರು, ಮೂಲತಃ ಬಳ್ಳಾರಿ ಜಿಲ್ಲೆಯ ಸಂಡೂರಿನವರು. NITK ಸೂರತ್ಕಲ್‌ನಿಂದ BE ಮತ್ತು IISc ಬೆಂಗಳೂರಿನಿಂದ ME ಪದವಿಯನ್ನು ಪಡೆದಿದ್ದಾರೆ. 20 ವರ್ಷಗಳ ಕಾಲ ಸಾಫ್ಟ್‌ವೇರ್ ಪ್ರಪಂಚದಲ್ಲಿ ಕೆಲಸ ಮಾಡಿ, ಈಗ ತಮ್ಮ ಸಮಯವನ್ನು ಪ್ರವಾಸ, ಓದು ಮತ್ತು ಬರೆಹಗಳಲ್ಲಿ ವಿನಿಯೋಗಿಸುತ್ತಾರೆ. ತಾವು "ಗೇ" ಎಂದು ಹೆಮ್ಮೆಯಿಂದ ಹೇಳಿಕೊಂಡ ಕನ್ನಡದ ಮೊಟ್ಟ ಮೊದಲ ಸಾಹಿತಿ ಇವರಾಗಿದ್ದಾರೆ.

ಕತೆ ಮತ್ತು ಪ್ರಬಂಧ ಕ್ಷೇತ್ರದಲ್ಲಿ ಪುಸ್ತಕಗಳನ್ನು ರಚಿಸಿರುವ ಇವರ ಪುಸ್ತಕಗಳು ಹಲವಾರು ಮರು ಮುದ್ರಣಗಳನ್ನು ಕಂಡಿವೆ. 'ನಮ್ಮಮ್ಮ ಅಂದ್ರೆ ನಂಗಿಷ್ಟ' ಎನ್ನುವ ಈ ಕೃತಿಯು 20 ಕ್ಕೂ ಹೆಚ್ಚು ಮುದ್ರಣಗಳನ್ನು ಕಂಡಿದೆ. 'ಮೋಹನಸ್ವಾಮಿ' ಎಂಬ ಕಥಾಸಂಕಲನ 'ಗೇ' ಜೀವನದ ನೋವು ನಲಿವನ್ನು ಚಿತ್ರಿಸುವದರಿಂದ, ಸಾಕಷ್ಟು ಚರ್ಚೆಗೆ ಒಳಗಾಗಿದೆ. ಈ ಕೃತಿಯು ಇಂಗ್ಲಿಷ್, ಸ್ಪಾನಿಷ್, ಮಲಯಾಳಂ, ತೆಲುಗು, ಮರಾಠಿ, ಹಿಂದಿ ಮತ್ತು ತಮಿಳು ಭಾಷೆಯಲ್ಲಿ ಪ್ರಕಟವಾಗಿದೆ. ಇವರ ಕಾದಂಬರಿ 'ತೇಜೋ ತುಂಗಭದ್ರಾ' ವಿಜಯನಗರ ಸಾಮ್ರಾಜ್ಯದ ಇತಿಹಾಸದ ಅಧ್ಯಯನದಿಂದ ರಚನೆಗೊಂಡಿದ್ದು, ಸಾಕಷ್ಟು ಚರ್ಚೆ ಮತ್ತು ಮೆಚ್ಚುಗೆಯನ್ನು ಗಳಿಸಿದೆ.

ಕರ್ನಾಟಕ ಸಾಹಿತ್ಯ ಅಕಾಡೆಮಿಯ "ಸಾಹಿತ್ಯಶ್ರೀ" ಪ್ರಶಸ್ತಿಯೂ ಸೇರಿದಂತೆ ಹಲವಾರು ಪ್ರಶಸ್ತಿಗಳು ಮತ್ತು ಬಹುಮಾನಗಳು ಅವರ ಪುಸ್ತಕಗಳಿಗೆ ದಕ್ಕಿವೆ. 'ಛಂದ ಪುಸ್ತಕ' ಎಂಬ ಪ್ರಕಾಶನ ಸಂಸ್ಥೆಯನ್ನು ಪ್ರಾರಂಭಿಸಿ, ಅದರ ಮೂಲಕ ನಾಡಿನ ಹಲವಾರು ಹೊಸ ಕನ್ನಡ ಬರಹಗಾರರ ಪುಸ್ತಕಗಳನ್ನು ಪ್ರಕಟಿಸಿದ್ದಾರೆ. ಆ ಪುಸ್ತಕಗಳ ಜೊತೆಗೆ, ತಮ್ಮ ಪುಸ್ತಕಗಳ ಮುದ್ರಣ ಮತ್ತು ಮಾರಾಟವನ್ನು ಸ್ವತಃ ನೋಡಿಕೊಳ್ಳುತ್ತಾರೆ.

ಚಾರಣದಲ್ಲಿ ಆಸಕ್ತಿಯಿರುವ ಇವರು ತಾಂಜಾನಿಯಾ ದೇಶದಲ್ಲಿರುವ ಕಿಲಿಮಂಜಾರೋ ಪರ್ವತವನ್ನೂ ಮತ್ತು ಹಿಮಾಲಯದ ಹಲವು ಪರ್ವತಗಳನ್ನೂ ಹತ್ತಿದ್ದಾರೆ. ಕೈಲಾಶ–ಮಾನಸಸರೋವರದ ಚಾರಣವನ್ನೂ ಮಾಡಿದ್ದಾರೆ. ಅಂತಾರಾಷ್ಟ್ರೀಯ ಸಿನಿಮಾ, ಮಹಾಭಾರತದ ಓದು, ಶಾಸ್ತ್ರೀಯ ಸಂಗೀತವನ್ನು ಕೇಳುವುದು ಅವರ ಇತರ ಹವ್ಯಾಸಗಳಾಗಿವೆ.

vas123u@rocketmail.com | 98444 22782

ಬಾಲ್ಯ ಕಟ್ಟಿಕೊಟ್ಟ ಸಂಡೂರಿಗೆ
ಬದುಕು ಕಟ್ಟಿಕೊಟ್ಟ ಬೆಂಗಳೂರಿಗೆ

ಪ್ರಬಂಧ ಪಟ್ಟಿ

ನಮ್ಮಮ್ಮ ಅಂದ್ರೆ ನಂಗಿಷ್ಟ

ಯಾವುದೇ ಸಂಕೋಚವಿಲ್ಲದಂತೆ ಹೇಳಿಬಿಡ್ತೇನೆ, ಚಿಕ್ಕಂದಿನಲ್ಲಿ ನಾನು 'ಚಡ್ಡಿ ರ್ಯಾಸ್ಕಲ್' ಆಗಿದ್ದೆ. ಬೆಳಿಗ್ಗೆ ಎದ್ದ ತಕ್ಷಣ ಅಪ್ಪ-ಅಮ್ಮ ಇಬ್ಬರೂ 'ಪಾಯಿಖಾನೆಗೆ ಹೋಗೋ' ಅಂತ ಇನ್ನಿಲ್ಲದಂತೆ ಹೇಳಿದರೂ, 'ಬರ್ತಾ ಇಲ್ಲ' ಅಂತ ಉತ್ತರ ಕೊಟ್ಟು ಎರಡೆರಡು ದಿನ ಹೋಗದೇ ಉಳಿದುಬಿಡುತ್ತಿದ್ದೆ. ಕೆಟ್ಟ ವಾಸನೆ ಬರುವ ಪಾಯಿಖಾನೆ ಆ ಪುಟ್ಟ ವಯಸ್ಸಿನಲ್ಲಿ ಇಷ್ಟವಾಗುವದಾದರೂ ಹೇಗೆ ಹೇಳಿ? ಅದಕ್ಕೆ ಬದಲು ಮಿಠಾಯಿ ಅಂಗಡಿಗೆ ಹೋಗು ಎಂದರೆ ದಿನಕ್ಕೆ ಒಮ್ಮೆ ಯಾಕೆ, ಎರಡೆರಡು ಬಾರಿ ಹೋಗಲು ಸಿದ್ಧವಿದ್ದೆ. 'ಪಾಯಿಖಾನೆಗೆ ಹೋಗೋ ತನಕ ನಿಂಗೆ ಊಟ ಹಾಕಲ್ಲ' ಅಂತ ಅಮ್ಮ ಜಬರಿಸಿ, ಅಪ್ಪ ಕಣ್ಣು ಕೆಂಪಗೆ ಮಾಡಿ, ನನಗಿಂತಲೂ ವಯಸ್ಸಿನಲ್ಲಿ ನಾಲ್ಕು ವರ್ಷ ದೊಡ್ಡವಳಾದ ಅಕ್ಕ ಕೈಯಲ್ಲಿ ಹುಣಸೆಯ ಬೆತ್ತವನ್ನು ಹಿಡಿದು 'ಹೋಗ್ತೀಯೋ ಇಲ್ಲವೋ...' ಎಂದು ಗದರಿದರೆ ಬೇರೆ ದಾರಿಯಿಲ್ಲದಂತೆ ಸುಮ್ಮನೆ ಪಾಯಿಖಾನೆ ಒಳ ಹೊಕ್ಕು, ಚಡ್ಡಿಯನ್ನೂ ಬಿಚ್ಚದೆ ನೀರನ್ನು ಚೆಲ್ಲಿ ಬಂದುಬಿಡುತ್ತಿದ್ದೆ. ಅಪ್ಪ-ಅಮ್ಮ ಸುಮ್ಮನಾಗುತ್ತಿದ್ದರು. ಅದಕ್ಕಿಂತಲೂ ಹೆಚ್ಚಿಗೆ ಯಾವ ಅಪ್ಪ-ಅಮ್ಮ ಇನ್ನೇನು ಮಾಡಿಯಾರು?

ಆದರೆ ಅಪ್ಪ-ಅಮ್ಮನ ಬಾಯಿ ಮುಚ್ಚಿಸಬಹುದಾದರೂ ದೇಹದ ಬಾಯಿಗಳನ್ನು ಮುಚ್ಚಿಸಲು ಸಾಧ್ಯವೆ? ಕೊಟ್ಟಿದ್ದನ್ನೆಲ್ಲಾ ಗುಳುಂ ಮಾಡಿ ಗಪ್-ಚುಪ್ ಆಗಿರಲು ಹೊಟ್ಟೆಯೇನು ಬ್ಲಾಕ್ ಹೋಲೇ? ಹೊತ್ತಲ್ಲದ ಹೊತ್ತಿನಲ್ಲಿ ಕೈ

ಕೊಡುತ್ತಿತ್ತು. ಹೆಚ್ಚು ಕಡಿಮೆ ಶಾಲೆಗೆ ಹೋದಾಗಲೇ ಅವಸರಕ್ಕಿಟ್ಟುಕೊಳ್ಳೋದು. ಬಳ್ಳಾರಿ ಜಿಲ್ಲೆಯ ನಮ್ಮ ಶಾಲೆಯಲ್ಲಿ ಕುಡಿಯಲೂ ನೀರಿರುತ್ತಿರಲಿಲ್ಲವೆಂದ ಮೇಲೆ ಶೌಚಕ್ಕೆ, ಅದೂ ವಿದ್ಯಾರ್ಥಿಗಳ ಶೌಚಕ್ಕೆ, ನೀರನ್ನು ನಿರೀಕ್ಷಿಸುವುದು ತೀರಾ ದುಬಾರಿಯ ಸಂಗತಿ. ಶಾಲೆಗೆ ಪಾಯಿಖಾನೆಗಳೇ ಇರಲಿಲ್ಲ. ಶಾಲೆಯ ಸುತ್ತಾ-ಮುತ್ತಾ ಸಾಕಷ್ಟು ಬಯಲಿರುತ್ತಿತ್ತಾದರೂ, ಇಡೀ ಶಾಲೆಗೆ ಬೇಲಿ ಹಾಕಿ ಯಾವ ವಿದ್ಯಾರ್ಥಿಯೂ ತಪ್ಪಿಸಿಕೊಳ್ಳದಂತೆ ನೋಡಿಕೊಳ್ಳಲು ಮುಖ್ಯೋಪಾಧ್ಯಾಯರು ಕಟ್ಟಪ್ಪಣೆ ಕೊಟ್ಟಿರುತ್ತಿದ್ದರು. ಮಾಸ್ತರರೆಂದರೆ ಹೆದರಿ ನಡುಗುತ್ತಿದ್ದೆವಾದ್ದರಿಂದ ನಮ್ಮ 'ಅರ್ಜೆಂಟ್' ಸಂಗತಿಯನ್ನು ಅವರಲ್ಲಿ ಹೇಳಿಕೊಳ್ಳಲು ಭಯ. ಇನ್ನು ಸಹಪಾಠಿಗಳಿಗೆ ಹೇಳಿಕೊಂಡರೆ ಬರುವ ಲಾಭವಾದರೂ ಏನು?

ಆಗ ಒಂದನೇ ತರಗತಿಯಲ್ಲಿದ್ದೆ. ಬಂಡ್ರಿ ಮಾಸ್ತರರು 'ಬಾ ಬಾ ಗಿಣಿಯೆ... ಬಣ್ಣದ ಗಿಣಿಯೆ...' ಎಂದು ನಟನೆ ಮಾಡುತ್ತಾ ಹೇಳಿ ಕೊಡುವಾಗ ನನಗೆ ಬಂದುಬಿಟ್ಟಿತು. ನನ್ನ ಸಂಕಟ ಮಾಸ್ತರರಿಗೆ ಅರ್ಥವಾಗುವದಾದರೂ ಹೇಗೆ? ಅವರು ಮತ್ತೊಂದಿಷ್ಟು ಉತ್ಸಾಹದಿಂದ 'ಬಾ ಬಾ ಗಿಣಿಯೆ... ಬಣ್ಣದ ಗಿಣಿಯೆ...' ಎಂದು ಇನ್ನಷ್ಟು ಕುಣಿದು ತೋರಿಸಿದರು. ಮಕ್ಕಳೆಲ್ಲರೂ ಗಟ್ಟಿಯಾಗಿ 'ಬಾ ಬಾ ಗಿಣಿಯೆ...' ಎಂದು ಅರಚಿದರು. ಹಲ್ಲುಗಳನ್ನು ಗಟ್ಟಿ ಹಿಡಿದು, ಹೊಟ್ಟೆಯನ್ನು ಗಟ್ಟಿಯಾಗಿ ಹಿಂಡಿ ಕರೆಯದೆ ಬರುತ್ತಿರುವ ಅತಿಥಿಯನ್ನು ಒಳದಬ್ಬಲು ನೋಡಿದೆ. 'ಬರಬೇಡ, ಬರಬೇಡ...' ಅಂತ ಮಂತ್ರವನ್ನು ಪಠಿಸುವಂತೆ ಮನಸ್ಸಿನಲ್ಲೇ ಅಂದುಕೊಳ್ಳಲಾರಂಭಿಸಿದೆ. ಆದರೆ ಮಾಸ್ತರರು ಹಠ ಹಿಡಿದಂತೆ ಇನ್ನಷ್ಟು ಆವೇಶದಲ್ಲಿ 'ಬಾ ಬಾ ಗಿಣಿಯೆ...' ಎಂದು ಕಿರುಚಿದರು. ನನ್ನ ನಿಯಂತ್ರಣವನ್ನು ಮೀರಿ ಬಂದೇಬಿಟ್ಟಿತು. ತಳವೆಲ್ಲಾ ತಣ್ಣಗಾಗಿ ಮೈಯ ರೋಮಗಳೆಲ್ಲಾ ನಿಮಿರಿ ನಿಂತವು. ತಡೆಹಿಡಿದಿಟ್ಟ ನೋವನ್ನು ಈವರೆಗೆ ಅನುಭವಿಸಿದ ನನ್ನ ಹೊಟ್ಟೆ ನೆಮ್ಮದಿಯನ್ನು ಕಂಡುಕೊಂಡಿತು. ಅಕ್ಕಪಕ್ಕ ಕುಳಿತಿದ್ದ ಹುಡುಗರ ಕಡೆ ನೋಡಿದೆ. ಪಕ್ಕದಲ್ಲಿಯೇ ನಡೆದ ಬಾಂಬ್ ಸ್ಫೋಟದ ಅರಿವಿಲ್ಲದವರಂತೆ 'ಬಾ ಬಾ ಗಿಣಿಯೆ...' ಎಂದು ಮಕ್ಕಳು ಮಾಸ್ತರರನ್ನು ಅನುಕರಿಸುತ್ತಿದ್ದವು. ಆಕ್ಸಿಡೆಂಟ್ ಸದ್ದು ಅವರ ಗದ್ದಲದಲ್ಲಿ ಯಾರಿಗೂ ಕೇಳಿಸದಂತೆ ಕಳೆದು ಹೋಗಿತ್ತು. ಮಾಸ್ತರರೀಗ 'ಹಣ್ಣನು ಕೊಡುವೆನು ಬಾ ಬಾ...' ಎಂದು ಅಂತೂ ಮುಂದಕ್ಕೆ ಹೆಜ್ಜೆ ಇಟ್ಟರು. ಆದರೆ ಹಣ್ಣಿಲ್ಲದೆ ಗಿಣಿರಾಮನಾಗಲೇ ಬಂದಾಗಿತ್ತು.

ಎಳೆಯ ಮೂಗುಗಳನ್ನು ಮೋಸ ಮಾಡಲು ಎಷ್ಟು ಹೊತ್ತು ತಾನೆ ಸಾಧ್ಯವಾದೀತು? ಅಕ್ಕ-ಪಕ್ಕದ ಹುಡುಗರಿಗೆ ನಡೆದ ದುರಂತದ ಸುಳಿವು ಸಿಕ್ಕು ಮೂಗೇರಿಸಿ ಅಪರಾಧಿ ಯಾರೆಂಬುದು ಗೊತ್ತಾಗದೆ ಅತ್ತಿತ್ತ ನೋಡಲಾರಂಭಿಸಿದರು.

ನಾನು ಸುಮ್ಮನೆ ಕುಳಿತುಬಿಟ್ಟರೆ ಸಿಕ್ಕುಬಿಡುತ್ತೇನಲ್ಲವೆ? ನಾನೂ ಮೂಗು ಮುಚ್ಚಿಕೊಂಡು ಅವರಿವರ ಕಡೆ ನೋಡಲಾರಂಭಿಸಿದೆ. ಆದರೆ ಕಳ್ಳನ ಹುಳುಕು ಒಳಗಿದ್ದುದ್ದರಿಂದ ಸ್ವಲ್ಪ ಹೆಚ್ಚಾಗಿಯೇ ಅಭಿನಯಿಸಲಾರಂಭಿಸಿದೆ. ಹುಡುಗರಿಗೆ ಅನುಮಾನ ಬಂದು ನನ್ನೆಡೆಗೇ ನೋಡಲಾರಂಭಿಸಿದರು. ಈ ಮೂಗೇರಿಸಿ ಅತ್ತಿತ್ತ ಕತ್ತು ತಿರುಗಿಸುವ ಗಡಿಬಿಡಿಯಿಂದಾಗಿ ಹಾಡಿನಲ್ಲಿ ಅಪಸ್ವರ ಬಂದು ಮಾಸ್ತರರ ಗಮನ ನಾವು ಕುಳಿತಿದ್ದೆಡೆ ಬಿದ್ದುಬಿಟ್ಟಿತು. ಹಾಡನ್ನು ನಿಲ್ಲಿಸಿ 'ಲೋ ಪುಟ್ಟಾ, ಎದ್ದು ನಿಂತು ಒಂದು ಸಲ ಪದ್ಯ ಅನ್ನು' ಎಂದುಬಿಟ್ಟರು. ನನ್ನ ಜಂಘಾ ಬಲವೇ ಬಿದ್ದು ಹೋಯಿತು! ಅವರ ಮಾತು ಕೇಳಲೇ ಇಲ್ಲವೆಂಬಂತೆ ನಟನೆ ಮಾಡಿದೆ. ಮಾಸ್ತರರು ಬಿಟ್ಟಾರೆಯೆ? 'ಕಿವಿ ಕೇಳಿಸಲ್ಲೇನೋ...' ಎಂದು ಕೈಯಲ್ಲಿ ಬೆತ್ತವನ್ನು ಎತ್ತಿಕೊಂಡರು. ಬೇರೆ ದಾರಿಯಿಲ್ಲದಂತೆ ಎದ್ದು ನಿಂತೆ. ತೂತು ಬಿದ್ದ ಪ್ಯಾಂಟಿನ ಜೇಬಿನಿಂದ ನಾಣ್ಯಗಳು ಉದುರುವಂತೆ ಚಡ್ಡಿಯಿಂದ ಉಂಡೆಗಳು ಉದುರಿದವು. ಹುಡುಗರೆಲ್ಲಾ ಹಾವನ್ನು ಕಂಡು ಹೆದರಿದವರಂತೆ ದೂರಕ್ಕೆ ಸರಿದು ನಿಂತರು. ಮಾಸ್ತರರು ಬೆತ್ತವನ್ನು ಹಿಡಿದೇ ನನ್ನ ಕಡೆಗೆ ಬಂದರು.

ನಡೆದ ಘಟನೆಯೇನೆಂದು ಅರ್ಥವಾದ ಮೇಲೆ ಮಾಸ್ತರರು ಮೂಗು ಮುಚ್ಚಿಕೊಂಡರು. ನನ್ನ ಹತ್ತಿರ ಬಂದು ಗಟ್ಟಿಯಾಗಿ ಕಿವಿ ಹಿಂಡಿ 'ಏನು ತಿಂದಿದ್ದಿಯಲೇ ಬೆಳಿಗ್ಗೆ? ಹೊರಗೆ ಹೋಗಬೇಕು ಅಂತ ಗೊತ್ತಾಗದಿಲ್ಲೇನು...' ಎಂದು ಗದರಿದರು. ಕಂಚಿ ಮೇಳವನ್ನು ಶುರು ಮಾಡಿಬಿಟ್ಟೆ. ನಾಲ್ಕನೇ ತರಗತಿಯಲ್ಲಿ ಓದುತ್ತಿದ್ದ ನನ್ನಕ್ಕನನ್ನು ಕರೆದುಕೊಂಡು ಬರಲು ಹೇಳಿ ಕಳುಹಿಸಿದರು. ಗೌರಿ ಹಬ್ಬವೆಂದು ರೇಷ್ಮೆ ಲಂಗ, ಚೋಳಿ ಧರಿಸಿ, ಕಿವಿಯಲ್ಲಿ ಲೋಲಾಕು, ಕೊರಳಲ್ಲಿ ಸರವನ್ನು ಹಾಕಿಕೊಂಡು ಪುಟ್ಟ ಗೌರಮ್ಮನಂತೆ ಕಾಣುತ್ತಿದ್ದ ನನ್ನಕ್ಕ ಕ್ಲಾಸಿನೊಳಗೆ ಗೆಜ್ಜೆಯ ಘಲ್ ಘಲ್ ಸದ್ದನ್ನು ಮಾಡುತ್ತಾ ಬಂದಳು. ಮಾಸ್ತರರು ಸಂಜೆಗೆ ತಮ್ಮ ಮನೆಯ ಗೌರಮ್ಮಗೆ ಆರತಿ ಮಾಡಲು ಕರೆದಿರಬಹುದೇನೋ ಎಂಬ ಭರ್ಜರಿ ನಿರೀಕ್ಷೆಯಲ್ಲಿ ಒಳಬಂದವಳು ನನ್ನ ಅವಾಂತರ ನೋಡಿದ್ದೇ ಏನು ಮಾಡಲೂ ತೋಚದೆ ಪಿಳಿಪಿಳಿ ಕಣ್ಣು ಬಿಡುತ್ತಾ ನಿಂತುಬಿಟ್ಟಳು. ಮಾಸ್ತರರು 'ಸ್ವಲ್ಪ ಬಳಿದು ಸ್ವಚ್ಛ ಮಾಡಮ್ಮ...' ಎಂದು ಅಕ್ಕನಿಗೆ ಹೇಳಿದರು. ಅಂತಹ ಚಂದದ ವಸ್ತ್ರ ಧರಿಸಿದ ದಿನ ಇಂತಹ ಕೆಲಸ ಮಾಡಲು ಒಪ್ಪಿಯಾಳೆ? 'ನಮ್ಮಮ್ಮನ್ನ ಕರಕೊಂಡು ಬರ್ತೀನ್ರೀ...' ಎಂದಿದ್ದೇ ಮಾಸ್ತರರ ಉತ್ತರಕ್ಕೂ ಕಾಯದೆ ಪುರ್ರೆಂದು ಓಡಿ ಹೋದಳು.

ಎಲ್ಲರೂ ನಮ್ಮಮ್ಮನ ಬರುವನ್ನೇ ನಿರೀಕ್ಷಿಸುತ್ತಾ ನಿಂತುಬಿಟ್ಟರು. ಹುಡುಗರೆಲ್ಲಾ ನನ್ನ ಕಡೆಗೆ ಖೈದಿಯನ್ನು ನೋಡುವಂತೆ ನೋಡುತ್ತಿದ್ದರಲ್ಲದೆ ಮುಸಿ ಮುಸಿ ನಗುವುದನ್ನು ಶುರು ಮಾಡಿಬಿಟ್ಟಿದ್ದರು. ನನಗೆ ದುಃಖ ಒತ್ತರಿಸಿ ಬಂತು. ಬಿಕ್ಕಿಸಿ

ಬಿಕ್ಕಿಸಿ ಅಳಲಾರಂಭಿಸಿದೆ. ಆದರೆ ಸ್ವಲ್ಪೇ ಸಮಯಕ್ಕೆ ದೂರದಲ್ಲಿ ನನ್ನಮ್ಮ ಬರುವುದು ಕಾಣಿಸಿತು. ಅಮ್ಮ ಕಂಕುಳಲ್ಲಿ ನೀರಿನ ಕೊಡವನ್ನು ಹೊತ್ತುಕೊಂಡು, ಕೈಯಲ್ಲಿ ಹಳೆಯ ಬಟ್ಟೆಯನ್ನು ಹಿಡಿದುಕೊಂಡು ಬರುತ್ತಿದ್ದಳು. ಅಕ್ಕ, ಅಮ್ಮನ ಹಿಂದೆ ಹಿಂದೆ ಓಡಿ ಬರುತ್ತಿದ್ದಳು. ಅಮ್ಮ ನನಗೆ ಎಲ್ಲಿ ಬಯ್ಯುತ್ತಾಳೋ ಎಂದು ಒಳಗೊಳಗೆ ನನಗೆ ಹೆದರಿಕೆಯಾಗಿ ಮತ್ತಿಷ್ಟು ದುಃಖವಾಗುತ್ತಿತ್ತು.

ಅಮ್ಮ ಒಳಗೆ ಬಂದಿದ್ದೇ, ಕೊಡವನ್ನು ಕೆಳಗಿಳಿಸಿ, ನನ್ನ ಹತ್ತಿರ ಬಂದು, ನನ್ನ ತಲೆಯನ್ನು ಹೊಟ್ಟೆಗಾನಿಸಿಕೊಂಡು ಸವರಿ 'ಅಳಬೇಡ... ಏನೂ ಆಗಿಲ್ಲ, ಅಳಬೇಡ' ಎಂದು ಸಮಾಧಾನ ಮಾಡಿದಳು. ಆ ಸಮಾಧಾನದ ಮಾತುಗಳಿಗೆ ನನಗೆ ಮತ್ತಿಷ್ಟು ದುಃಖ ಒತ್ತರಿಸಿಕೊಂಡು ಬಂತು. ಗೆಳೆಯರು-ಮಾಸ್ತರರು ಎದುರಿಗಿದ್ದಾರೆಂಬುದನ್ನೂ ಮರೆತು ಹೋ ಎಂದು ಅತ್ತುಬಿಟ್ಟೆ. ಅಮ್ಮನ ಸ್ಪರ್ಶ ನನಗೆ ಇನ್ನಿಲ್ಲದ ಶಕ್ತಿ, ಸಮಾಧಾನ ಕೊಟ್ಟಿತ್ತು. ನನ್ನನ್ನು ಸಮಾಧಾನ ಮಾಡಿದ ಅಮ್ಮ, ನೀರು ಹಾಕಿ ನೆಲ ಸ್ವಚ್ಛ ಮಾಡಿದಳು. ಎಲ್ಲರೂ ಅಮ್ಮನನ್ನೇ ನೋಡುತ್ತಿದ್ದುದು ನನಗೆ ವಿಚಿತ್ರ ಅವಮಾನವಾದಂತನ್ನಿಸುತ್ತಿತ್ತು. ಹಳೆಯ ಬಟ್ಟೆಯಿಂದ ನೆಲ ಒರೆಸಿದ ಅಮ್ಮ, 'ಸಣ್ಣ ಹುಡುಗ, ಗೊತ್ತಾಗಿಲ್ಲ. ಕ್ಷಮಾ ಮಾಡರಿ ಮಾಸ್ತರರೆ' ಎಂದು ಮಾಸ್ತರರಿಗೆ ಕೈ ಮುಗಿದು ನನ್ನ ಕೈ ಹಿಡಿದುಕೊಂಡು ಮನೆಗೆ ಕರೆದುಕೊಂಡು ಬಂದಳು.

ನನ್ನ ಬಟ್ಟೆಗಳನ್ನೆಲ್ಲಾ ಬಿಚ್ಚಿಸಿ, ಬಿಸಿಬಿಸಿ ನೀರಿಂದ ನನಗೆ ಮೈ ತಿಕ್ಕಿತಿಕ್ಕಿ, ಘಮಘಮಿಸುವ ಸಾಬೂನನ್ನು ಹಚ್ಚಿ ಸ್ನಾನ ಮಾಡಿಸಿ, ಹೊಸ ಬಟ್ಟೆಗಳನ್ನು ಉಡಿಸಿದಳು. ನನ್ನ ಗಲೀಜಾದ ಚಡ್ಡಿ, ಅಂಗಿಗಳನ್ನು ಒಗೆದು ಒಣಗಿ ಹಾಕಿದಳು. ನನ್ನಿಂದಾಗಿ ಅಮ್ಮ ಎಷ್ಟೆಲ್ಲಾ ಕಷ್ಟಪಡಬೇಕಾಯ್ತು, ಎಷ್ಟೊಂದು ಅವಮಾನ ಮಾಡಿಸಿಕೊಳ್ಳಬೇಕಾಯ್ತು ಎಂಬ ವಿಚಿತ್ರ ಅಪರಾಧಿ ಭಾವ ನನ್ನೊಳಗೆ ಸೇರಿಕೊಂಡು, ಅಮ್ಮನ ಹತ್ತಿರ ಹೋಗಿ ಕುಳಿತು 'ಇನ್ನೊಮ್ಮೆ ಹಂಗೆ ಮಾಡಲ್ಲಮ್ಮ' ಎಂದು ಅಳುಬುರುಕ ಸ್ವರದಲ್ಲಿ ಹೇಳಿದೆ. ಅಮ್ಮ ನನ್ನ ಗಲ್ಲವನ್ನು ಸವರಿ, ಹಣೆಗೆ ಮುತ್ತಿಟ್ಟು 'ನನ್ನ ರಾಜ' ಎಂದು ತಲೆ ಸವರಿದಳು. 'ನೀನು ಹುಟ್ಟೋದಕ್ಕೆ ಮುಂಚೆ ಎಲ್ಲಿದ್ದೀ ಗೊತ್ತಾ?' ಎಂದು ಕೇಳಿದಳು. ಗೊತ್ತಿಲ್ಲವೆಂದು ತಲೆಯಲ್ಲಾಡಿಸಿದೆ. ನನ್ನ ಕೈಯನ್ನು ತೆಗೆದುಕೊಂಡು ತನ್ನ ಹೊಟ್ಟೆಯ ಮೇಲೆಲ್ಲಾ ಸವರಿ 'ಇಲ್ಲಿದ್ದಿ' ಎಂದು ನಕ್ಕಳು. 'ಆವಾಗ ಒಂದು-ಎರಡು ಎಲ್ಲಾ ನನ್ನ ಹೊಟ್ಟೆನಾಗೆ ಮಾಡ್ತಿದ್ದಿ. ಹೊಟ್ಟೆಯೊಳಗೇ ನಿನ್ನ ಗಲೀಜೆಲ್ಲಾ ದಿನಾ ತೊಳದಾಕಿ ನಾನು' ಎಂದು ಹೇಳಿದಳು. 'ಹೌದಾ?' ಎಂದು ಅಚ್ಚರಿಯ ಕಣ್ಣುಗಳನ್ನು ಬಿಟ್ಟಿದ್ದೆ.

ಮರುದಿನ ಶಾಲೆಗೆ ಹೋಗುವದಿಲ್ಲವೆಂದು ಹಠ ಹಿಡಿದೆ. ಗೆಳೆಯರೆಲ್ಲಾ ಅವಮಾನ ಮಾಡುತ್ತಾರೆನ್ನುವುದು ನನ್ನ ಸಮಸ್ಯೆ. ಅಪ್ಪ 'ಎರಡು ಬಿಡ್ತೀನಿ ನೋಡು' ಎಂದು ತನ್ನ

ಮಾಮೂಲಿ ವರಸೆಯನ್ನು ತೋರಿದ. ಅಕ್ಕ ನನ್ನನ್ನು ಕೈಹಿಡಿದು ಕರೆದುಕೊಂಡು ಹೋಗಲೂ ನಿರಾಕರಿಸಿ ಶಾಲೆಗೆ ತನ್ನ ಗೆಳತಿಯರ ಜೊತೆಗೆ ಓಡಿಹೋದಳು. ಅಮ್ಮ ಮಾತ್ರ ನನಗೆ ಸಮಾಧಾನ ಮಾಡಿ ದೀಪಾವಳಿಯ ಹಬ್ಬದಲ್ಲಿ ಮಾತ್ರ ಹೊರ ತೆಗೆಯುವ ಗಂಧದೆಣ್ಣೆಯನ್ನು ನನ್ನ ಮೈಗೆ ಹಚ್ಚಿ 'ನೋಡು, ಎಷ್ಟು ಘಮಘಮ ಅಂತೀ ಅಂತ. ಹುಡುಗರು ಏನೂ ಅನ್ನಂಗಿಲ್ಲ. ನಿನ್ನ ಗಂಧದೆಣ್ಣೆ ವಾಸನೀಗೆ ಹತ್ತಿರ ಬಂದು ಕುಳಿತುಕೊಳ್ತಾರೆ. ಹೋಗು' ಎಂದು ಧೈರ್ಯ ತುಂಬಿದಳು. ಗೌರಿ ಹಬ್ಬದ ಸಕ್ಕರೆ ಅಚ್ಚುಗಳನ್ನು ನನ್ನ ಕೈಯಲ್ಲಿಟ್ಟು ಶಾಲೆಯ ಗೇಟಿನವರೆಗೆ ಜೊತೆಯಲ್ಲಿ ಬಂದು, ನಾನು ನೂರಾರು ಹುಡುಗರ ಮಧ್ಯದಲ್ಲಿ ಸೇರಿಕೊಳ್ಳುವವರೆಗೆ ನೋಡುತ್ತಾ ನಿಂತಿದ್ದು ಮನೆಗೆ ಹೋದಳು.

ಆಮೇಲಕ್ಕೆ ದಿನಾ ಬೆಳಿಗ್ಗೆ ಪಾಯಿಖಾನೆಗೆ ಹೋಗುವದನ್ನು ಅಭ್ಯಾಸ ಮಾಡಿಕೊಂಡೆ. ಆ ಕೊಳಕು ವಾಸನೆಯನ್ನು ಹೇಗಾದರೂ ಒಂದು ಹತ್ತು ನಿಮಿಷ ಸಹಿಸಿಕೊಂಡು ಕೂತು ಬರುತ್ತಿದ್ದೆ. ಆದರೆ ಮೂರನೆ ತರಗತಿಯಲ್ಲಿದ್ದಾಗ ಮಾತ್ರ ಮತ್ತೊಮ್ಮೆ ನನ್ನ ಕೆಟ್ಟ ನಸೀಬದ ದರ್ಶನವಾಯ್ತು. ಬಂಡ್ರಿ ಮಾಸ್ತರರು ಎಲ್ಲಾ ಹುಡುಗರನ್ನು ವಿಹಾರಕ್ಕೆಂದು ಗಂಡಿ ನರಸಿಂಹಸ್ವಾಮಿಗೆ ಕರೆದುಕೊಂಡು ಹೋಗಿದ್ದರು. ಊರಿಂದ ನಾಲ್ಕು ಮೈಲಿ ದೂರದಲ್ಲಿ ಗುಡ್ಡ-ಕಾಡು ಇರುವ ಸುಂದರ ಸ್ಥಳವದು. ಮಧ್ಯಾಹ್ನದ ಊಟಕ್ಕೆ ಭಯಂಕರ ಖಾರದ ಅಡಿಗೆಯನ್ನು ಮಾಡಿಸಿಬಿಟ್ಟಿದ್ದರು. ಹಾ, ಹಾ ಎನ್ನುತ್ತಲೇ ಎಲ್ಲರೂ ಚಪ್ಪರಿಸಿ ತಿಂದೆವು. ಆದರೆ ಸಂಜೆಗೆ ಇನ್ನೇನು ಮನೆಗೆ ಹೋಗಬೇಕು ಎನ್ನುವಾಗ ನನಗೆ ಅವಸರಕ್ಕಿಟ್ಟುಕೊಂಡಿತು. ಬೇಸಿಗೆಯ ಕಾಲವಾದ್ದರಿಂದ ಹಳ್ಳದ ನೀರೆಲ್ಲಾ ಬತ್ತಿತ್ತು. ಮಾಸ್ತರರಿಗೆ ಸಮಸ್ಯೆಯನ್ನು ಹೇಳಿಕೊಳ್ಳಲಾಗಲೀ, ನಾನೇ ಎಲ್ಲಾದರೂ ಕಾಡಿನಲ್ಲಿ ಗಿಡದ ಮರೆಯಲ್ಲಿ ಕುಳಿತುಕೊಳ್ಳುವದಾಗಲಿ ತಿಳಿಯಲಿಲ್ಲ. ಮತ್ತೊಮ್ಮೆ ಚಡ್ಡಿ ರ್‍ಯಾಸ್ಕಲ್ ಆದೆ!

ಆದರೆ ಈ ಬಾರಿ ಗೆಳೆಯರಿಗೆ ಆ ವಿಷಯ ಗೊತ್ತಾಗುವುದು ನನಗೆ ಸುತಾರಾಂ ಇಷ್ಟವಿರಲಿಲ್ಲ. ಹಳ್ಳದ ಬಳಿಯೇ ಚಿಕ್ಕ ಗುಡ್ಡದಲ್ಲಿದ್ದ ಗುಹೆಯೊಂದರಲ್ಲಿ ಅಡಗಿ ಕುಳಿತುಕೊಂಡುಬಿಟ್ಟೆ. ಗೆಳೆಯರಿಗೆ ಮತ್ತು ಮಾಸ್ತರರಿಗೆ ಎಲ್ಲಿ ನನ್ನ ಅವಸ್ಥೆ ಗೊತ್ತಾಗಿ ಅವಮಾನವಾಗುತ್ತದೆಯೋ ಎಂದು ಹೆದರಿಕೆಯಾಗುತ್ತಿತ್ತು. ಆದರೆ ಮಾಸ್ತರರು ಮತ್ತು ಗೆಳೆಯರು ನನ್ನನ್ನು ಮರೆತೇಬಿಟ್ಟು ಮನೆಗೆ ಹೋಗಿಬಿಟ್ಟರು. ಕತ್ತಲು ಆವರಿಸಲಾರಂಭಿಸಿ, ಹೊರಗಿನಿಂದ ಯಾವುದೇ ಸದ್ದುಗಳು ಕೇಳದಾದಾಗ ಅನುಮಾನ ಬಂದು ಗುಹೆಯಿಂದ ಹೊರಗೆ ಬಂದು ನೋಡಿದರೆ ಎಲ್ಲರೂ ಉಂಡು ಬಿಸುಟ ಎಲೆಗಳು ಗಾಳಿಗೆ ಹಾರಾಡುತ್ತಿದ್ದವು. ತುಂಬಾ ಹೆದರಿಕೆಯಾಯ್ತು. ನನಗೆ ಮನೆಗೆ ಹೋಗಲು ದಾರಿಯೂ ತಿಳಿದಿರಲಿಲ್ಲ. ಏನು ಮಾಡಲೂ

ತಿಳಿಯದೆ, ಅಲ್ಲಿಯೇ ಕತ್ತಲಲ್ಲಿ ಅಳುತ್ತಾ ಕುಳಿತುಕೊಂಡೆ. ಕತ್ತಲಿನಲ್ಲಿ ಬಾವಲಿಗಳು ಹಾರಾಡಲಾರಂಭಿಸಿದವು. ಕೋತಿಗಳು ವಿಚಿತ್ರ ಧ್ವನಿಯಲ್ಲಿ ಚೀತ್ಕರಿಸಲಾರಂಭಿಸಿದವು. ಬರ್ರೋ ಎಂದು ಬೀಸುವ ಗಾಳಿ ಗುಹೆಯ ಸಂದುಗೊಂದಿನಲ್ಲಿ ನುಸುಳಿ ಯಾರೋ ಹೋ ಎಂದು ಅಳುತ್ತಿರುವ ಸದ್ದನ್ನು ಮಾಡಲಾರಂಭಿಸಿತು. ಅಲ್ಲಿಯೇ ಹಳ್ಳದ ದಡದಲ್ಲಿ ಅಲ್ಲಿಂದಿಲ್ಲಿ, ಇಲ್ಲಿಂದಲ್ಲಿ ಅಳುತ್ತಾ ಸುತ್ತಿ ಸುತ್ತಿ ಸುಸ್ತಾಗಿ, ಗುಹೆಯಲ್ಲಿಯೇ ಮಲಗಿಕೊಂಡುಬಿಟ್ಟೆ.

ಒಂದೆರಡು ಗಂಟೆಯ ನಂತರ ಅಮ್ಮ, ಅಕ್ಕ ನನ್ನನ್ನು ಹುಡುಕಿಕೊಂಡು ಬಂದರು. ಅಕ್ಕ ಕೈಯಲ್ಲಿ ಲಾಂದ್ರವನ್ನು ಹಿಡಿದುಕೊಂಡಿದ್ದಳು. ಅಪ್ಪ ಊರಲ್ಲಿರಲಿಲ್ಲ. 'ಪುಟ್ಟಾ...' ಎಂದು ಅಮ್ಮ ಮತ್ತು ಅಕ್ಕ ಏಕಪ್ರಕಾರ ಕೂಗುತ್ತಾ ನನ್ನನ್ನು ಹುಡುಕಾಡಿದರು. ನಿದ್ದೆಯಲ್ಲಿದ್ದ ನನಗೆ ಅವರ ಧ್ವನಿಯೇ ಕೇಳಿರಲಿಲ್ಲ. ಗುಹೆಯಲ್ಲಿ ನಾನಿರುವ ಕಲ್ಪನೆಯೇ ಇಲ್ಲದ ಅವರು ಬೇರೇನೂ ಮಾಡಲು ತೋಚದೆ ಒಬ್ಬರಿಗೊಬ್ಬರು ಏನೇನೋ ತೋಚಿದ್ದನ್ನು ಹೇಳುತ್ತಾ ಕುಳಿತುಕೊಂಡುಬಿಟ್ಟರು. ರಾತ್ರಿಯಾದಂತೆ ಚಳಿಗೆ ನನಗೆ ಎಚ್ಚರವಾಯ್ತು. ಎಲ್ಲಿದ್ದೇನೆಂದು ಗೊತ್ತಾಗದೆ ಕಣ್ಣು ಉಜ್ಜುತ್ತಾ ಕುಳಿತುಕೊಂಡೆ. ಅಸ್ಪಷ್ಟವಾಗಿ ಅಮ್ಮನ ಧ್ವನಿ ಕೇಳಿಸಿತು. ಹೊರಗೆ ಓಡಿ ಹೋಗಿ ಅಮ್ಮನನ್ನು ಅಪ್ಪಿಕೊಂಡು ಅಳಲಾರಂಭಿಸಿದೆ. ಅಮ್ಮಗೂ ದುಃಖ ಉಕ್ಕಿ ಬಂದಿತ್ತು. 'ಒಂದೇ ಹುಡುಗನ್ನ ಬಿಟ್ಟು ಬಂದಾರಲ್ಲೋ...' ಎಂದು ಮಾಸ್ತರರಿಗೆ ಶಾಪ ಹಾಕುತ್ತಾ ಅಳಲಾರಂಭಿಸಿದಳು.

ಅಕ್ಕನೂ ನನ್ನ ಹತ್ತಿರ ಬಂದು ನಿಂತು ನನ್ನ ತಲೆಯನ್ನು ಸವರಿ ಅಳಲಾರಂಭಿಸಿದಳು. 'ಯಾಕೋ ರಾಜ ಎಲ್ಲಾರ ಜೋಡಿ ಬರದಂಗೆ ಇಲ್ಲೇ ಉಳಿದುಕೊಂಡಿ...' ಎಂದು ಅಮ್ಮ ಕೇಳಿದ್ದಕ್ಕೆ ನನ್ನ ಅವಸ್ಥೆಯನ್ನು ಹೇಳಿದೆ. 'ಅಯ್ಯೋ ನನ್ನಪ್ಪ, ಹುಲಿ ಚಿರತೆ ಓಡಾಡೋ ಕಾಡಿದು. ಯಾವ ಮನುಷ್ಯಾರೂ ಮಾಡಬಾರದ ಕೆಲಸವನ್ನ ನೀನು ಮಾಡಿರೋವರ ಹಂಗೆ ಈ ಗುಹೆನಾಗೆ ಕೂತುಗೊಂಡಿ. ದೇವರೇ, ಏನಾದ್ರೂ ಹೆಚ್ಚೂ ಕಮ್ಮಿ ಆಗಿದ್ರೆ ನನ್ನ ಗತಿ ಏನಪ್ಪಾ...' ಎಂದು ಕುಳಿತಲ್ಲಿಂದಲೇ ನರಸಿಂಹಸ್ವಾಮಿ ಗೋಪುರದ ಕಡೆಗೆ ಕೈ ಮುಗಿದಳು. ನಾವಿಬ್ಬರೂ ಕೈ ಜೋಡಿಸಿದೆವು. ಊರಿಗೆ ನಡೆದುಕೊಂಡು ವಾಪಾಸಾದ ಮೇಲೆ ಅಮ್ಮ ಮಾಸ್ತರರ ಮನೆಗೆ ಹೋಗಿ ಅಳುಧ್ವನಿಯಲ್ಲಿಯೇ ಬೈಯ್ದು ಬಂದಳು. ಮಾಸ್ತರರು 'ತಪ್ಪಾಯ್ತಮ್ಮ. ಅವಸರದಾಗೆ ಗಮನಕ್ಕೆ ಬರಲಿಲ್ಲ' ಎಂದು ಕ್ಷಮಾಪಣೆ ಕೇಳಿದರು. ಆ ರಾತ್ರಿ ಅಮ್ಮ ನನ್ನ ಪಕ್ಕವೇ ಮಲಗಿದಳು. ನನಗೆ ನಿದ್ದೆ ಬರುವವರೆಗೆ ಚೋವಿ ತಟ್ಟುತ್ತಿದ್ದಳು.

ನನ್ನ ಅವಸ್ಥೆಯನ್ನು ನೋಡಲಾರದ ಅಮ್ಮ ಮರುದಿನ ನನಗೆ ಒಳಚಡ್ಡಿಗಳೆರಡನ್ನು ತಂದಳು. ಹೊಸಬಟ್ಟೆ ಯಾವುದಾದರೇನು, ನನಗಂತೂ ಖುಷಿಯೋ

ಖುಷಿಯಾಗಿತ್ತು. ಅಪ್ಪ ಮಾತ್ರ 'ಓಂಚೂರು ಗಾಳಿಯಾಡಲಿಕ್ಕನ್ನಾ ಬಿಡೋ...' ಎಂದು ರೇಗಿಸಿದ. ಒಳಚಡ್ಡಿಯನ್ನು ಹಾಕಿಕೊಂಡ ನಾನು ಅಮ್ಮನ ಮುಂದೆ ನಿಂತು 'ಚೆನ್ನಾಗಿ ಕಾಣಿಸ್ತೀನಾ?' ಎಂದು ಕೇಳಿದೆ. 'ದೃಷ್ಟಿ ಬರೋ ಹಂಗೆ ಇದ್ದೀಯಾ...' ಎಂದು ಅಮ್ಮ ಗಲ್ಲ ಸವರಿ ನೆಟಗಿ ಮುರಿದಳು. ಶಾಲೆಯಲ್ಲಿ ಮೂತ್ರ ಹೊಯ್ಯುವ ಸಮಯದಲ್ಲಿ ಎರಡೆರಡು ಚಡ್ಡಿಗಳನ್ನು ಜಾರಿಸುವಾಗ ದೊಡ್ಡವನಾಗಿಬಿಟ್ಟೆ ಎಂಬ ಜಂಬ ಮೂಡುತ್ತಿತ್ತು.

ಅದೇ ಕೊನೆ. ಮತ್ತೆಂದೂ ನಾನು ಚಡ್ಡಿ ರ್‍ಯಾಸ್ಕಲ್ ಆಗಲಿಲ್ಲ. ಆದರೆ ಅಕ್ಕ ಮಾತ್ರ ಆಗಾಗ ರೇಗಿಸುತ್ತಲೇ ಇರುತ್ತಿದ್ದಳು. ಯಾರಾದರೂ ಚಿಕ್ಕಹುಡುಗರು ಚಡ್ಡಿ ರ್‍ಯಾಸ್ಕಲ್‌ಗಳಾಗಿ ಮನೆಗೆ ಅಳುತ್ತಾ ಹೋಗುತ್ತಿದ್ದರೆ 'ನಿನ್ನ ಬ್ರದರ್ ಒಬ್ಬ ಹೋಗ್ತಿದಾನೆ. ಸಮಾಧಾನ ಮಾಡಲಿಕ್ಕೆ ಬಾರೋ...' ಎಂದು ನನ್ನನ್ನು ಕೂಗಿ ಕರೆಯುತ್ತಿದ್ದಳು. ಎಂಟನೆಯ ತರಗತಿಗೆ ಸೇರಿದಾಗ 'ಇನ್ನು ಮುಂದೆ ನಮ್ಮ ಪುಟ್ಟ ಚಡ್ಡಿ ರ್‍ಯಾಸ್ಕಲ್ ಆಗಲಿಕ್ಕೆ ಸಾಧ್ಯಾನೇ ಇಲ್ಲ. ಏನಿದ್ರೂ ಪ್ಯಾಂಟ್ ರ್‍ಯಾಸ್ಕಲ್!' ಎಂದು ರೇಗಿಸಿದಾಗ ನಾನು ಅವಳ ಜಡೆಯನ್ನೆಳೆದು 'ಕುಯ್ಯೋ ಮರ್ರೋ' ಎಂದು ಅವಳು ಕೂಗಾಡುವಂತೆ ಜಗಳವಾಡಿದ್ದೆ. ಇಂಜಿನಿಯರಿಂಗ್ ಸೀಟು ಸಿಕ್ಕು ದೂರದ ಊರಿಗೆ ಹೊರಟು ನಿಂತಾಗ ಅಮ್ಮ-ಅಪ್ಪ ಎಲ್ಲಾ ಕಣ್ತುಂಬಿ ಬೀಳ್ಕೊಡುತ್ತಿರುವಾಗ, 'ಹುಷಾರಪ್ಪ. ನೀನು ಕಾಲೇಜಿನಾಗೆ ಗಲೀಜು ಮಾಡಿಕೊಂಡು ಕೂತರೆ ಬರಲಿಕ್ಕೆ ಅಮ್ಮ ಇರಲ್ಲ ಅಲ್ಲಿ' ಎಂದು ಕಾಲೆಳೆದಳು. ನಾನು ಇಂಜಿನಿಯರಿಂಗ್ ಎರಡನೇ ವರ್ಷದಲ್ಲಿರುವಾಗಲೇ ಅವಳಿಗೆ ಮದುವೆಯಾಯ್ತು. ನಾನು ಕೆಲಸಕ್ಕೆ ಸೇರಿ, ಬೆಂಗಳೂರಿನಲ್ಲಿ ಮನೆ ಮಾಡಿ 'ಸೆಟಲ್' ಆಗುವ ವೇಳೆಗೆ ಅವಳ ಮಗ ಶಾಲೆಗೆ ಹೋಗಲು ಶುರು ಮಾಡಿದ್ದ. 'ಪೂರ್ತಿ ಸೋದರಮಾವನ್ನೇ ಹೋತಾನೆ. ಆಗಲೇ ಎರಡು ಸಾರಿ ಶಾಲೆಗೆ ಹೋಗಿ ಸ್ವಚ್ಛ ಮಾಡಿಬಂದೆ' ಎಂದು ಹೇಳಿದಳು.

ಅಮ್ಮನಿಗಾಗಲೇ ಡಯಾಬಿಟೀಸ್ ಕಾಯಿಲೆ ಶುರುವಾಗಿ ಐದಾರು ವರ್ಷಗಳಾಗಿತ್ತು. ಅಪ್ಪನೂ ನಿವೃತ್ತಿ ಹೊಂದಿ ಮನೆಯಲ್ಲಿಯೇ ಇರುತ್ತಿದ್ದರು. 'ಇನ್ನು ಊರಲ್ಲಿದ್ದು ಏನು ಮಾಡುತ್ತೀರಿ, ನನ್ನ ಜೋಡಿ ಬಂದಿರಿ' ಎಂದು ಅವರನ್ನು ಕರೆದುಕೊಂಡು ಬಂದೆ. 'ತವರುಮನೀಗೆ ಬಂದು ಒಂದು ತಿಂಗಳೊಪ್ಪತ್ತು ಹಾಯಾಗಿರ್ತೀನಿ' ಅಂತ ಅಕ್ಕ ಅನ್ನುತ್ತಲೇ ಇದ್ದರೂ, ಮೂರು ವರ್ಷ ಬರಲಿಲ್ಲ. ಮಗ, ಗಂಡ, ಶಾಲೆ ಅದೂ ಇದೂ ಕಾರಣವಿದ್ದೇ ಇರುತ್ತಿತ್ತು. ಕೊನೆಗೆ ನಾನೇ 'ಅಕ್ಕ, ಅಮ್ಮನ ಆರೋಗ್ಯ ಅಷ್ಟೊಂದು ಸರಿ ಇರ್ತಾ ಇಲ್ಲ. ನೀನು ಬಂದು ನಾಕು ದಿನ ಇದ್ದರೆ ಆಕಿ ಗೆಲುವಾಗ್ತಾಳೆ' ಎಂದು ಒತ್ತಾಯ ಮಾಡಿದ ಮೇಲೆ ಮಗನನ್ನು ಕರೆದುಕೊಂಡು ಬಂದಳು. ಈಗಾಗಲೇ ಅವನು ಏಳನೇ ತರಗತಿಯಲ್ಲಿ ಓದುತ್ತಿದ್ದ.

‘ಇನ್ನೂ ಚಡ್ಡಿ ರ್ಯಾಸ್ಕಲ್ ಇದ್ದೀಯೇನೋ’ ಎಂದಿದ್ದಕ್ಕೆ, ‘ಸುಮ್ನಿರು ಮಾಮ’ ಎಂದು ಮುಖವನ್ನೆಲ್ಲಾ ಕೆಂಪು ಮಾಡಿಕೊಂಡು ನಾಚಿಕೊಂಡ. ಅಮ್ಮ-ಅಪ್ಪಗೆ ಮೊಮ್ಮಗನೊಂದಿಗೆ ತಿಂಗಳೊಪ್ಪತ್ತು ಕಳೆದಿದ್ದೇ ಗೊತ್ತಾಗಲಿಲ್ಲ.

ಆ ದಿನ ರಾತ್ರಿ ಹಂಪಿ ಎಕ್ಸ್‌ಪ್ರೆಸ್‌ಗೆ ಅಕ್ಕ ಊರಿಗೆ ವಾಪಾಸಾಗಬೇಕಿತ್ತು. ‘ಬಟ್ಟೆಗಳನ್ನ ವಾಷಿಂಗ್ ಮಷಿನ್‌ಗೆ ಹಾಕಿ, ಡ್ರೈ ಮಾಡಿಕೊಂಡು ಹೋಗಿಬಿಡುತ್ತೇನೆ. ಮತ್ತೆ ಅಲ್ಲಿ ಯಾರು ಒಗೆಯುತ್ತಾರೆ’ ಎಂದು ಅಕ್ಕ ಎಲ್ಲರ ಬಟ್ಟೆಗಳನ್ನು ಹಾಕಿದಳು. ಒಂದು ಹತ್ತು ನಿಮಿಷದಲ್ಲಿ ವಾಷಿಂಗ್ ಮಷಿನ್‌ನಲ್ಲಿ ನೀರು ತುಂಬಿ, ಅದು ತಿರುಗಲು ಶುರುವಾಗಿದ್ದೇ ಹೇಲಿನ ವಾಸನೆ ಮನೆಯೆಲ್ಲಾ ಹಬ್ಬಿಕೊಂಡುಬಿಟ್ಟಿತು. ಮೊದಲು ನಮಗೆ ಎಲ್ಲಿಂದ ಬರುತ್ತಿದೆ ಎಂದು ಗೊತ್ತಾಗಲಿಲ್ಲ. ಅಕ್ಕನ ಮಗ ವಾಷಿಂಗ್ ಮಷಿನ್‌ನಿಂದ ಬರುತ್ತಿದೆಯೆಂದು ಪತ್ತೆ ಹಚ್ಚಿದ. ‘ಏಳನೇ ಕ್ಲಾಸಿಗೆ ಬಂದ ಮೇಲೂ ಇದೇನೋ ನಿಂದು ಅಸಹ್ಯ...’ ಎಂದು ಅಕ್ಕ ಮಗನನ್ನು ತರಾಟೆಗೆ ತೆಗೆದುಕೊಂಡಳು. ‘ಹೋಗಮ್ಮ, ನಾನೇನೂ ಮಾಡಿಕೊಂಡಿಲ್ಲ...’ ಎಂದು ಅವನು ವಾದಿಸಿದ. ‘ಸುಳ್ಳು ಹೇಳಬೇಡ. ನೀನಲ್ಲದೆ ಇನ್ನಾರು ಇದ್ದಾರೆ ಸಣ್ಣೋರು ಈ ಮನಿಯಾಗೆ’ ಎಂದು ಗದರಿಸಿದಳು. ಅವನು ಕೇಳಲಿಲ್ಲ. ‘ದೇವರಾಣೆಗೂ ನಾನಲ್ಲಮ್ಮ...’ ಎಂದ ಅವನ ಧ್ವನಿ ಅಳುಬುರುಕವಾಯ್ತು. ಅಕ್ಕ ಮಗನ ಅಳುವಿಗೆ ಸ್ವಲ್ಪ ಕರಗಿದಳು. ‘ನೀನೇನೋ...’ ಎಂದು ನನ್ನನ್ನೇ ಸಂಶಯದಿಂದ ಕೇಳಿದಳು. ‘ಛೆ ಹೋಗಕ್ಕ, ಇದೇನಿದು ಅಸಹ್ಯ...’ ಎಂದು ಮುಖವೆಲ್ಲಾ ಕಿವುಚಿ ಹೇಳಿದೆ. ‘ಬೆಕ್ಕೇನಾದರೂ ಅದರಾಗೆ ಕೂತಿತ್ತೇನೋ...’ ಎಂದು ಅವಳು ಅನುಮಾನ ಪಡಲಾರಂಭಿಸಿದಾಗ ಅವಳ ಸುಕುಮಾರ ಅಳುವದರ ನಡುವೆಯೇ ‘ನಂಗೊತ್ತು ಅದು ಯಾರ ಕೆಲಸ ಅಂತ...’ ಎಂದು ಹೇಳಿದ. ‘ಯಾರು ಹೇಳು...’ ಎಂದು ಅಕ್ಕ ಕೇಳಿದ್ದೇ ನನ್ನಮ್ಮನ ಕಡೆಗೆ ಬೆರಳು ಮಾಡಿ ತೋರಿಸಿ ‘ಅಜ್ಜೀನೇ ಮಾಡಿಕೊಂಡಿದ್ದು. ಬೆಳಿಗ್ಗೆ ಹತ್ತಿರ ಹೋದರೆ ವಾಸನೆ ಬರ್ತಿತ್ತು...’ ಎಂದ. ಅಮ್ಮ ಅದಕ್ಕೆ ಸಿಟ್ಟಿಗೆದ್ದು ‘ಸುಳ್ಳು ಸುಳ್ಳು ನನ್ನ ಮೇಲೆ ಯಾಕೆ ಹೇಳ್ತೀಯೋ...’ ಎಂದು ಅವನ ಮೇಲೆ ರೇಗಿದಳು. ‘ನಾನ್ಯಾಕೆ ಸುಳ್ಳು ಹೇಳಲಿ, ನೀನೇ ಮಾಡಿಕೊಂಡಿದ್ದು. ಈಗ ಒಪ್ಪಿಗೊಳ್ತಾ ಇಲ್ಲಾ’ ಎಂದು ವಾದಿಸಿದ. ಅಮ್ಮ ಅತ್ಯಂತ ಅಸಹಾಯಕ ಧ್ವನಿಯಲ್ಲಿ ಅಕ್ಕನಿಗೆ ‘ನಾನಲ್ಲನೇ... ನಿನ್ನ ಮಗ ಸುಳ್ಳೇ ಹೇಳ್ತಿದಾನೆ.” ಎಂದು ಅಲವತ್ತುಕೊಂಡಳು. ಅವನು ಮಾತ್ರ ಅಜ್ಜಿಯ ಮಾತಿಗೆ ಬೆಲೆ ಕೊಡದೆ ‘ನೀನೇ, ನೀನೇ, ನೀನೇ...’ ಎಂದು ಜೋರಾಗಿ ಕೂಗಿದ. ಸಿಟ್ಟಿಗೆದ್ದ ಅಕ್ಕ ಅವನಿಗೆರಡು ಬಿಗಿದಳು. ಸೂರು ಕಿತ್ತು ಹೋಗುವಂತೆ ಅಳಲಾರಂಭಿಸಿದ.

ನಾನು ಸೀದಾ ಹೋಗಿದ್ದೇ ವಾಷಿಂಗ್ ಮಷಿನ್‌ಗೆ ಕೈ ಹಾಕಿ ಅಮ್ಮನ ಸೀರೆಯನ್ನು ಹೊರತೆಗೆದೆ. ಅವನ ಮಾತು ಒಪ್ಪಿಗೊಳ್ಳಲು ಅದರಲ್ಲಿ ಪುರಾವೆ ಗಳಿದ್ದವು. ನನಗೆ

ಮೈಯೆಲ್ಲಾ ಮುಳ್ಳುಗಳೆದ್ದು ಸಿಟ್ಟು ನೆತ್ತಿಗೇರಿತು. ಅಮ್ಮನಿಗೆ ಬೈಯಲಾರಂಭಿಸಿದೆ. ಅಮ್ಮ ಇನ್ನೂ ನಗರಕ್ಕೆ ಹೊಂದಿಕೊಳ್ಳದ ಹಳ್ಳಿಮುಕ್ಕಳೆಂಬ ಭಾವನೆ ಅದೆಲ್ಲಿ ಮನದ ಮೂಲೆಯಲ್ಲಿ ಬಚ್ಚಿಟ್ಟು ಕುಳಿತಿತ್ತೋ, ನನ್ನ ಅಸಹ್ಯ ಬೈಯ್ಗುಳಲ್ಲಿ ಹೊರಬಂತು. 'ನಾಚಿಗೆ ಆಗಲ್ವಾ ನಿಂಗೆ? ಇಷ್ಟು ದೊಡ್ಡಾಕಿ ಆಗಿ ಅಷ್ಟೂ ತಿಳಿಯಂಗಿಲ್ಲೇನು. ನನ್ನ ಆಫೀಸಿನ ಬಟ್ಟಿ ಕೂಡಾ ಅಕ್ಕ ಅದರಾಗೆ ಹಾಕ್ಯಾಳೆ. ನಾಳೆ ಆ ವಾಸನಿ ಬಟ್ಟಿ ಹಾಕಿಕೊಂಡು ಹೋಗಲೇನು? ಅಕ್ಕ-ಪಕ್ಕದವರ ಮನಿ ತಂಕಾ ವಾಸನಿ ಹೋದರೆ ಅವರು ಸುಮ್ಮನೆ ಇರ್ತಾರೆ ಅಂತ ಮಾಡಿಯೇನು? ಬೆಂಗಳೂರಿದು. ಬಳ್ಳಾರಿ ಹಳ್ಳಿ ಅಲ್ಲ. ನಾಳೆನೇ ಮನಿ ಖಾಲಿ ಮಾಡರಿ ಅಂತ ಹೇಳ್ತಾರೆ. ನೀನು ಹುಡುಕಿ ಕೊಡ್ತೀಯ ಇನ್ನೊಂದು ಮನಿ? ಥೂ...' ಎಂದು ಅರ್ಧ ಅಸಹ್ಯ, ಅರ್ಧ ಕೋಪದಿಂದ ಕೂಗಾಡಿದೆ. ಅಮ್ಮ ಎದುರುತ್ತರ ಕೊಡದೆ ತಲೆ ತಗ್ಗಿಸಿಕೊಂಡು ಕೂತಿದ್ದಳು.

ಹಂಪಿ ಎಕ್ಸ್‌ಪ್ರೆಸ್‌ಗೆ ಹೊತ್ತಾಗಲಾರಂಭಿಸಿತು. ಅಕ್ಕ ನನ್ನನ್ನು ಸಮಾಧಾನ ಪಡಿಸಿ, ತನ್ನೆಲ್ಲಾ ಬಟ್ಟೆಗಳನ್ನು ಬಚ್ಚಲಿನಲ್ಲಿ ತೊಳೆದು, ಹಿಂಡಿ, ಒದ್ದೆ ಬಟ್ಟೆಯ ಗಂಟನ್ನು ಕಟ್ಟಿಕೊಂಡೇ ಸಿದ್ಧವಾದಳು. ಊಟ ಮಾಡಲೂ ಸಮಯವಿರಲಿಲ್ಲ. ಅಕ್ಕನನ್ನು ಬಿಟ್ಟು ಬರಲು ನಾನೂ ರೈಲ್ವೇ ನಿಲ್ದಾಣಕ್ಕೆ ಹೋದೆ. ಅಕ್ಕ ಮತ್ತವಳ ಮಗ ಆಟೋದಲ್ಲಿ ಹೋದರೆ, ಅವರನ್ನು ಹಿಂಬಾಲಿಸಿಕೊಂಡು ಬೈಕಿನಲ್ಲಿ ನಾನು. ರೈಲಿನಲ್ಲಿ ಅವರನ್ನು ಹತ್ತಿಸಿ, ಓಡಿ ಹೋಗಿ ಮೊಸರನ್ನ ಕಟ್ಟಿಸಿಕೊಂಡು ಬಂದು ಕಿಟಕಿಯಲ್ಲಿ ಅಕ್ಕನ ಕೈಯಲ್ಲಿಡುತ್ತಲೇ ರೈಲು ಸಿಳ್ಳೆ ಹಾಕಿತು. ಪ್ಲಾಟ್‌ಫಾರ್ಮ್‌ನಲ್ಲಿ ರೈಲಿನ ಜತೆ ನಾನು ನಡೆಯುತ್ತಾ ಹೋಗುವಾಗ ಅಕ್ಕ ಬುದ್ಧಿಮಾತು ಹೇಳಲಾರಂಭಿಸಿದಳು. 'ಅಮ್ಮನ ಮೇಲೆ ಸಿಟ್ಟಾಗಬೇಡ. ಆಕಿ ಆರೋಗ್ಯ ಸರಿ ಇಲ್ಲ. ಬಿಗಿ ಹಿಡಿಲಿಕ್ಕೆ ಆಗೋಷ್ಟು ತ್ರಾಣ ಅದೋ ಇಲ್ಲೋ. ನಮ್ಮ ಅತ್ತೀನೂ ಹಿಂಗೇ ಮಾಡಿಕೊಳ್ತಿದ್ರು...' ಎಂದು ಹೇಳುತ್ತಲಿರುವಾಗಲೇ ರೈಲು ವೇಗವನ್ನು ಪಡೆದುಕೊಂಡಿತು. ರೈಲು ಹೋಗಿ, ಜನರೆಲ್ಲಾ ಖಾಲಿಯಾದರೂ ಅಲ್ಲೇ ಬೆಂಚಿನ ಮೇಲೆ ಕುಳಿತಿದ್ದೆ. ಅಮ್ಮನ ಮೇಲೆ ಹಾಗೆ ಸಿಟ್ಟಿನಿಂದ ಹರಿಹಾಯಬಾರದಿತ್ತೆಂದು ಪಶ್ಚಾತ್ತಾಪವಾಗುತ್ತಿತ್ತು. ಮನೆಯಲ್ಲಿ ನಡೆದ ರಸಿಕಸಿಯಿಂದ ಮನಸ್ಸಿಗೆ ತುಂಬಾ ನೋವಾಗಿತ್ತು.

ಅಪ್ಪ ಓಣಿಯ ತುದಿಯಲ್ಲಿ ಕಾಯುತ್ತಿದ್ದರು. ನಾನು ಕಾಣುತ್ತಲೇ ಕೈ ಮಾಡಿ ಬೈಕ್ ನಿಲ್ಲಿಸಿದರು. ಬೈಕನ್ನು ನೂಕುತ್ತಾ ಅಪ್ಪನೊಡನೆ ಹೆಜ್ಜೆ ಹಾಕಲಾರಂಭಿಸಿದೆ. 'ನಿಮ್ಮಮ್ಮಗೆ ಭಾಳ ದುಃಖ ಆಗ್ಯದೆ. ನನ್ನ ಜೋಡೀನೂ ಮಾತನಾಡಲಾರದಂಗೆ ಕೋಣೆನಾಗೆ ಕೂತುಗೊಂಡಾಳೆ. ಸ್ವಲ್ಪ ಹೋಗಿ ಸಮಾಧಾನ ಮಾಡು. ಇತ್ತೀಚೆಗೆ ಯಾಕೋ ಆ ಡಯಾಬಿಟೀಸ್ ಭಾಳ ಗೋಳಾಡಿಸಲಿಕ್ಕೆ ಹತ್ತದೆ' ಎಂದು ಬೇಡಿಕೊಂಡರು.

ಮನೆಯಲ್ಲಿ ಅಮ್ಮ ಕೋಣೆಯಲ್ಲಿ ಒಬ್ಬಳೇ ಮಲಗಿಕೊಂಡಿದ್ದಳು. ನಾನು ಒಳಗೆ ಹೋದೆ. 'ಅಮ್ಮಾ...' ಎಂದೆ. ಎದ್ದು ಕುಳಿತಳು. ಹತ್ತಿರ ಹೋಗಿ ಕುಳಿತು, ಆಕೆಯ ಕೈಗಳನ್ನು ತೆಗೆದುಕೊಂಡು 'ತಪ್ಪಾಯ್ತಮ್ಮ. ಯಾಕೋ ಸಿಟ್ಟಿನ ಕೈಯಾಗೆ ಬುದ್ಧಿ ಕೊಟ್ಟು ಅನ್ನಬಾರದ್ದನ್ನೆಲ್ಲಾ ಅಂದೆ. ನಂದು ತಪ್ಪಾಯ್ತು' ಎಂದು ಅವಳ ಕೈಗಳನ್ನು ಎರಡೂ ಬೊಗಸೆಯಲ್ಲಿ ಬೆಚ್ಚಗೆ ಹಿಡಿದುಕೊಂಡೆ. ಅಮ್ಮ ಅಳಲಾರಂಭಿಸಿದಳು. 'ನೀನು ನಂಗೆ ಬೈಯ್ದುಬಿಟ್ಟಿ...' ಎಂದು ಮಕ್ಕಳಂತೆ ದೂರಿದಳು. 'ಇಲ್ಲ, ಇನ್ನು ಮುಂದೆ ಯಾವತ್ತೂ ಬೈಯಲ್ಲ' ಎಂದು ಅವಳನ್ನು ಅಪ್ಪಿಕೊಂಡು ಬೆನ್ನನ್ನು ಸವರಿ ಸಮಾಧಾನ ಮಾಡಿದೆ. 'ನಂಗೆ ಗೊತ್ತೇ ಆಗದಂಗೆ ಸೀರಿನಾಗೆ ಆಗ್ಬಿಟ್ಟಿರ್ತದೆ. ನಾನು ಬೇಕಂತೇ ಮಷಿನ್‌ನಾಗೆ ಹಾಕಿದ್ದಲ್ಲ' ಎಂದು ಹೇಳಿ ಅಳಲಾರಂಭಿಸಿದಳು. 'ಅಳಬೇಡ, ಏನೂ ಆಗಿಲ್ಲ... ಅಳಬೇಡ. ಡಾಕ್ಟರ ಹತ್ತಿರ ಹೋಗಿ ತೋರಿಸೋಣ. ನಿನ್ನ ಜೋಡಿ ನಾನಿದ್ದೀನಲ್ಲೇನು? ಈಗ ಊಟ ಮಾಡಾಣ ಬಾ' ಎಂದೆ.

ಮರುದಿನ ಅಮ್ಮ ಒಬ್ಬಳೇ ಬಚ್ಚಲಲ್ಲಿ ಕುಳಿತು ತನ್ನ ಸೀರಿ, ಕುಬುಸವನ್ನು ಒಗೆದುಕೊಳ್ಳುತ್ತಿದ್ದಳು. ನನಗೆ ಏನು ಹೇಳಬೇಕೋ ತೋಚದಂತಾಯ್ತು. 'ಯಾಕೆ ಬಟ್ಟಿ ಒಗೀತಿದ್ದೀಯಮ್ಮಾ...' ಎಂದು ಹೋಗಿ ಕೇಳಿದೆ. 'ಇನ್ನು ಮುಂದೆ ನನ್ನ ಸೀರಿ ಬಟ್ಟೆ ನಾನೇ ಒಕ್ಕೊಂತೀನಪ್ಪ. ಏನಾದರೂ ಮಾಡಿಕೊಂಡಿದ್ದರೆ ನಂಗೆ ಗೊತ್ತೂ ಆಗಂಗಿಲ್ಲ. ಮತ್ತೆ ನಿನ್ನ ಆಫೀಸಿನ ಬಟ್ಟಿ ಜೋಡಿ ಕಲತರೆ ಛಂದಾಗಿರಲ್ಲ' ಎಂದು ಹೇಳಿದಳು. 'ಯಾರನಾದರೂ ಒಗೆದು ಕೊಡಲಿಕ್ಕೆ ಹೇಳ್ತೀನಮ್ಮ' ಎಂದೆ. 'ಈ ಎರಡು ಬಟ್ಟೀಗೆ ಯಾಕೆ ದುಡ್ಡು ದಂಡ ಮಾಡತೀ. ನೀನೇನೂ ಚಿಂತಿ ಮಾಡಬೇಡ. ದಿನಾ ನಾಲ್ಕು ನಾಲ್ಕು ಬಕೇಟು ಬಟ್ಟಿ ಒಗೆದಾಕಿ ನಾನು' ಎಂದು ತನ್ನ ಸುಕ್ಕುಗಟ್ಟಿದ ಮುಖದಲ್ಲಿ ನಗೆಯರಳಿಸಿದಳು. ಅದೇ ಪದ್ಧತಿಯನ್ನು ಮುಂದುವರೆಸಿಕೊಂಡು ಹೋದಳು. ಯಾವತ್ತಾದರೂ ಒಂದು ದಿನ ತನ್ನ ಕೈಲಾಗಲಿಲ್ಲವೆಂದರೆ ನನ್ನ ಹತ್ತಿರ ತನ್ನ ಸೀರೆಯನ್ನು ತಂದು ತೋರಿಸಿ 'ಈವತ್ತೇನೂ ಮಾಡಿಕೊಂಡಿಲ್ಲ ನೋಡು. ಮಷಿನ್‌ಗೆ ಹಾಕಲಾ?' ಎಂದು ಕೇಳಿದಾಗ ನನ್ನ ಕಣ್ಣುಗಳು ತೇವಗೊಳ್ಳುತ್ತಿದ್ದವು. 'ಅದಕ್ಕೆ ನನ್ನೇನಮ್ಮಾ ಕೇಳತಿ' ಎಂದಾಗ ನನ್ನ ಧ್ವನಿ ಅಳುಬುರುಕವಾಗಿರುತ್ತಿತ್ತು.

ಅಮ್ಮನನ್ನು ಪರೀಕ್ಷಿಸಿದ ಡಾಕ್ಟರರು ಯಾವುದೇ ದಾರಿಯನ್ನು ನಮಗೆ ತೋರಿಸಿ ಕೊಡಲಿಲ್ಲ. 'ಅವರ ಡಯಾಬಿಟೀಸ್ ಕಾಯಿಲೆ ಉಲ್ಬಣಗೊಂಡದೆ. ಅದಕ್ಕೇ ಹಂಗಾಗ್ತದೆ. ನೀವು ಮನೆಯವರು ಜ್ವಾಪಾನ ಮಾಡಿ ನೋಡ್ಕೋಬೇಕು' ಎಂದು ಹೇಳಿದರು. ಅಮ್ಮ ಮನೆಯಿಂದ ಹೊರಗೆ ಹೋಗುವದನ್ನೇ ನಿಲ್ಲಿಸಿಬಿಟ್ಟಳು. ಆಗೊಮ್ಮೆ ಈಗೊಮ್ಮೆ ಅಕ್ಕನ ಊರಿಗೆ ಮಾತ್ರ ಅಪ್ಪ-ಅಮ್ಮ ಇಬ್ಬರೂ ರೈಲಿನಲ್ಲಿ ಹೋಗುತ್ತಿದ್ದರು. ನಾನು ಯಾವಾಗಲೂ ಅವರ ಜೊತೆಯಲ್ಲಿ ಹೋಗುತ್ತಿದ್ದೆ.

ಒಮ್ಮೊಮ್ಮೆ ಆಫೀಸಿನ ಕೆಲಸದ ಒತ್ತಡದಿಂದ ಹೋಗಲಾಗದಿದ್ದರೆ, 'ರಾತ್ರಿ ರೈಲಿನಾಗೆ ಪಾಯಿಖಾನೆಯಾಗೆ ಹೋಗಬೇಕಂದರೆ ಹುಷಾರಾಗಿರ್ರಿ. ರೈಲು ಓಡೋ ಹೊತ್ತಿನಾಗೆ ಓಡಾಡೋದು ಭಾಳ ಕಷ್ಟ ಆಗ್ತದೆ. ಯಾವುದಾದರೂ ಸ್ಟೇಷನ್‌ನಾಗೆ ನಿಂತಿದ್ರೆ ಆವಾಗ ಹೋಗ್ರಿ' ಎಂದು ತಿಳಿಸಿಹೇಳುತ್ತಿದ್ದೆ. ಅವರು ಊರಿಗೆ ಹೊರಟ ದಿನ ರಾತ್ರಿ ಎಂತೆಂತಹದೋ ವಿಚಿತ್ರ ಹೆದರಿಕೆಯ ಕನಸುಗಳು ಬಿದ್ದು ಎದ್ದು ಕೂತುಬಿಡುತ್ತಿದ್ದೆ. ಬೆಳಿಗ್ಗೆ ಅವರು ಸುರಕ್ಷಿತವಾಗಿ ಊರಿಗೆ ಸೇರಿದ್ದಾರೆಂಬ ದೂರವಾಣಿ ಬರುವ ತನಕ ಸಮಾಧಾನವಾಗುತ್ತಿರಲಿಲ್ಲ.

ಒಮ್ಮೆ ಸೂಪರ್ ಮಾರ್ಕೆಟೊಂದರಲ್ಲಿ ದಿನಸಿ ಕೊಳ್ಳುತ್ತಿರುವಾಗ ದೊಡ್ಡವರೂ ಹಾಕಿಕೊಳ್ಳುವಂತಹ ಡಯಾಫರ್‌ಗಳನ್ನು ನೋಡಿದ್ದೇ ಒಂದು ಪಾಕೇಟ್ ಕೊಂಡು ತಂದೆ. ಆದರೆ ಮನೆಯಲ್ಲಿ ಅಮ್ಮನಿಗೆ ಹಾಕಿಕೊಳ್ಳೆಂದು ಹೇಳಲು ಸಂಕೋಚವಾಗಿ ಸುಮ್ಮನೆ ಅಲಮಾರದಲ್ಲಿ ಅದನ್ನು ಬಚ್ಚಿಟ್ಟುಬಿಟ್ಟೆ. ಆಫೀಸಿನಿಂದ ಅಕ್ಕನಿಗೆ ಫೋನ್ ಮಾಡಿ, ಉಗುಳು ನುಂಗುತ್ತಾ 'ನೀನು ಅಮ್ಮನ್ನ ಕೇಳ್ತೀಯಾ?' ಎಂದೆ. ಆ ದಿನ ಮನೆಗೆ ವಾಪಸಾದಾಗ ಅಮ್ಮ ಕಾಫಿ–ತಿಂಡಿಯೆಲ್ಲವನ್ನೂ ತಿನ್ನಲು ಕೊಟ್ಟು, ನಾನು ತಿಂದ ತಟ್ಟೆಯನ್ನು ತೆಗೆದುಕೊಂಡು ಹೋಗುತ್ತಾ 'ಹಾಕ್ಕೋಳ್ತೀನಪ್ಪಾ... ಎಲ್ಲಿಟ್ಟೀಯೋ ತೆಕ್ಕೊಡು' ಎಂದು ಹೇಳಿದಳು. ತೆಗೆದುಕೊಟ್ಟೆ. ಆದರೆ ಅಮ್ಮನಿಗೆ ಅದನ್ನು ಹೇಗೆ ಹಾಕಿಕೊಳ್ಳುವದೆಂದು ಗೊತ್ತಾಗಲಿಲ್ಲ. ಅಪ್ಪನಿಗೆ ಸಹಾಯ ಮಾಡೆಂದು ಕೇಳಿಕೊಂಡರೆ 'ನಂಗೆ ನಾಚಿಕಿ ಆಗ್ತದಪ್ಪಾ... ಅವರನ್ನು ಕಳಿಸಬೇಡ' ಎಂದು ಅಮ್ಮ ಗೋಗರೆದಳು. ಕಡೆಗೆ ನಾನೇ ಒಂದು ಡಯಾಫರನ್ನು ಪ್ಯಾಂಟಿನ ಮೇಲೆ ಹಾಕಿ ತೋರಿಸಿಕೊಟ್ಟೆ. ಅಮ್ಮ ಕೋಣೆಯೊಳಗೆ ಹಾಕಿಕೊಂಡು ಬಂದಳು. 'ಇನ್ನು ಮುಂದೆ ಏನೂ ತೊಂದರೆ ಇಲ್ಲ. ಎಷ್ಟು ಸುಲಭದಾಗೆ ಉಪಾಯ ಹೊಳೀತು ನೋಡು' ಎಂದು ಅಮ್ಮನ ಕಡೆ ನೋಡಿ ಖುಷಿಯಲ್ಲಿ ಹೇಳಿದೆ.

ಸಾಯಂಕಾಲದ ವೇಳೆಗೆ ಅಮ್ಮನ ಮೈಮೇಲೆ ದದ್ದುಗಳು ಎದ್ದುಬಿಟ್ಟವು. ಡಯಾಫರ್ ಹಾಕಿಕೊಂಡ ಜಾಗವೆಲ್ಲಾ ಕೆಂಪಗಾಗಿ ರಣವಾಗಿಬಿಟ್ಟಿತು. ಡಾಕ್ಟರರ ಹತ್ತಿರ ಕರೆದುಕೊಂಡು ಹೋದರೆ ಅವರು ನನಗೆ ಬೈಯ್ದರು. 'ಡಯಾಬಿಟೀಸ್ ಪೇಶಂಟ್ ಅವರು. ಗಾಯ ಆದರೆ ಮಾಯಂಗಿಲ್ಲ. ನೀವು ನನಗೆ ಒಂದು ಮಾತು ಕೇಳಬೇಕೋ ಬ್ಯಾಡವೋ...' ಎಂದು ಸಿಟ್ಟಾದರು. ಗಾಯವೆಲ್ಲಾ ಮಾಯಲು ಸುಮಾರು ತಿಂಗಳು ಹಿಡಿಯಿತು.

ನಾನು ಹೊಸದಾಗಿ ಕಾರು ತೆಗೆದುಕೊಂಡಾಗ ಅಮ್ಮ ಸುತಾರಾಂ ಅದರಲ್ಲಿ ಹತ್ತುವದಿಲ್ಲವೆಂದುಬಿಟ್ಟಳು. 'ಒಂದು ಸಲ ಗುಡಿಗನ್ನಾ ಹೋಗಿ ಬರಾಣ ಬಾರಮ್ಮ. ಏನೂ ಆಗಂಗಿಲ್ಲ' ಎಂದು ಬಲವಂತ ಮಾಡಿದ ಮೇಲೆ ಒಪ್ಪಿಕೊಂಡಳು. ಆದರೆ

ಅಮ್ಮನನ್ನು ಕರೆದುಕೊಂಡು ಹೋಗದಿದ್ದರೆ ಒಳ್ಳೆಯದಿತ್ತೇನೋ ಎನ್ನಿಸುವಂತಹ ಘಟನೆಯೊಂದು ನಡೆಯಿತು. ದೇವರಿಗೆ ಮಂಗಳಾರತಿಗೆ ಮಾಡುವಾಗ ಅಮ್ಮ ನನ್ನ ಪಕ್ಕದಲ್ಲಿಯೇ ನಿಂತಿದ್ದಳು. ಅತ್ತ ಮಂಗಳಾರತಿ ಶುರು ಮಾಡುತ್ತಲೇ ಇತ್ತ ಅಮ್ಮ 'ಬಂತಪ್ಪಾ ಬಂತು' ಎಂದು ದುಡುದುಡು ಹೆಜ್ಜೆಗಳನ್ನು ಇಟ್ಟುಕೊಂಡು ಮುಖ್ಯದ್ವಾರದಿಂದ ಹೊರಗೆ ಓಡಿದಳು. ನನಗೆ ಪರಿಸ್ಥಿತಿ ಅರ್ಥವಾಗಿ ಹೋಯ್ತು. ನಾನೂ ಹಿಂದೆಯೇ ಓಡಿದೆ. ಜನರೆಲ್ಲಾ ನಾವಿಬ್ಬರು ಓಡಿದ್ದನ್ನು ನೋಡಿ ಹಿಂದೆಯೇ ಬಂದರು. ಅಮ್ಮ ನಡೆದ ಹಾದಿಯಲ್ಲಿ ಒಂದೆರಡು ಕಡೆ ಹೊಲಸು ಬಿದ್ದಿತ್ತು. ಭಕ್ತಾದಿಗಳು ದಂಗು ಬಡಿದು ಹೋದರು. ನನ್ನನ್ನು ತರಾಟೆಗೆ ತೆಗೆದುಕೊಂಡರು. 'ತಪ್ಪಾಯ್ತು ರ್ರೀ... ಅವರಿಗೆ ಆರೋಗ್ಯ ಸರಿ ಇಲ್ಲ. ನಾನೆಲ್ಲಾ ಸ್ವಚ್ಛ ಮಾಡ್ತೀನಿ' ಎಂದು ಎಲ್ಲರಿಗೂ ಕೈ ಮುಗಿದು ಬೇಡಿಕೊಂಡೆ. ಎಲ್ಲರೂ ಮೂಗು ಮುಚ್ಚಿಕೊಂಡು ದೂರ ಹೋಗಿ ನಿಂತರು. ಹೊರಗೆ ಹೋಗಿ ಕಾರಿನಿಂದ ನ್ಯೂಸ್ ಪೇಪರ್ ಮತ್ತು ಕಾರು ಒರೆಸುವ ಬಟ್ಟೆಯನ್ನು ತಂದುಕೊಂಡೆ. ಎಲ್ಲವನ್ನೂ ತೊಳೆದು ಸ್ವಚ್ಛ ಮಾಡಿದೆ.

ಹೊರಗೆ ಬಂದಾಗ ಅಮ್ಮ ಕಾಣಲಿಲ್ಲ. ಅಲ್ಲಿ ಇಲ್ಲಿ ಅಮ್ಮನಿಗಾಗಿ ಹುಡುಕಾಡಿದೆ. ಸಿಗಲಿಲ್ಲ. ವಿಚಿತ್ರ ಭಯ ನನ್ನಲ್ಲಿ ಶುರುವಾಯ್ತು. ಅಕ್ಕ ಪಕ್ಕದ ಓಣಿಗೆ ಹೋಗಿ ಹುಡುಕಾಡಿದೆ. ಅಲ್ಲೂ ಕಾಣಿಸಲಿಲ್ಲ. ಅಮ್ಮನಿಗೆ ಮತ್ತೆ ಮನೆಗೆ ಹೇಗೆ ಬರಬೇಕೆಂದೂ ತಿಳಿಯದು. ಮನೆಯ ವಿಳಾಸ, ದೂರವಾಣಿ ಸಂಖ್ಯೆ – ಒಂದೂ ಗೊತ್ತಿರುವ ಬಗ್ಗೆ ನನಗೆ ಭರವಸೆಯೇ ಇರಲಿಲ್ಲ. ಜನನಿಬಿಡ ಪ್ರದೇಶವದಾಗಿತ್ತು. ಹುಚ್ಚನಂತೆ ಸುತ್ತಾಮುತ್ತಾ ಓಡಾಡಿದ ಓಣಿಗಳಲ್ಲೇ ನಡೆಯತೊಡಗಿದೆ. 'ಅಮ್ಮಾ, ದೂರ ಹೋಗಬೇಡಮ್ಮಾ... ನಾನಿಲ್ಲೇ ಇದೀನಿ...' ಎಂದು ಮನಸ್ಸಿನಲ್ಲಿಯೇ ಹೇಳಿಕೊಳ್ಳಲಾರಂಭಿಸಿದೆ. ಗುಡಿಯ ಹೊರಗೆ ಕುಳಿತಿದ್ದವರ ಬಳಿ ಕೇಳಿದರೆ ಅವರೂ ಸರಿಯಾಗಿ ಉತ್ತರವನ್ನು ಕೊಡಲಿಲ್ಲ. ಮತ್ತೆ ಗುಡಿಯ ಬಳಿಯೇ ವಾಪಾಸು ಬರುತ್ತಾಳೇನೋ ಎಂದು ಅಲ್ಲಿಯೇ ಹೋಗಿ ಸ್ವಲ್ಪ ಹೊತ್ತು ಕಾದೆ. ಅಮ್ಮ ಯಾಕೋ ಬರಲಿಲ್ಲ. ಮತ್ತೆ ತುಂಬಾ ಸುತ್ತಾಡಿದ ಬಳಿಕ ದೂರದ ಗಲ್ಲಿಯ ಬಳಿ ಒಂದು ಬೆಂಚಿನ ಮೇಲೆ ಕುಳಿತಿದ್ದಳು. ಸಿಕ್ಕಿದಳಲ್ಲಾ ಎಂದು ಹೃದಯ ಹಗುರವಾಯ್ತು. ಓಡಿ ಹೋಗಿ ಅವಳ ಮುಂದೆ ನಿಂತೆ. 'ಇಲ್ಲೆಲ್ಲಾ ಯಾಕೆ ಬಂದಿಯಮ್ಮಾ, ನಿನ್ನ ಸಲುವಾಗಿ ಎಷ್ಟೆಲ್ಲಾ ಹುಡುಕಾಡಿಬಿಟ್ಟೆ' ಎಂದು ಅರ್ಧ ಸಿಟ್ಟು, ಅರ್ಧ ಹೆದರಿಕೆಯಲ್ಲಿ ಹೇಳಿದೆ. 'ಪಾಯಿಖಾನಿ ಎಲ್ಲನ್ನಾ ಇರ್ತಾವೇನೋ ಅಂತ ಹುಡುಕಿಕೊಂಡು ಹೋದೆನಪ್ಪಾ. ವಾಪಾಸು ಬರಲಿಕ್ಕೆ ದಾರಿ ತಿಳೀಲಿಲ್ಲ' ಎಂದು ಹತಾಶಳಾಗಿ ಹೇಳಿದಳು. ಅವಳ ತಲೆಯನ್ನು ನನ್ನ ಎದೆಗಾನಿಸಿಕೊಂಡು 'ನೀನು ಎಲ್ಲಿಯನ್ನಾ ಕಳೆದುಹೋಗಿದ್ರೆ ನನ್ನ ಗತಿ ಏನು? ದೊಡ್ಡ ಊರಿನಾಗೆ ನಿಂಗೆ ಓಡಾಡಿನೂ ಗೊತ್ತಿಲ್ಲ' ಎಂದು ಪ್ರೀತಿಯಿಂದ ತಲೆ ಸವರಿದೆ. ನಾನು ವಾಪಾಸು

ದೇವಸ್ಥಾನಕ್ಕೆ ಹೋಗಿ ಕಾರನ್ನು ತಂದೆ. ಕಾರಿನಲ್ಲಿ ಹತ್ತುವದಿಲ್ಲವೆಂದಳು. 'ಹೊಸ ಕಾರದಪ್ಪ, ಬೇಡ. ನನ್ನ ಆಟೋದಾಗೆ ಕೂಡಿಸು' ಎಂದಳು. ನಾನು ಅಮ್ಮನ ಕೈ ಹಿಡಿದು ಕಾರಿನಲ್ಲಿ ಕೂಡಿಸಿ, ಅವಳ ಗಲ್ಲ ಸವರಿ 'ನಂಗೆ ಈ ಕಾರಿಗಿಂತಾ ನೀನು ಮುಖ್ಯ ಅಮ್ಮ' ಎಂದೆ.

ಅಮ್ಮನ ಈ ಸಮಸ್ಯೆ ಅಪ್ಪ ಸತ್ತಾಗಲೂ ಅವಳನ್ನು ಕಾಡದೆ ಬಿಡಲಿಲ್ಲ. ಒಂದು ದಿನ ನಾನು, ಅಪ್ಪ ಮತ್ತು ಅಮ್ಮ ಊಟ ಮಾಡುತ್ತಾ, ಏನೋ ಖುಷಿ ಖುಷಿಯಿಂದ ಮಾತನಾಡುತ್ತಿರುವಾಗ ಅಪ್ಪನಿಗೆ ಅನ್ನದ ಅಗುಳೊಂದು ಗಂಟಲಿಗೆ ಬಿದ್ದಿದ್ದೇ ನೆಪವಾಗಿ ಕಣ್ಣು ಮೇಲೆ ಮಾಡಿಬಿಟ್ಟ. 'ಮಾತಾಡು, ಮಾತಾಡು' ಎಂದು ನಾನೂ, ಅಮ್ಮ ಒಂದೇ ಸವನೆ ಕೂಗಿದರೂ ಉತ್ತರವಿಲ್ಲ. ಅವನ ಕತ್ತು ವಾಲಿಬಿಟ್ಟಿದ್ದೇ ಅಮ್ಮನಿಗೆ ಗೊತ್ತಾಯಿತು. 'ಹೋಗಿಬಿಟ್ಟರಪ್ಪಾ ನಿಮ್ಮಪ್ಪಾ...' ಎಂದಿದ್ದೇ ಪಾಯಿಖಾನೆಗೆ ಓಡಿ ಹೋದಳು. ಅಲ್ಲಿ ಒಳಗೆ ಕುಳಿತೇ ಹೋ ಎಂದು ಅಳಲಾರಂಭಿಸಿದಳು. ನಾನು ಅಪ್ಪನನ್ನು ಅಲ್ಲಿಯೇ ನೆಲದ ಮೇಲೆ ಮಲಗಿಸಿ, ಪಾಯಿಖಾನೆಯ ಬಾಗಿಲ ಬಳಿ ಹೋದೆ. 'ಅಳಬೇಡಮ್ಮಾ...' ಎಂದೆ. ಅಮ್ಮ ಜೋರಾಗಿ ಅಳುತ್ತಿದ್ದಳು. ಪಾಯಿಖಾನೆಯ ಬಾಗಿಲನ್ನು ದೂಡಿದೆ. 'ಬರಬೇಡ, ಒಳಗೆ ಬರಬೇಡ' ಎಂದು ಬೇಡಿಕೊಂಡಳು.

ಅಪ್ಪ ಸತ್ತ ಮೇಲೆ ಅಮ್ಮನ ಪರಿಸ್ಥಿತಿ ತುಂಬಾ ಕಷ್ಟವಾಯ್ತು. ನಾನು ಆಫೀಸಿಗೆ ಹೋಗುವಾಗ ಅಮ್ಮ ಬಾಗಿಲಿನ ಬಳಿ ನಿಲ್ಲುತ್ತಿದ್ದಳು. ಅವಳ ಕಣ್ಣಲ್ಲಿ ಕಣ್ಣಿಟ್ಟು ನೋಡುವುದು ನನಗೆ ಕಷ್ಟವಾಗುತ್ತಿತ್ತು. ನಾನು ಬರುವ ತನಕ ಮನೆಯಲ್ಲಿ ಒಬ್ಬಳೇ ಇರುತ್ತಿದ್ದಳು. ಒಮ್ಮೆ ಆಫೀಸಿನಲ್ಲಿ ಯಾರೋ 'ನಿಮ್ಮ ಲೊಕಾಲಿಟಿಯಲ್ಲಿ ಯಾರೋ ಹಿರಿಯರನ್ನ ದರೋಡೆಕೋರರು ಕೊಂದು ಮನೆಯನ್ನು ದೋಚಿಕೊಂಡು ಹೋಗಿದ್ದಾರಂತೆ. ನಮ್ಮನಿಯಿಂದ ಈಗ ಫೋನು ಮಾಡಿದ್ರು' ಎಂದು ಸುದ್ದಿ ಹೇಳುತ್ತಲೇ ಕೈ ಕಾಲಲ್ಲಿ ನಡುಕ ಬಂದುಬಿಟ್ಟಿತು. ಮನೆಗೆ ಫೋನ್ ಮಾಡಿದರೆ ಎಂಗೇಜ್ ಸದ್ದು. ಎರಡು ಮೂರು ಸಾರಿ ಪ್ರಯತ್ನಿಸಿದರೂ ಮತ್ತೆ ಎಂಗೇಜ್ ಸದ್ದು. ಇನ್ನು ಕಾಯಲು ಧೈರ್ಯ ಉಳಿಯದೆ ಕಾರಿನಲ್ಲಿ ವೇಗವಾಗಿ ಮನೆಗೆ ಬಂದೆ. ಅಮ್ಮ ಹಾಯಾಗಿ ನಿದ್ದೆ ಮಾಡುತ್ತಿದ್ದಳು. 'ಯಾಕೆ ಇಷ್ಟು ಬಡಾನ ಬಂದಿ' ಎಂದು ಕೇಳಿದಳು. 'ನೀನು ಆರಾಮ ಇದ್ದೀಯಲ್ಲಾ?' ಎಂದು ಕೇಳಿದೆ. ನಡೆದ ದುರ್ಘಟನೆಯ ಬಗ್ಗೆ ಏನೂ ಹೇಳಲಿಲ್ಲ. ಫೋನ್ ಬಳಿ ಹೋದರೆ ಅದನ್ನು ಸರಿಯಾದ ಸ್ಥಾನದಲ್ಲಿ ಇಟ್ಟಿರಲೇ ಇಲ್ಲ. ಯಾವುದೋ ಸೇಲ್ಸ್ ಕಾಲ್ ಬಂದಾಗ ಅಮ್ಮ ಮಾತಾಡಿ ಮತ್ತೆ ರಿಸೀವರನ್ನು ಸರಿಯಾಗಿ ಇಟ್ಟಿರಲಿಲ್ಲ.

ಮರುದಿನ ಆಫೀಸಿಗೆ ಹೋಗಿದ್ದೇ 'ನಾನು ಇಂಗ್ಲೆಂಡಿಗೆ ಹೋಗುತ್ತೇನೆ. ಒಂದು ವರ್ಷದ ಕಾಲಾವಧಿಯ ಪ್ರಾಜೆಕ್ಟ್ ಆದರೂ ಪರವಾಯಿಲ್ಲ' ಎಂದೇ ಕೇಳಿಕೊಂಡೆ.

ಎರಡು ವರ್ಷದ ಪ್ರಾಜೆಕ್ಟ್‌ಗೆ ತಕ್ಷಣ ನನ್ನ ಹೆಸರು ಮಂಜೂರಾಯಿತು. ಅಮ್ಮನನ್ನು ಕರೆದುಕೊಂಡು ಅಕ್ಕನ ಮನೆಯಲ್ಲಿ ಬಿಟ್ಟು ಬಂದೆ. 'ಹೋಗಲಿಕ್ಕೆ ಆಗಲ್ಲ ಅಂದರೂ ಆಫೀಸಿನಲ್ಲಿ ಕೇಳುತ್ತಿಲ್ಲ. ನಿನ್ನ ಬಿಟ್ಟು ಹೋಗಲಿಕ್ಕೆ ನಂಗೆ ಮನಸ್ಸೇ ಇಲ್ಲ. ಆದರೆ ನಾನು ಏನು ಮಾಡಲಿ? ಈ ಸಾರಿ ನಾನು ಹೋಗಲೇಬೇಕಾಗಿದೆ. ಒಂದೆರಡು ತಿಂಗಳಿನಾಗೆ ವಾಪಾಸು ಬಂದುಬಿಡ್ತೀನಿ' ಎಂದು ಅಮ್ಮನಿಗೆ ಹೇಳಿದೆ. ಬರುವಾಗ ಕಾಲಿಗೆ ನಮಸ್ಕಾರ ಮಾಡಿದಾಗ ತಲೆ ಸವರಿ 'ಮತ್ತೆ ನಿನ್ನ ನೋಡ್ತೀನೋ ಇಲ್ಲೋ...' ಎಂದು ಕಣ್ಣೀರಿಟ್ಟಳು.

ಮತ್ತೆ ಅಮ್ಮನ ಮುಖವನ್ನು ನಾನು ನೋಡಲಿಲ್ಲ. ನಾಲ್ಕನೇ ತಿಂಗಳಿಗೆ ನಸುಕಿನ ಮೂರು ಗಂಟೆಯ ವೇಳೆಗೆ ಅಮ್ಮನ ಮರಣದ ದುರ್ವಾರ್ತೆ ನನಗೆ ತಲುಪಿತು. ಬೆಳಿಗ್ಗೆ ಎದ್ದು ಪಾಯಿಖಾನೆಗೆ ಹೋದವಳು ಅಲ್ಲಿಯೇ ಹೃದಯಾಘಾತದಿಂದ ನಿಧನಳಾಗಿದ್ದಳು. 'ನಾನು ಬರೋದು ಏನಿಲ್ಲಾ ಅಂದರೂ ಪೂರ್ತಿ ಒಂದು ದಿನ ಆಗ್ತದೆ. ಹೆಣ ಇಡೋದೇನೂ ಬೇಡ' ಎಂದು ಮೊಬೈಲ್ ಮೂಲಕ ಹೇಳಿ ನನ್ನ ವಿಮಾನಕ್ಕಾಗಿ ಹೀಥ್ರೋ ನಿಲ್ದಾಣದಲ್ಲಿ ಕುಳಿತಾಗ ದುಃಖ ಇನ್ನಿಲ್ಲದಂತೆ ಒತ್ತರಿಸಿಕೊಂಡು ಬಂದಿತು. ಗಟ್ಟಿಯಾಗಿ ಅತ್ತರೆ ಸುತ್ತಮುತ್ತ ಓಡಾಡುತ್ತಿರುವವರು ನೋಡುತ್ತಾರೆಂಬ ಸಂಕೋಚ ಬೇರೆ ಇದ್ದರಿಂದ ಬರೀ ಕಣ್ಣೀರು ಸುರಿಸುತ್ತಿದ್ದೆ. ಸದ್ದು ಬರದಂತೆ ಕರವಸ್ತ್ರದಿಂದ ಬಾಯಿಯನ್ನು ಮುಚ್ಚಿ ಕೊಂಡಿದ್ದೆ. ನಾನು ಬರುವ ವೇಳೆಗಾಗಲೇ ಬಂಧುಬಳಗದವರೆಲ್ಲಾ ಬಂದಾಗಿತ್ತು. ಚಿಕ್ಕಪ್ಪನ ಮಗ ಶವ ಸಂಸ್ಕಾರ ಮಾಡಿದ್ದ. ಮೂರನೇ ದಿನ ಸ್ಮಶಾನಕ್ಕೆ ಅಸ್ಥಿಯನ್ನು ಸಂಗ್ರಹಿಸಲು ಹೋದೆವು. ಅಮ್ಮನ ಕುರುಹೂ ಇಲ್ಲದೆ ಎಲ್ಲಾ ಬೂದಿಯಾಗಿತ್ತು. ದೂರದಲ್ಲಿ ಜಾಲಿಯ ಗಿಡಗಳಿಗೆ ಅಮ್ಮನ ಸೀರೆಯನ್ನು ಬಿಸುಟಿದ್ದರು. ಅದು ಗಾಳಿಗೆ ಹಾರಾಡುತ್ತಿತ್ತು.

ಮರುದಿನ ಪಾಯಿಖಾನೆಯೊಳಗೆ ಕುಳಿತಿದ್ದಾಗ ಬಾಗಿಲ ಮೇಲೆ ಏನೋ ಅಸ್ಪಷ್ಟವಾಗಿ ಕಾಣಿಸಿತು. ಕತ್ತಲಿನಲ್ಲಿ ಏನೆಂದು ಗೊತ್ತಾಗಲಿಲ್ಲ. ಬಟ್ಟೆ ಹಾಕಿಕೊಂಡು ಹೊರಗೆ ಬಂದು ಬೆಳಕಿನಲ್ಲಿ ಬಾಗಿಲನ್ನು ನೋಡಿದೆ. ಧೂಳಿನಿಂದ ಕೂಡಿದ ಬಾಗಿಲಿನ ಮೇಲೆ ಅಮ್ಮನ ಕೈ ಗುರುತು ಸ್ಪಷ್ಟವಾಗಿ ಮೂಡಿತ್ತು. ಗಟ್ಟಿಯಾಗಿ ಊರಿದ ಕೈ ಹಾಗೆಯೇ ಕೆಳಕ್ಕೆ ಜಾರಿತ್ತು. ಹೃದಯಾಘಾತವಾದಾಗ ಏನಾದರೂ ಹಿಡಿದುಕೊಳ್ಳಲು ಬಾಗಿಲಿಗೆ ಕೈ ಒತ್ತಿರಬೇಕು. ಅಕ್ಕನನ್ನು ಕರೆದು ತೋರಿಸಿದೆ. 'ಹೌದು, ಅದು ಅಮ್ಮಂದೇ. ಇಷ್ಟು ದಿನ ಇರಲಿಲ್ಲ ನೋಡು' ಎಂದಳು. ಆ ಕೈ ಗುರುತಿನ ಮೇಲೆ ನನ್ನ ಕೈಯನ್ನು ಇಟ್ಟು ವಿಚಿತ್ರ ಕಂಪನವನ್ನು ಅನುಭವಿಸಿದೆ. 'ಅಕ್ಕಾ, ಸ್ವಲ್ಪ ದಿನ ಆ ಗುರುತು ಹಂಗೇ ಇರಲಿ. ಸ್ವಚ್ಛ ಮಾಡಬೇಡ' ಎಂದು ಕೇಳಿಕೊಂಡೆ. 'ಮದುವಿ ಆಗಲ್ಲ ಅಂತ ಹಠ ಹಿಡಿದುಬಿಟ್ಟಿ. ಆಗಿದ್ರೆ ಈ ಕಷ್ಟ ಇರತಿರಲಿಲ್ಲ ನೋಡು. ಈಗ

ಒಬ್ಬನೇ ಹೆಂಗಿರ್ತೀಯೋ ಅಂತ ನೆನಸಿಕೊಂಡರೆ ನಂಗೆ ದುಃಖ ತಟ್ಟಗೊಳ್ಳಲಿಕ್ಕೆ ಆಗವಲ್ದು...' ಎಂದು ಅಕ್ಕ ಕಣ್ಣುಗಳನ್ನು ತೇವಗೊಳಿಸಿಕೊಂಡಳು.

19ನೇ ಡಿಸೆಂಬರ್ 2004

'ಸ್ಟೇನ್‌ಲೆಸ್' ಸ್ಟೀಲ್ ಪಾತ್ರೆಗಳು

ಅಮ್ಮಗೆ ಬೆಳ್ಳಿ ಬಂಗಾರದ ಮೇಲೆ ಅಂತಹ ಮೋಹವಿರಲಿಲ್ಲ. "ತೊಗೊಳ್ಳಕ್ಕೆ ಆಗದ್ದಕ್ಕೆ ಆಸೆ ಮಾಡಿ ಏನುಪಯೋಗ" ಅಂತ ತಳ್ಳಿ ಹಾಕಿಬಿಡುತ್ತಿದ್ದಳು. ಇನ್ನು ಹೊಸ ಬಟ್ಟೆಗಳ ಬಗ್ಗೆಯೂ ಅಂತಹ ವ್ಯಾಮೋಹವಿರಲಿಲ್ಲ. ವರ್ಷಕ್ಕೊಮ್ಮೆ ದೀಪಾವಳಿಗೋ, ತಪ್ಪಿದರೆ ಯುಗಾದಿಗೋ ಒಂದು ಸೀರೆ ಮಾತ್ರ ಅಪ್ಪ ಕೊಡಿಸುತ್ತಿದ್ದುದು. ಗುಮಾಸ್ತನ ಸಂಬಳದಲ್ಲಿ ಅಪ್ಪ ಅದನ್ನು ತರುವದಕ್ಕೇ ಉದ್ರಿ ಬರೆಸುತ್ತಿದ್ದ. ಹಾಗಂತ ವ್ಯಾಮೋಹಗಳೇ ಇಲ್ಲದೆ ಬದುಕುವುದುಂಟೆ? ಪರ್ಯಾಯವಾಗಿ ಅಷ್ಟೇನೂ ದುಬಾರಿಯಲ್ಲದ, ಸ್ಟೀಲ್ ಪಾತ್ರೆ ಸಾಮಾನಿನ ಮೇಲೆ ಅಮ್ಮನಿಗೆ ವಿಚಿತ್ರ ಆಕರ್ಷಣೆಯಿತ್ತು. ಅವಳಿಗೆ ಆ ಸ್ಟೀಲ್ ಪಾತ್ರೆಗಳೇ ಬೆಳ್ಳಿ-ಬಂಗಾರ, ವಸ್ತ್ರ-ಒಡವೆ ಎಲ್ಲಾ ಆಗಿತ್ತು.

ಬಳ್ಳಾರಿಯಂತಹ ಪಟ್ಟಣದಲ್ಲಿ ಬೆಳೆದ ಅಮ್ಮ, ಮದುವೆಯಾಗಿ ಗಂಡನ ಊರಿಗೆ ಬಂದಾಗ ಅಪ್ಪನ ಮನೆಯಲ್ಲಿ ಒಂದೇ ಒಂದು ಸ್ಟೀಲ್ ಪಾತ್ರೆಯೂ ಇಲ್ಲದ್ದು ಕಂಡು ಎಂತಹ ಹಳ್ಳಿ ಮುಕ್ಕರ ಮನೆಗೆ ತಾನು ಬಂದು ಸೇರಬೇಕಾಯ್ತಲ್ಲಾ ಎಂದು ತುಂಬಾ ದುಃಖವಾಗಿ, ಬಾವಿ ಕಟ್ಟೆಯ ಬಳಿ ಒಬ್ಬಳೇ ಕುಳಿತು ಕಣ್ಣೀರು ಹಾಕಿದ್ದಳಂತೆ. ಅಪ್ಪನ ಮನೆಯಲ್ಲೋ ಊಟಕ್ಕೆ ಮುತ್ತುಗದ ಎಲೆಯ ಪತ್ರಾಳಿ ಹಾಕುತ್ತಿದ್ದರಂತೆ. ತುಪ್ಪ ಬಡಿಸಬೇಕೆಂದರೂ ಒಂದು ಪುಟ್ಟ ಚಮಚವಿರಲಿಲ್ಲ. ಹಿತ್ತಲಿನಲ್ಲಿದ್ದ ಮಾವಿನ ಎಲೆಯೊಂದನ್ನು ಕಿತ್ತು, ಅದನ್ನೇ ಸುರುಳಿ ಸುತ್ತಿ ಉಪಯೋಗಿಸುತ್ತಿದ್ದರಂತೆ. ಅಡಿಗೆಗಂತೂ ಬರೀ ಹಿತ್ತಾಳೆ, ಕಂಚು, ತಾಮ್ರದ ಪಾತ್ರೆಗಳು. ಕೈ ಜಾರಿ ಕಾಲ

ಮೇಲೆ ಬಿದ್ದರೆ ಅಪ್ಪಚ್ಚಿಯಾಗಬೇಕು, ಅಂತಹ ಭಾರದವು. ಅಮ್ಮ ಅಳುವಷ್ಟು ಅತ್ತು ಕಡೆಗೆ ನಿರ್ಧರಿಸಿಬಿಟ್ಟಳಂತೆ – ಈ ಮನೆಯ ತುಂಬಾ ಸ್ಟೀಲ್ ಪಾತ್ರೆಗಳು ಥಳಥಳ ಹೊಳೆಯುವಂತೆ ಮಾಡದಿದ್ದರೆ ನಾನು ಬಳ್ಳಾರಿ ಹೆಣ್ಣೇ ಅಲ್ಲ ಅಂತ.

ಮೂರು ತಿಂಗಳು ಕಳೆಯುವಷ್ಟರಲ್ಲಿಯೇ ಮೊದಲ ಸ್ಟೀಲ್ ಪಾತ್ರೆ ಮನೆಯೊಳಗೆ ಕಾಲಿಕ್ಕುವ ಸದವಕಾಶ ಕೂಡಿ ಬಂತು. ನನ್ನಕ್ಕ ಸದ್ದಿಲ್ಲದೆ ಅಮ್ಮನೊಳಗೆ ಸೇರಿಕೊಂಡಿದ್ದಳು. ತಿಂದಿದ್ದನ್ನೆಲ್ಲಾ ಕಕ್ಕುತ್ತಿದ್ದ ಅಮ್ಮನ ಬಳಿ ಬಂದ ಅಪ್ಪ "ಏನು ಬೇಕೆ?" ಅಂತ ಪ್ರೀತಿಯಿಂದ ಕೇಳಿದ. ಭಟ್ಟರ ಹೋಟಲಿನ ಮಸಾಲೆ ದೋಸೆಯೋ, ಮನೆಗೆ ಪ್ರವೇಶವಿಲ್ಲದ ಬೆಳ್ಳುಳ್ಳಿ ಚಟ್ನಿಯೋ ಅಥವಾ ಗಂಡಿ ನರಸಿಂಹಸ್ವಾಮಿಯ ಹಳ್ಳದ ನುಣ್ಣನೆಯ ಕೆಂಪು ಮಣ್ಣೋ – ಹೀಗೆ ಏನೋ ಕೇಳುತ್ತಾಳೆಂದುಕೊಂಡರೆ ಅಮ್ಮ "ಒಂದು ಸ್ಟೀಲ್ ತಟ್ಟೆ ಊಟಕ್ಕೆ ತೊಗೊಂಡು ಬರ್ರಿ" ಅಂತ ಬಯಕೆ ಹೊರಹಾಕಿದಳಂತೆ. ಸ್ಟೀಲ್ ತಟ್ಟೆಯೇನು ಪುಕ್ಕಟೆ ಬರುತ್ತದೆಯೆ? ಅಪ್ಪನಿಗೆ ಕೇಳಿದ್ದೇ ತಪ್ಪೆನ್ನಿಸಿರಬೇಕು. ಆದರೆ ತರದಿರಲಾದೀತೆ? ಬಸುರಿಯ ಬಯಕೆ ತೀರದಿದ್ದರೆ ಹುಟ್ಟುವ ಮಗುವಿಗೆ ಮಾತೇ ಬರುವುದಿಲ್ಲ, ಅಷ್ಟೇ! ಸಾಲ–ಸೋಲ ಮಾಡಿ ಅಪ್ಪ ಒಂದು ಸ್ಟೀಲ್ ತಟ್ಟೆ ತಂದ. ಆ ತಟ್ಟೆಗೆ ಚಟ್ನಿ, ಪಲ್ಯ, ಹುಳಿ, ಉಪ್ಪು ಹಾಕಿಕೊಳ್ಳಲು ಮುಂಭಾಗದಲ್ಲಿ ಕುಣಿಗಳಿದ್ದವು. ಲೇಪಾಕ್ಷಿ ದೇಗುಲವನ್ನು ಕೆತ್ತಿದ ಶಿಲ್ಪಿ ತನಗೆ ಮತ್ತು ತನ್ನಮ್ಮನ ಊಟಕ್ಕಾಗಿ ಕಲ್ಲಿನಲ್ಲಿ ಇದೇ ತರಹದ ತಟ್ಟೆಗಳನ್ನು ಕೆತ್ತಿದ್ದಾನಂತೆ. ತಟ್ಟೆಯನ್ನು ನೋಡಿದ ಅಮ್ಮನ ಖುಷಿಗೆ ಎಲ್ಲೆಯಿಲ್ಲದಂತಾಯಿತು. ಮನೆಯ ಹಳೆಯ ಪಾತ್ರೆಗಳ ಮಧ್ಯೆ ಆ ತಟ್ಟೆ ಹೊಸ ಹೀರೋಯಿನ್ ಆಗಿ ಮೆರೆದುಬಿಟ್ಟಿತು. ಆ ತಟ್ಟೆಯನ್ನು ತೆಗೆದುಕೊಂಡು ಊರಿನಲ್ಲಿ ಗೊತ್ತಿದ್ದ ಪ್ರತಿಯೊಬ್ಬರ ಮನೆಗೂ ಹೋಗಿ ತೋರಿಸಿ "ನಮ್ಮನೆಯವರು ಕೊಡಿಸ್ಯಾರೆ" ಎನ್ನುವಾಗ ಅಮ್ಮನ ಮುಖದಲ್ಲಿ ಹತ್ತಿಕ್ಕಲಾರದ ಹೆಮ್ಮೆ! ಅಪ್ಪ ಮೊದಲು ಆ ತಟ್ಟೆಯಲ್ಲಿ ಸ್ವಚ್ಛವಾಗಿ ಉಂಡು ಒಂದೆರಡು ಹೋಳು ಉಪ್ಪಿನಕಾಯಿ ಉಳಿಸಬೇಕು, ಅಮ್ಮ ಅನಂತರ ಅದೇ ತಟ್ಟೆಯಲ್ಲಿ ಊಟ ಮಾಡಿ ಮಜ್ಜಿಗೆಯನ್ನಕ್ಕೆ ಆ ಉಪ್ಪಿನಕಾಯಿ ಹೋಳನ್ನು ಬಾಡಿಸಿಕೊಳ್ಳುವಾಗ ಇನ್ನಿಲ್ಲದಂತೆ ನಾಚಿಕೊಳ್ಳಬೇಕು.

ಈ ತಟ್ಟೆಯ ಹಿಂದೆಯೇ ಸಾಕಷ್ಟು ಸ್ಟೀಲ್ ಪಾತ್ರೆಗಳು ಒಂದೊಂದಾಗಿ ಮನೆಗೆ ಪ್ರವೇಶ ಪಡೆದವು. ಹಾಲು ಕಾಸಲಿಕ್ಕೆಂದೇ ಒಂದು ಪಾತ್ರೆ, ಆಕಳ ಹಾಲು ಕರೆಯಲು ಒಂದು ಚೊಂಬು, ಅಕ್ಕನಿಗೆ ನೀರು ಕುಡಿಸಲೆಂದು ಚಿಕ್ಕ ಲೋಟ, ಸಾರು ಕಾಸುವ ಪಾತ್ರೆ... ಹೀಗೆ. ಸ್ಟೀಲ್ ಪಾತ್ರೆ ಬೆಲೆ ಕಡಿಮೆಯಾಯಿತೋ, ಜನರ ಸಂಬಳ ಹೆಚ್ಚಾಯಿತೋ ಗೊತ್ತಿಲ್ಲ. ನನ್ನ ನಾಮಕರಣಕ್ಕೆ ಎರಡು ದಪ್ಪ ಗ್ಲಾಸ್‌ಗಳನ್ನು ಉಡುಗೊರೆಯಾಗಿಯೂ ಬಂಧುಗಳೊಬ್ಬರು ಕೊಟ್ಟುಬಿಟ್ಟರಂತೆ. ಎರಡರ ಮೇಲೂ ಕೊಟ್ಟವರ ಹೆಸರು! ಒಂದೊಂದಾಗಿ ಹಳೆಯ ಹಿತ್ತಾಳೆ, ಕಂಚು, ತಾಮ್ರದ ಪಾತ್ರೆಗಳು

ಅಟ್ಟ ಸೇರಲಾರಂಭಿಸಿದವು. ಮೊದಮೊದಲು ಬರೀ ಅತ್ಯಾವಶ್ಯಕ ಸ್ಟೀಲ್ ಪಾತ್ರೆಗಳು ಮಾತ್ರ ಮನೆಗೆ ಬಂದಿದ್ದವು. ನಂತರ ನಿಧಾನಕ್ಕೆ ಯಾರೂ ಊಹಿಸಲಾರದ ವಿಶೇಷ ವಸ್ತುಗಳು ಸ್ಟೀಲ್ ಪಾತ್ರೆಗಳಾಗಿ ಬಂದವು. ಎಲೆಯ ಮುಂದೆ ಉಪ್ಪು ಬಡಿಸಲು 'ವಾದಿರಾಜ್' ತಟ್ಟೆ, ಉಪ್ಪಿನಕಾಯಿ ಜಾಡಿಯ ತಳದಿಂದಲೂ ಹೋಳು ತೆಗೆಯಬಹುದಾದ 'ಅಮಿತಾಬ್' ಚಮಚ, 'ಜಯಮಾಲಿನಿ' ಊದುಗೊಳವೆ, 'ಪಾಕೀಜಾ' ಊದಿನಕಡ್ಡಿಯ ಸ್ಟಾಂಡು, ಹೂಬಳ್ಳಿ ಚಿತ್ತಾರದ 'ಕಲ್ಪನಾ' ಬಟ್ಟಲು – ಹೀಗೆ.

ನಮ್ಮೂರಿನಲ್ಲಿ ಮೊದಲಿಗೆ ಸ್ಟೀಲ್ ಪಾತ್ರೆ ಅಂಗಡಿಯಿರಲಿಲ್ಲ. ಬಳ್ಳಾರಿಯಲ್ಲಿತ್ತು. ಬಳ್ಳಾರಿಗೆ ಯಾವುದೋ ಕಾರ್ಯದ ಮೇಲೆ ಹೋದರೆ, ಅಮ್ಮ ಸ್ಟೀಲ್ ಅಂಗಡಿಗೆ ಭೇಟಿ ಕೊಡದೆ ವಾಪಾಸಾಗುತ್ತಿರಲಿಲ್ಲ. ಊರ ಹೊರಗೆ ಒಂದು ಫ್ಯಾಕ್ಟರಿ ಕಂ ಅಂಗಡಿಯಿತ್ತು. ಅಲ್ಲಿ ಊರಲ್ಲಿನ ಅಂಗಡಿಗಿಂತ ದರ ಕಡಿಮೆ. ಅಮ್ಮ ಬಿಸಿಲನ್ನೂ ಲೆಕ್ಕ ತೆಗೆದುಕೊಳ್ಳದೆ ಅಲ್ಲಿಗೆ ಹೋಗುತ್ತಿದ್ದಳು. ಜೊತೆಯಲ್ಲಿ ನಾನು ಬಾಲಂಗೋಸಿ. ಅಂಗಡಿಯಲ್ಲಿರುವ ಎಲ್ಲಾ ಸ್ಟೀಲ್ ಪಾತ್ರೆಗಳನ್ನು ಮುಟ್ಟಿ–ಸವರಿ, ಬೆಲೆ ವಿಚಾರಿಸದಿದ್ದರೆ ಅವಳ ಜೀವ ತಡೆಯುತ್ತಿರಲಿಲ್ಲ. ಕೊಳ್ಳುತ್ತಿದ್ದುದು ಒಂದೋ ಎರಡೋ ಮಾತ್ರ. ಅಪ್ಪ ಅದಕ್ಕೇ ಕೂಗಾಡುತ್ತಿದ್ದ. "ಈ ಸುಡುಗಾಡು ಸ್ಟೀಲ್ ಪಾತ್ರೆ ಮನೆ ತುಂಬಿಸಿ ತುಂಬಿಸಿ ನಿಮ್ಮಮ್ಮ ನನ್ನ ಭಿಕ್ಷೆ ಬೇಡೋ ಹಂಗೆ ಮಾಡಿ ಬಿಡ್ತಾಳೆ..." ಅಂತ ನಮ್ಮ ಎದುರಿಗೇ ಅಮ್ಮನನ್ನು ಬೈಯುತ್ತಿದ್ದ. ಒಮ್ಮೆಯಂತೂ ಅಮ್ಮ ಕಾಫಿಗೊಂದು, ಸಕ್ಕರೆಗೊಂದು ಅಂತ ಎರಡು ಗಟ್ಟಿ ಮುಚ್ಚಳದ ಡಬ್ಬಗಳನ್ನು ಉದ್ರಿಯ ಮೇಲೆ ತಂದಿದ್ದಳು. ಮನೆಯಲ್ಲಿದ್ದ ಕಪ್ಪುಗಟ್ಟಿದ ತಗಡಿನ ಡಬ್ಬಗಳು ಅವಳಿಗೆ ಅಸಹ್ಯ ತರಿಸುತ್ತಿದ್ದವು. ಆದರೆ ಅಪ್ಪ ಸುತಾರಾಂ ಆ ಡಬ್ಬಗಳನ್ನು ಕೊಳ್ಳಲು ಒಪ್ಪಲಿಲ್ಲ. ಅಂಗಡಿಯವನು ವಾಪಾಸು ತೆಗೆದುಕೊಳ್ಳುವದಿಲ್ಲ. ಅಮ್ಮ ಏನು ತಾನೆ ಮಾಡಿಯಾಳು? ಎಷ್ಟೇ ಗೋಗರೆದರೂ ಅಪ್ಪ ಕರಗಲಿಲ್ಲ. ಕಡೆಗೆ ನಾನು ಮತ್ತು ಅಮ್ಮ ಆ ಎರಡೂ ಡಬ್ಬಗಳನ್ನು ಹಿಡಿದುಕೊಂಡು ಊರಲ್ಲಿ ಗೊತ್ತಿದ್ದವರ ಮನೆಗೆಲ್ಲಾ ಅಲೆದವು. "ಭಲೋ ಡಬ್ಬಾಗಳು... ನಮ್ಮನಿಯವರ ಹತ್ತಿರ ಈಗ ದುಡ್ಡಿಲ್ಲ...ಅದಕ್ಕೇ..." ಅಂತ ಅಮ್ಮ ಮನಕರಗುವಂತೆ ಹೇಳುತ್ತಿದ್ದಳು. ಎಲ್ಲರೂ ಏನೇನೋ ನೆಪ ಹೇಳಿ ಸಾಗ ಹಾಕಿದರು. ಕಡೆಗೆ ಪದ್ದಕ್ಕ ಎರಡು ರೂಪಾಯಿ ಕಡಿಮೆಗೆ ಕೊಂಡಳು. ಮನೆಗೆ ವಾಪಾಸಾಗುವಾಗ "ನೀನು ದೊಡ್ಡವನಾಗಿ ಕೆಲಸಕ್ಕೆ ಸೇರಿದ ಮೇಲೆ ನಾನು ಕೇಳಿದಷ್ಟು ಸ್ಟೀಲ್ ಪಾತ್ರೆ ಕೊಡಿಸ್ತೀಯಾ?" ಅಂತ ಕೇಳಿ, ನನ್ನಿಂದ ಮಾತು ತೆಗೆದುಕೊಂಡಳು.

ಮನೆಯಲ್ಲಿದ್ದ ಪಾತ್ರೆಗಳ ಬಗ್ಗೆ ಅಮ್ಮನಿಗೆ ಖಚಿತವಾದ ಲೆಕ್ಕವಿರುತ್ತಿತ್ತು. ಒಂದು ಪುಟ್ಟ ಚಮಚ ಕಣ್ಮರೆಯಾದರೂ ಸಾಕು ತಳಮಳಿಸಿಬಿಡುತ್ತಿದ್ದಳು. ಗೊತ್ತಿದ್ದವರ

ಮನೆಗೆಲ್ಲಾ ಅಲೆದಾಡಿ ಹುಡುಕಿಕೊಂಡು ಬರದಿದ್ದರೆ ಸಮಾಧಾನವಾಗುತ್ತಿರಲಿಲ್ಲ. ಅದೇ ರೀತಿ ಬೇರೆ ಯವರ ಪಾತ್ರೆಯೊಂದು ನಮ್ಮಲ್ಲಿ ಉಳಿದುಬಿಟ್ಟರೂ, ಅಷ್ಟೇ ಬೇಗನೆ ಅದನ್ನು ತೊಳೆದು, ಒರೆಸಿ, ಏನಾದರೂ ತಿಂಡಿಯನ್ನು ಅದರಲ್ಲಿ ಹಾಕಿ, ಏನೂ ಇಲ್ಲದಿದ್ದರೆ ಒಂದು ಬೆಲ್ಲದ ತುಂಡನ್ನು ಹಾಕಿ ಕಳುಹಿಸಿಕೊಡುತ್ತಿದ್ದಳು. ಎಲ್ಲಾ ಪಾತ್ರೆಗಳನ್ನು ಥಳಥಳನೆ ಹೊಳೆಯುವಂತೆ ತೊಳೆದು, ಬಂದವರ ಕಣ್ಣಿಗೆ ಕಾಣುವಂತೆ ಜೋಡಿಸಿಡುತ್ತಿದ್ದಳು.

ಒಮ್ಮೆ ನಮ್ಮ ಬಂಧು-ಬಳಗವೆಲ್ಲರೂ ಸೇರಿ ತಿರುಪತಿಗೆ ಹೊರಟೆವು. ಅಮ್ಮ ಮೊಸರನ್ನ ಚಿತ್ರಾನ್ನ ಮಾಡಿಕೊಂಡು ಬಂದಿದ್ದಳು. ರೈಲು ಅತ್ಯಂತ ವೇಗವಾಗಿ ಸಾಗುವಾಗ ನಾವೆಲ್ಲರೂ ಊಟ ಮುಗಿಸಿದೆವು. ಪಾತ್ರೆಗಳನ್ನೆಲ್ಲಾ ಚಿಕ್ಕಪ್ಪನ ಮಗ ವೇಣು ಪ್ಲಾಸ್ಟಿಕ್ ಬಕೇಟಿನ ನೀರಿನಲ್ಲಿ ತೊಳೆದು, ಕಡೆಗೆ ಉಳಿದ ನೀರನ್ನು ರೈಲಿನ ಬಾಗಿಲಿನ ಮೂಲಕ ಚೆಲ್ಲಿದ. 'ಠಣ್' ಎಂದು ಸದ್ದು ಬಂತು. ಅಮ್ಮನ ಕಿವಿಗೆ ಸದ್ದು ಬಿದ್ದಿದ್ದೇ 'ಹೋಯ್ತು... ಹೋಯ್ತು...' ಎಂದು ಅರಚಿದಳು. ತೊಳೆದಿಟ್ಟ ಪಾತ್ರೆಗಳನ್ನು ನೋಡಿದ್ದೇ ನನ್ನ ನಾಮಕರಣದ ಹೊತ್ತಿಗೆ ಕೊಟ್ಟ ಎರಡು ಲೋಟಗಳಲ್ಲಿ ಒಂದನ್ನು ವೇಣು ಹೊರಗೆ ಚೆಲ್ಲಿಬಿಟ್ಟನೆಂದು ಗೊತ್ತಾಯ್ತು. ಅಮ್ಮನ ಆರ್ಭಟವನ್ನು ಹತೋಟಿಗೆ ತರುವುದು ಕಷ್ಟವಾಯ್ತು. ಚೈನನ್ನೆಳೆದು ರೈಲನ್ನು ನಿಲ್ಲಿಸುತ್ತೀನೆಂದು ಮುಂದಾದಳು. ಅಪ್ಪ ಬೈಯ್ದು ಸುಮ್ಮನಾಗಿಸಿದ. ತಿರುಪತಿಯಿಂದ ವಾಪಾಸು ಪ್ರಯಾಣ ಮಾಡಿದ್ದು ಬೆಳಗಿನ ಹೊತ್ತಲ್ಲಿ. ಪ್ರಯಾಣದುದ್ದಕ್ಕೂ ಅಮ್ಮ ಕಿಟಕಿಯ ಪಕ್ಕವೇ ಕುಳಿತು ಎಲ್ಲಾದರೂ ಅಕಸ್ಮಾತ್ತಾಗಿ ಆ ಲೋಟ ಕಂಡುಬಿಡುತ್ತದೇನೋ, ಅದೇ ವೇಳೆಗೆ ರೈಲು ಏನೋ ಕಾರಣಕ್ಕಾಗಿ ನಿಂತುಬಿಡುತ್ತದೇನೋ ಎಂಬ ಭರ್ಜರಿ ನಿರೀಕ್ಷೆಯಲ್ಲಿ ಕಾದಳು. ಅದೆಲ್ಲಿ ಸಿಕ್ಕೀತು ಹೇಳಿ? ಮುಂದೆ ವೇಣು ಯಾವತ್ತೇ ಮನೆಗೆ ಬಂದರೂ ಅವನಿಗೆ ಉಳಿದ ಒಂದು ಲೋಟದಲ್ಲಿ ಕಾಫಿ ಕೊಟ್ಟು 'ಇನ್ನೊಂದನ್ನ ನೀನು ತಿರುಪತಿಗೆ ಹೋಗುವ ಹೊತ್ತಿಗೆ ಕಳೆದುಬಿಟ್ಟಿ... ಛಲೋ ಗಟ್ಟಿಮುಟ್ಟಿ ಲೋಟ...' ಎಂದು ತಪ್ಪದೆ ಹೇಳುತ್ತಿದ್ದಳು. ವೇಣು ಅತ್ಯಂತ ಕಹಿ ಮುಖ ಮಾಡಿಕೊಂಡು ಕಾಫಿ ಕುಡಿಯುತ್ತಿದ್ದ.

ಪಾತ್ರೆ-ಮುಸುರಿ ತೊಳೆಯಲು ಬರುತ್ತಿದ್ದ ನರಸಕ್ಕನ ಮೇಲೆ ಅಮ್ಮನಿಗೆ ಇನ್ನಿಲ್ಲದ ಅನುಮಾನ. ಅವಳು ತೊಳೆಯಲು ಹಾಕಿದ ಚಿಕ್ಕ ಪುಟ್ಟ ಸ್ಟೀಲ್ ಪಾತ್ರೆಗಳನ್ನು ಉಡಿಯಲ್ಲಿ ಹಾಕಿಕೊಂಡು ಹೋಗಿಬಿಡುತ್ತಾಳೆಂದು ಅಮ್ಮನ ಅಂದಾಜು. ಏನೇ ಪಾತ್ರೆ ಕಾಣದಾದರೂ ನೇರವಾಗಿ ಅವಳನ್ನೇ 'ಮನೆಗೆ ಒಯ್ದೇನೇ...' ಎಂದು ಕೇಳಿಬಿಡುತ್ತಿದ್ದಳು. ನರಸಕ್ಕ ಅಮ್ಮನ ಈ ಅನುಮಾನದ ಸ್ವಭಾವದಿಂದ ರೋಸಿ 'ನಾನು ಕಳ್ಳಿ ಅಲ್ಲಮ್ಮೋ... ನನ್ನ ಮನೆಯಾಗೆ ಮಡಿಕಿ-ಕುಡಿಕಿ ಬಿಟ್ಟರೆ ಬೇರೆ

ಏನೂ ಇಲ್ಲ... ಆ ಸ್ಟೀಲಿನ ಪಾತ್ರೆನಾಗೆ ಅಡಿಗಿ ಮಾಡಲಿಕ್ಕೂ ಬರಂಗಿಲ್ಲ...' ಎಂದು ಗೋಳಾಡುತ್ತಿದ್ದಳು. ಕಡೆಗೆ ಅಮ್ಮನ ಈ ಕೆಟ್ಟ ಸ್ವಭಾವಕ್ಕೆ ಪೂರ್ಣವಿರಾಮ ಹಾಕಿದ್ದೂ ನರಸಕ್ಕನೇ! ಅಕ್ಕನ ಮದುವೆಗೆ ಒಂದು ದೊಡ್ಡ ಸ್ಟೀಲಿನ ಕ್ಯಾರಿಯರ್ ಅನ್ನು ಉಡುಗೊರೆಯಾಗಿ ಕೊಟ್ಟುಬಿಟ್ಟಳು. ಅವಳ ಯೋಗ್ಯತೆಗೆ ಅದು ತೀರಾ ದೊಡ್ಡ ಉಡುಗೊರೆ ಯಾಗಿತ್ತು. ಅದನ್ನು ನೋಡಿ ಅಮ್ಮಗೆ ಕಣ್ಣಲ್ಲಿ ನೀರು ಬಂತು. ನರಸಕ್ಕಗೆ ಮದುವೆಯ ಉಡುಗೊರೆಯಾಗಿ ಒಂದು ಒಳ್ಳೆಯ ಸೀರೆ, ಕುಪ್ಪಸ, ಒಂದಿಷ್ಟು ಹಣವನ್ನು ಕೊಟ್ಟು 'ನರಸಿ, ಇನ್ನು ಮುಂದೆ ಯಾವತ್ತೂ ನಿನ್ನ ಮೇಲೆ ಅನುಮಾನ ಪಡಂಗಿಲ್ಲನೇ...' ಎಂದು ಪ್ರಮಾಣ ಮಾಡಿ, ಹಾಗೆಯೇ ನಡೆದುಕೊಂಡಳು.

ಅಕ್ಕನ ಮದುವೆಗೆ ಸಾಕಷ್ಟು ಸ್ಟೀಲ್ ಪಾತ್ರೆ ಉಡುಗೊರೆಗಳು ಬಂದಿದ್ದವು. ಉಡುಗೊರೆಗೆ ಹೆಚ್ಚು ಕಡಿಮೆ ಎಲ್ಲರೂ ಸ್ಟೀಲ್ ಪಾತ್ರೆಗಳನ್ನೇ ಕೊಡುತ್ತಿದ್ದರು. ಬಂದ ಪಾತ್ರೆಗಳನ್ನೆಲ್ಲಾ ಅಮ್ಮ ಜೋಡಿಸಿ, ಒಂದು ದೊಡ್ಡ ರಟ್ಟಿನ ಡಬ್ಬದಲ್ಲಿ ಹಾಕಿಟ್ಟಳು. ಬೀಗರು ತಮ್ಮ ಜೊತೆಗೇ ಅದನ್ನು ಒಯ್ಯಲು ಭಾರವೆಂದು ನಿರಾಕರಿಸಿ, ಆಮೇಲಕ್ಕೆ ಯಾರ ಜೊತೆಯಲ್ಲಾದರೂ ಕಳುಹಿಸಿಕೊಡಬೇಕೆಂದು ಅಪ್ಪಣೆ ಮಾಡಿದರು. ಮದುವೆಯಾದ ಒಂದು ವಾರಕ್ಕೆ ನಾನು ಆ ಡಬ್ಬವನ್ನು ತೆಗೆದುಕೊಂಡು ಅಕ್ಕನ ಊರಿಗೆ ಹೊರಟೆ. 'ಕಾಲಿನ ಹತ್ತಿರಾನೇ ಇಟ್ಟುಗೋ...' ಎಂದು ಅಮ್ಮ ಎರೆಡೆರಡು ಸಾರಿ ಎಚ್ಚರಿಸಿದಳು. ಮೆರಿಟ್‌ನಲ್ಲಿ ಸೀಟು ಗಿಟ್ಟಿಸಿ, ಒಳ್ಳೆಯ ಇಂಜಿನಿಯರಿಂಗ್ ಕಾಲೇಜಿನಲ್ಲಿ ಓದುತ್ತಿದ್ದೇನೆಂಬ ಮಹಾ ಜಂಭ ನನಗಾಗ. ಯಾರೇ ಪರಿಚಯದವರು ನನ್ನ ಗುಣಗಾನ ಮಾಡಿದರೂ ಒಳಗೊಳಗೇ ಖುಷಿ. ಅಕ್ಕನ ಮನೆಯಲ್ಲಿ ಎಲ್ಲರ ಕಣ್ಣಲ್ಲಿ ನಾನು ಮಿಂಚಬಹುದೆಂಬ ಆಸೆಯಿಂದ ಬಸ್ಸೇರಿದೆ.

ಅಮ್ಮ ಹೇಳಿದಂತೆ ಕಾಲ ಬುಡದಲ್ಲಿಯೇ ಡಬ್ಬವನ್ನಿಟ್ಟುಕೊಂಡೆ. ಆದರೆ ದಿವಂಗತ ಟಿ.ಕೆ. ರಾಮರಾಯರ ಒಂದು ಭರ್ಜರಿ ಪತ್ತೆದಾರಿ ಕಾದಂಬರಿ ಓದುತ್ತಾ ಕುಳಿತೆ. ರಾಯರು ಒಂದರ ಮೇಲೊಂದು ಹೆಣ ಉರುಳಿಸುತ್ತಿದ್ದರು. ನಾನು ಯಾರನ್ನು ಕೊಲೆಗಾರ ಎಂದು ಊಹಿಸಿದ್ದೆನೋ ಅವನದೇ ಕೊಲೆ ಮಾಡಿಸಿಬಿಟ್ಟರು. ಯಾರೋ ಸ್ವಲ್ಪ ಕಾಲು ಎತ್ತಿ ಆ ಕಡೆ ಇಡರಿ ಎಂದರು. ಇಟ್ಟೆ. ಅವರು ಲಕ್ಷಣವಾಗಿ ಡಬ್ಬವನ್ನು ಯಾವುದೋ ನಿಲ್ದಾಣದಲ್ಲಿ ಇಳಿಸಿಕೊಂಡು ಹೋದರು. ಕೊಲೆ-ಗಿಲೆ ಎಲ್ಲಾ ಮುಗಿದು, ಅಪರಾಧಿ ಯಾರೆಂದು ಗೊತ್ತಾಗುವ ಹೊತ್ತಿಗೆ ಅಕ್ಕನ ಊರು ಬಂದಿತ್ತು. ಡಬ್ಬ ಕಾಣೆಯಾಗಿದ್ದು ಆಗ ನನಗೆ ಗೊತ್ತಾಯ್ತು! ಅಕ್ಕನ ಮನೆಯಲ್ಲಿ ಎಲ್ಲರೂ ನನ್ನನ್ನು 'ಹುಡುಗಿ ತಮ್ಮ... ಮದುವಿ ಸ್ಟೀಲ್ ಪಾತ್ರೆಗಳನ್ನೆಲ್ಲಾ ಬಸ್ಸಿನಾಗೆ ಕಳಕೊಂಡಾನೆ...' ಅಂತ ಪರಿಚಯಿಸಿದರು. ಇನ್ನು ಅಮ್ಮನ ಗೋಳಂತೂ ಹೇಳುವದಕ್ಕೇ ಸಾಧ್ಯವಿಲ್ಲ. 'ಕಾಲಾಗೆ ಇಟ್ಟಿದ್ದ ಡಬ್ಬಿ ತೊಕ್ಕೊಂಡು ಹೋಗಿದ್ದೂ

ಗೊತ್ತಾಗದಂಥ ಸುಡುಗಾಡು ಪುಸ್ತಕ ಅದ್ಯಾರು ಬರೆದಿದ್ದಾರಾಯ್ತು ಹೇಳವ್ವಾ...' ಎಂದು ಅಪರಿಚಿತ ರಾಮರಾಯರಿಗೆ ಬೈಯ್ದಳು. ಅವಳ ಬೈಯ್ಗಳೆಲ್ಲವೂ ರಾಮರಾಯರಿಗೆ ಒಂದು ದೊಡ್ಡ ಕಾಂಪ್ಲಿಮೆಂಟ್!

ನನಗೆ ಪದವಿಯನ್ನು ಪೂರ್ತಿಗೊಳಿಸುವದಕ್ಕೆ ಮುಂಚೆಯೇ ಕ್ಯಾಂಪಸ್ಸಿನಲ್ಲಿ ಒಳ್ಳೆಯ ಉದ್ಯೋಗ ದೊರಕಿತು. ಮದ್ರಾಸಿನಲ್ಲಿ ವಾಸ. ಆರು ತಿಂಗಳಿಗೆಲ್ಲಾ ಊರು ಪರಿಚಿತವಾಯ್ತು. ಬಲವಂತದಿಂದ ಅಮ್ಮ-ಅಪ್ಪರನ್ನು ನಾಲ್ಕು ದಿನ ಇದ್ದು ಹೋಗಲು ಕರೆಸಿಕೊಂಡೆ. ಇಬ್ಬರಿಗೂ ನಗರವೆಂದರೆ ಭಯ. ಮದ್ರಾಸಿನ ರಂಗನಾಥನ್ ಸ್ಟ್ರೀಟಿನಲ್ಲಿ ಒಂದು ದೊಡ್ಡ ಸ್ಟೀಲ್ ಪಾತ್ರೆ ಸಾಮಾನಿನ ಅಂಗಡಿಯಿದೆ. ಮದುವೆ ಮಂಟಪದ ಸಭಾಂಗಣದಷ್ಟು ವಿಶಾಲ ಹಾಲಿನ, ಐದಂತಸ್ತಿನ ಕಟ್ಟಡವದು. ಅಲ್ಲಿಗೆ ಅಮ್ಮನನ್ನು ಕರೆದುಕೊಂಡು ಹೊರಟೆ. ಅಪ್ಪ ಮನೆಯಲ್ಲಿಯೇ ಇರುತ್ತೇನೆಂದರು. ಬಳ್ಳಾರಿಯ ಅಂಗಡಿಯನ್ನೇ ದೊಡ್ಡದೆಂದು ಕೊಂಡಿದ್ದ ಅಮ್ಮ ಈ ತರಹದ ವಿಶಾಲವಾದ ಅಂಗಡಿಯನ್ನು ಊಹಿಸಿಯೂ ಇರಲಿಲ್ಲ. ಹಾಲಿನಲ್ಲಿ ಓಡಾಡಲು ಒಂದಿಷ್ಟು ಜಾಗವನ್ನು ಬಿಟ್ಟರೆ ಎಲ್ಲಾ ಕಡೆಯೂ ಸ್ಟೀಲ್ ಪಾತ್ರೆಗಳನ್ನು ರಾಶಿ ರಾಶಿಯಾಗಿ ಇಟ್ಟಿದ್ದರು. ಗೋಡೆಗೆಲ್ಲಾ ಪಾತ್ರೆಗಳನ್ನು ನೇತು ಹಾಕಿದ್ದರು. ಮೇಲೆ ತಾರಸಿಯಲ್ಲಿಯೂ ಪಾತ್ರೆಗಳನ್ನು ಇಳಿಬಿಟ್ಟಿದ್ದರು. ಅಮ್ಮ ತನಗಾದ ವಿಸ್ಮಯ, ಭಯಕ್ಕೆ ಮಾತೇ ಹೊರಡದಂತೆ ನನ್ನ ಕೈಯನ್ನು ಗಟ್ಟಿಯಾಗಿ ಹಿಡಿದುಕೊಂಡಳು. ನಾನು ಅವಳ ಹೆಗಲ ಸುತ್ತಲೂ ಕೈ ಹಾಕಿ, ಪ್ರೀತಿಯಿಂದ ನಕ್ಕೆ. ಅಮ್ಮನ ಕಣ್ಣಾಲಿಗಳು ಖುಷಿಯಿಂದ ತುಂಬಿದ್ದವು. ನಮ್ಮಿಬ್ಬರ ಆ ಭಂಗಿಯನ್ನು ಅಂಗಡಿಯಲ್ಲಿದ್ದ ಪ್ರತಿಯೊಂದು ಸ್ಟೀಲ್ ಪಾತ್ರೆಗಳೂ ಪ್ರತಿಬಿಂಬಿಸಿದವು.

"ನಿಂಗೆ ಏನು ಬೇಕೋ ಅದು ತೊಗಳ್ಳಮ್ಮ..." ಎಂದೆ. ಪಟಾಕಿ ಅಂಗಡಿಯೊಳಗೆ ಹೊಕ್ಕ ಮಗು ಏನು ಕೊಳ್ಳಲಿ, ಏನು ಬಿಡಲಿ ಎನ್ನುವಂತೆ ಅಮ್ಮನ ಸ್ಥಿತಿಯಾಯ್ತು. ಹಾಲಿನ ತುಂಬೆಲ್ಲಾ ಓಡಾಡಿ "ಇದು ತೊಗೊಳ್ಳಾ... ಇದನ್ನೂ ತೊಗಳ್ಲಾ..." ಎಂದು ನನ್ನನ್ನು ಕೇಳಿ ಕೇಳಿ ಒಂದು ರಾಶಿ ಸಾಮಾನನ್ನು ಕೊಂಡುಕೊಂಡಳು. ಮನೆಗೆ ಹೋಗಿದ್ದೇ ಅಪ್ಪನ ಮುಂದೆ ಅದೆಲ್ಲಾ ಹರಡಿ, ಒಂದೊಂದನ್ನೇ ವಿವರಿಸಿ ವಿವರಿಸಿ ಹೇಳಿ, ಕೊನೆಗೆ "ನನ್ನ ಮಗ ಕೊಡಿಸಿದ್ದು..." ಎನ್ನುವಾಗ 'ಮಗ' ಪದಕ್ಕೆ ಜಾಸ್ತಿ ಒತ್ತುಕೊಟ್ಟುಬಿಟ್ಟಳು. ಅಪ್ಪನ ಮುಖ ಸಣ್ಣದಾಯ್ತು. "ನನಗೂ ಅವನಷ್ಟು ಸಂಬಳ ಬಂದಿದ್ರೆ ಸ್ಟೀಲ್ ಅಂಗಡೀನೆ ಕೊಂಡು ನಿನ್ನ ಮುಂದೆ ಸುರೀತಿದ್ದೆ" ಎಂದು ಬೇಸರದಲ್ಲಿ ಹೇಳಿದ.

ಅಪ್ಪ ಸತ್ತ ಮೇಲೆ ಅಮ್ಮ ಮತ್ತೆಂದೂ ಸ್ಟೀಲ್ ಪಾತ್ರೆ ಕೊಳ್ಳಲಿಲ್ಲ. ಲೇಪಾಕ್ಷಿ ತಟ್ಟೆಯಲ್ಲಿ ಅನ್ನ ಬಡಿಸಿದರೆ "ಝುಳ ಝುಳ ತೊಳದ ತಟ್ಟಿನಾಗೆ ಬಡಸಿದ್ರೆ ನಂಗೆ

ಊಟ ಸೇರಲ್ಲೋ..." ಎಂದು ದುಃಖಿಸುತ್ತಿದ್ದಳು. ಅಕ್ಕನ ಮನೆಯಲ್ಲಿಯೂ ಈ ವೇಳೆಗಾಗಲೇ ಸ್ಟೀಲ್ ಪಾತ್ರೆಗಳೆಲ್ಲಾ ಅಟ್ಟ ಸೇರಲಾರಂಭಿಸಿದವು. ಪಿಂಗಾಣಿ ಕಪ್ಪು–ಬಸಿ ತಟ್ಟೆ ಪಾತ್ರೆಗಳು, ಧವಸ ಧಾನ್ಯಗಳನ್ನು ಇಡಲು ಪ್ಲಾಸ್ಟಿಕ್ಕಿನ ಏರ್ ಟೈಟ್ ಡಬ್ಬಗಳು, ಅಲ್ಯೂಮಿನಿಯಂ ಕುಕ್ಕರ್, ಕರಿಯಲು–ಹುರಿಯಲು ನಾನ್‌ಸ್ಟಿಕ್ ಪಾತ್ರೆಗಳು, ಆಹಾರದ ಬಿಸಿ ಕೆಡದಂತೆ ನೋಡಿಕೊಳ್ಳಲು ಹಾಟ್ ಬಾಕ್ಸ್‌ಗಳು, ಕಟ್ಟಿಗೆ ಚುಚ್ಚಗ, ತಾಮ್ರದ ಫಿಲ್ಟರ್ – ಸ್ಟೀಲಿನ ಪಾತ್ರೆಗಳು ಬೆರಳೆಣಿಕೆಯಷ್ಟಾಗಿದ್ದವು. ಒಮ್ಮೆ ಭಾವನವರ ಆಫೀಸಿನವರ್ಯಾರೋ ಬಂದಾಗ ಅವರಿಗೆ ಸ್ಟೀಲ್ ಲೋಟದಲ್ಲಿ ಅಮ್ಮ ನೀರನ್ನು ಕೊಟ್ಟಿದ್ದಕ್ಕೆ ಅಕ್ಕ ಬೇಸರಗೊಂಡಿದ್ದಳು. "ಲೋಯರ್ ಮಿಡಲ್ ಕ್ಲಾಸ್ ಜನ ಅಂದ್ಕೊಳ್ತಾರಮ್ಮ... ಇನ್ನು ಮುಂದೆ ಗಾಜಿನ ಲೋಟದಲ್ಲೇ ನೀರು ಕೊಡು" ಎಂದು ಬುದ್ಧಿಮಾತು ಹೇಳಿದಳು.

ಅಮ್ಮ ಸತ್ತಾಗ ಕರ್ಮಕಾರ್ಯಗಳನ್ನು ಹಂಪಿಯಲ್ಲಿ ಮಾಡಿದೆವು. ಕಾಗೆಪಿಂಡ ಅದೇನೇ ಮಾಡಿದರೂ ಆಗಲಿಲ್ಲ. ಕಡೆಗೆ ನರಸಕ್ಕನೇ ನನಗೆ ಉಪಾಯ ಹೇಳಿಕೊಟ್ಟಳು. "ನಿಮ್ಮಮ್ಮಗೆ ಸ್ಟೀಲ್ ಪಾತ್ರೆ ಅಂದ್ರೆ ಜೀವದಾಗೆ ಜೀವ.... ಇರೋ ಪಾತ್ರೆಗಳನ್ನು ಜೋಪಾನ ಮಾಡಿ ನೋಡ್ಕೊಂತೀನಿ ಅಂತ ಬೇಡ್ಕೋ..." ಎಂದಳು. ನಾನು ಪಿಂಡದ ಮುಂದೆ ನಿಂತು ಮನಸ್ಸಿನಲ್ಲಿ ಹಾಗೆ ಹೇಳಿಕೊಂಡಿದ್ದೇ ತಡ, ಕಾಗೆಯೊಂದು ಪುರ್ರನೆ ಹಾರಿ ಬಂದು ಪಿಂಡ ತಿಂದುಬಿಟ್ಟಿತು. ಅಂತಹ ದುಃಖದ ಸಂದರ್ಭದಲ್ಲಿಯೂ ನಮಗೆ ಈ ಸಂಗತಿ ತಮಾಷೆಯಾಗಿ ಕಂಡಿತ್ತು.

ಅಮ್ಮನಿಗೆ ಪಾತ್ರೆ ನೋಡಿಕೊಳ್ಳುತ್ತೇನೆಂದು ಆಸೆ ತೋರಿಸಿದ್ದೇವಾದರೂ ಅದನ್ನು ನಿಭಾಯಿಸಲು ನಮ್ಮಿಬ್ಬರಿಗೂ ಸಾಧ್ಯವಾಗಲಿಲ್ಲ. "ಅಷ್ಟೊಂದು ಸ್ಟೀಲ್ ಸಾಮಾನು ಎಲ್ಲಂತ ಮನೆಯಾಗೆ ಇಡ್ಲೋ... ನಂಗಂತೂ ಬೇಡ..." ಎಂದು ಅಕ್ಕ ನಿರಾಕರಿಸಿಬಿಟ್ಟಳು. ನನ್ನ ಬೆಂಗಳೂರಿನ ಥಳಕು ಬಳುಕಿನ ಮನೆಯಲ್ಲಿ ಅವನ್ನು ಒಯ್ದಿಡಲು ನನಗೂ ಮನಸ್ಸಿರಲಿಲ್ಲ. ಕೊನೆಗೆ ಅಮ್ಮನ ನೆನಪಿಗೆಂದು ನಾನು ಲೇಪಾಕ್ಷಿ ತಟ್ಟೆಯನ್ನು ಇಟ್ಟುಕೊಂಡೆ, ಅಕ್ಕ ಇಜ್ಜೋಡಿನ ಲೋಟವನ್ನು ಇಟ್ಟುಕೊಂಡಳು. ಉಳಿದದ್ದನ್ನು ಮಠಕ್ಕೊಂದಿಷ್ಟು, ಬಂಧು–ಬಳಗಕ್ಕೆ ಒಂದಿಷ್ಟು, ನರಸಕ್ಕಗೆ ಒಂದಿಷ್ಟು ಕೊಟ್ಟು ಕೈ ತೊಳೆದುಕೊಂಡೆವು. ಈಗಲೂ ಯಾವುದೇ ಸ್ಟೀಲ್ ಪಾತ್ರೆಯ ಅಂಗಡಿ ಕಣ್ಣಿಗೆ ಬಿದ್ದರೂ ಸಾಕು, ಅಮ್ಮನ ನೆನಪು ನನ್ನನ್ನಾವರಿಸಿಕೊಂಡುಬಿಡುತ್ತದೆ. ಆ ಪಾತ್ರೆಗಳನ್ನು ಸವರುವಾಗ ಅಮ್ಮನ ಮೈಮೇಲೆ ಪ್ರೀತಿಯಿಂದ ಕೈ ಆಡಿಸಿದ ಅನುಭವವಾಗುತ್ತದೆ.

08ನೇ ಮೇ 2006

ನಮ್ಮೂರಿಗೂ ಅಣ್ಣಾವ್ರು ಬಂದಿದ್ರು

ನಮ್ಮೂರಿಗೊಮ್ಮೆ ಅಣ್ಣಾವ್ರು ಬಂದಿದ್ರು. ಹೊಸಪೇಟೆಯಲ್ಲಿ ರಸಮಂಜರಿ ಕಾರ್ಯಕ್ರಮಕ್ಕಾಗಿ ಬಂದಿದ್ದರೂ, ಉಳಿದುಕೊಂಡದ್ದು ನಮ್ಮೂರಿನ ರಾಜಕೀಯ ಧುರೀಣರ ಅರಮನೆಯಲ್ಲಿ. ಊರಲ್ಲಿ ಸುದ್ದಿ ಗೊತ್ತಾಗಿದ್ದೇ ನಾನು-ನೀನು-ತಾನೆನ್ನದೆ ಎಲ್ಲರೂ ಅಣ್ಣಾವ್ರನ್ನ ನೋಡಲು ಊರ ಹೊರಗಿರುವ ಅರಮನೆಯ ಕಡೆ ಓಡಿದ್ದರು. ರಸಮಂಜರಿ ಕಾರ್ಯಕ್ರಮಕ್ಕೆ ಐವತ್ತು ರೂಪಾಯಿ ಕೊಟ್ಟು, ಹೊಸಪೇಟೆಗೆ ಹೋಗಿ ಬರುವ ಬಸ್ಸಿನ ಚಾರ್ಜನ್ನು ಕೊಡುವಂತಹ ದುಡ್ಡುಳ್ಳವರು ನಮ್ಮೂರಲ್ಲಿ ಕಡಿಮೆ. ಅದಕ್ಕಾಗಿ ಅವರ ದರ್ಶನ ಸಿಕ್ಕರೂ ಸಾಕೆಂದು ಊರಿಗೆ ಊರೇ ಅಲ್ಲಿಗೆ ದೌಡಾಯಿಸಿತ್ತು.

ಆಗಿನ್ನೂ ನಾನು ಐದನೇ ತರಗತಿಯಲ್ಲಿದ್ದೆ. ಆ ದಿನ ಅಪ್ಪ ಬಳ್ಳಾರಿಗೆ ಹೋಗಿದ್ದ. ಅಮ್ಮನ ಹತ್ತಿರ ನಾನೂ ಅರಮನೆಯ ಕಡೆ ಹೋಗಿ ಅಣ್ಣಾವ್ರನ್ನ ನೋಡಿ ಬರುತ್ತೇನೆಂದು ಒಂದೇ ಹಟ. ಅಮ್ಮನಿಗೂ ನನ್ನೊಡನೆ ಬರುವ ಆಸೆ. ಅಮ್ಮ ಬಳ್ಳಾರಿಯಲ್ಲಿ ಬೆಳೆದವಳಾದ್ದರಿಂದ ತೆಲುಗು ಸಿನಿಮಾಗಳ ಬಗ್ಗೆಯೇ ಒಲವಿತ್ತು. ಆದರೆ ಅಣ್ಣಾವ್ರ ಸಿನಿಮಾ ಬಂದಾಗ ಮಾತ್ರ ತೆಲುಗು ಮರೆಯಾಗಿ ಅಪ್ಪಟ ಕನ್ನಡಾಭಿಮಾನಿ ಆಗಿಬಿಡುತ್ತಿದ್ದಳು.

ಅಮ್ಮ ಮತ್ತು ನಾನು ಅರಮನೆಯ ಕಡೆ ಹೊರಟೆವು. ಮಧ್ಯಾಹ್ನದ ಹೊತ್ತು. ಬಳ್ಳಾರಿಯ ರಣ ಬಿಸಿಲು ನೆತ್ತಿ ಸುಡುತ್ತಿತ್ತು. ಚಪ್ಪಲಿ ಹಾಕುವ ಅಭ್ಯಾಸ ಇರಲಿಲ್ಲವಾದ್ದರಿಂದ ಕಾಲುಗಳೂ ಚುರುಗುಟ್ಟುತ್ತಿದ್ದವು. ಆದರೆ ಅಣ್ಣಾವ್ರನ್ನ ನೋಡಲು ಹೋಗುವ ಸಂಭ್ರಮದಲ್ಲಿ ಅದು ಯಾವ ಲೆಕ್ಕ?

ಅರಮನೆಯ ಮುಂದೆ ಜನ ಜಮಾಯಿಸಿಬಿಟ್ಟಿದ್ದರು. ಹತ್ತಿರದ ಹಳ್ಳಿಯಿಂದೆಲ್ಲಾ ಜನ ಬಂಡಿ ಕಟ್ಟಿಕೊಂಡು ಬಂದಿದ್ದರು. ಮುದುಕ, ಹುಡುಗ, ಗಂಡು, ಹೆಣ್ಣು – ಎಲ್ಲರೂ ಅಲ್ಲಿದ್ದರು. ಯಾವಾಗ ಅಣ್ಣಾವ್ರು ಹೊರಬರುತ್ತಾರೋ ಎಂದು ಕಾದು ಕುಳಿತಿದ್ದರು. ಆಗಲೇ ಒಂದೆರಡು ಬಾರಿ ಹೊರಬಂದು ಗಾಳಿಯಲ್ಲಿ ಕೈಯಾಡಿಸಿ, ನಕ್ಕು ಹೋಗಿದ್ದರಾದರೂ ಮತ್ತಷ್ಟು ಹೊಸ ಜನ ಸೇರಿದ್ದರು. ಅವರನ್ನು ಈಗಾಗಲೇ ನೋಡಿದವರೂ ಮನೆಗೆ ಹೋಗುವ ಇಚ್ಛೆಯಿಲ್ಲದೆ, ಮತ್ತೊಮ್ಮೆ ಅಣ್ಣಾವ್ರನ್ನ ಕಣ್ಣುತುಂಬಿಸಿಕೊಳ್ಳಲು ಕಾದು ಕುಳಿತಿದ್ದರು.

ಅಮ್ಮ ಹೆಂಗಸರು ಸೇರಿದ್ದ ಕಡೆಗೆ ನನ್ನನ್ನು ಕರೆದುಕೊಂಡು ಹೋದಳು. ಹೆಂಗಸರೆಲ್ಲರೂ ಅಣ್ಣಾವ್ರ ಸಿನಿಮಾಗಳ ಬಗ್ಗೆ ಮಾತು ಹಚ್ಚಿಕೊಂಡಿದ್ದರು. ಒಂದಿಬ್ಬರು ಅಣ್ಣಾವ್ರ ಸಿನಿಮಾದ ಹಾಡುಗಳನ್ನು ರಾಗವಾಗಿ ಹೇಳಿದರು. "ಗಂಡು ಎಂದರೆ ಗಂಡು..." ಹಾಡನ್ನು ಒಬ್ಬಾಕೆ ಯಾವುದೇ ಸಂಕೋಚವಿಲ್ಲದೆ ಹೇಳಿದಳು. ಉಳಿದ ಹೆಂಗಸರೂ ಆ ಹಾಡನ್ನು ಖುಷಿಯಿಂದ ಕೇಳಿದರು. ಬಿಸಿಲಿಗೆ ತಲೆ ಸುಡದಿರಲಿ ಎಂದು ಅಮ್ಮ ತನ್ನ ಸೆರಗನ್ನು ನನ್ನ ತಲೆಗೆ ಹೊದಿಸಿದ್ದಳು.

"ಹೊರ ಬಂದ್ರು... ಹೊರ ಬಂದ್ರು..." ಎಂದು ಯಾರೋ ಕೂಗಿದ್ದೇ ತಡ, ಎಲ್ಲರೂ ಮೈಮೇಲೆ ಆವೇಶ ಬಂದಂತೆ ಅರಮನೆಯ ಗೇಟಿನ ಕಡೆ ಓಡಿದರು. ಹಾಡುವ ಹಾಡನ್ನು ಅರ್ಧಕ್ಕೆ ನಿಲ್ಲಿಸಿದ ಹೆಂಗಸೂ ಓಡಿಹೋದಳು. ನಾನು, ಅಮ್ಮ ಜನರ ಜೊತೆ ಓಡಿದೆವು. ಅಮ್ಮ ಗಟ್ಟಿಯಾಗಿ ನನ್ನ ಕೈ ಹಿಡಿದುಕೊಂಡಿದ್ದಳು. ಜನರೆಲ್ಲಾ ಅರಮನೆ ಕಾಂಪೌಂಡಿಗೆ ಜಮಾಯಿಸಿಬಿಟ್ಟಿದ್ದರು. ನುಸುಳಲೂ ಜಾಗವಿಲ್ಲ ದಂತೆ ಜನ ಸುತ್ತುಗಟ್ಟಿದ್ದರು. ಅಣ್ಣಾವ್ರು ಆಗಲೇ ಅರಮನೆಯ ಅಂಗಳದಲ್ಲಿ ನಿಂತಿದ್ದಾರೆಂಬುದು ಜನರ ಕೇಕೆ, ಹರ್ಷೋದ್ಗಾರದಿಂದ ಗೊತ್ತಾಗುತ್ತಿತ್ತು. ನನಗೆ ಕಾಣಿಸುತ್ತಿಲ್ಲವೆಂಬ ಸಂಕಟ, ಜನರ ಮಧ್ಯೆ ತೂರಲಾಗದ ಅಸಹಾಯಕತೆ. ಅಮ್ಮ ಮಾತ್ರ "ಸ್ವಲ್ಪ ಜಾಗ ಬಿಡ್ರಮ್ಮ..." ಅಂತೆಲ್ಲಾ ಅಂಗಲಾಚುತ್ತಿದ್ದಳು. ಆದರೆ ಯಾರೂ ಅಮ್ಮನ ಮಾತನ್ನು ಕಿವಿಗೆ ಹಾಕಿಕೊಳ್ಳುವ ಸ್ಥಿತಿಯಲ್ಲಿರಲಿಲ್ಲ. ಕೊನೆಗೆ ಅಮ್ಮ ನನ್ನನ್ನು ಎತ್ತಿ ಹೆಗಲ ಸುತ್ತ ಕಾಲು ಹಾಕಿಸಿಕೊಂಡು ಕೂಡಿಸಿಕೊಂಡಳು. ಅದುವರೆಗೆ ಅಪ್ಪ ಕೂಡಿಸಿಕೊಂಡಿದ್ದರೇ ಹೊರತು ಅಮ್ಮ ಎಂದೂ ನನ್ನನ್ನು ಆ ರೀತಿ ಕೂಡಿಸಿಕೊಂಡಿರಲಿಲ್ಲ.

ದೂರದಲ್ಲಿ, ಅರಮನೆಯ ಅಂಗಳದಲ್ಲಿ ಅಣ್ಣಾವ್ರು ನಿಂತಿದ್ರು. ಬಿಳಿ ಅಂಗಿ, ಬಿಳಿ ಧೋತ್ರ ಕಣ್ಣಿಗೆ ಹೊಳೆಯುವಂತೆ ಕಾಣುತ್ತಿತ್ತು. ಮುಖ ಸ್ಪಷ್ಟವಾಗಿ ಕಾಣುತ್ತಿರಲಿಲ್ಲ. ಕೈಯನ್ನು ಗಾಳಿಯಲ್ಲಿ ಅಲ್ಲಾಡಿಸಿದರು. ಜನರ ಹರ್ಷಕ್ಕೆ ಎಣೆಯಿಲ್ಲ. ಅಜ್ಜಿಯೊಬ್ಬಳು ಗಾಳಿಯಲ್ಲಿಯೇ ಅಣ್ಣಾವ್ರ ಗಲ್ಲ ಸವರಿ ನೆಟಿಗೆ ಮುರಿದಳು. ಸಾಕಷ್ಟು ಜನರ ಕಣ್ಣಲ್ಲಿ ಖುಷಿಯ ಪನ್ನೀರು ತುಳುಕುತ್ತಿತ್ತು. ಅಣ್ಣಾವ್ರ ಪಕ್ಕ ಪುಟಾಣಿ ಹುಡುಗನೊಬ್ಬನಿದ್ದ. ಅವನನ್ನು ಅಣ್ಣಾವ್ರು ಗೊಂಬೆಯಂತೆ ಎತ್ತಿಕೊಂಡು ತಮ್ಮ ತಲೆಯ ಮೇಲೆ ಹಿಡಿದುಕೊಂಡರು. ಜನರೆಲ್ಲಾ ಮೊದಲು ಯಾರು ಯಾರು ಎಂದು ಗಲಿಬಿಲಿಗೊಂಡರೂ ತಕ್ಷಣ ಕಂಡುಹಿಡಿದುಬಿಟ್ಟರು.

"ಲೋಹಿತ್... ಲೋಹಿತ್..." ಎಂದು ಕೂಗಿದರು. (ಪುನೀತ್ ಅವನ ಇತ್ತೀಚಿನ ಹೆಸರು) ಪುಟಾಣಿ ಲೋಹಿತ್ ಗಾಳಿಯಲ್ಲಿ ಎರಡೂ ಕೈಯಾಡಿಸಿದ. ಜನರು ತಾವೂ ಗಾಳಿಯಲ್ಲಿ ಕೈಯಾಡಿಸಿ ಕೇಕೆ ಹಾಕಿದರು. ಕೆಲವು ನಿಮಿಷಗಳ ನಂತರ ಅಣ್ಣಾವ್ರೂ ಜನರೆಲ್ಲರಿಗೆ ಕೈ ಮುಗಿದು ಅರಮನೆಯ ಒಳಗೆ ಹೋಗಿಬಿಟ್ಟರು. ಜನರೆಲ್ಲಾ ಮನೆಗೆ ತೆರಳಿದರು.

ಅಮ್ಮ ನನ್ನನ್ನು ಕೆಳಕ್ಕೆ ಇಳಿಸಿದಳು. "ಭೇಷ್ ಕಾಣಿಸ್ತಾ..." ಎಂದು ಕೇಳಿದಳು. ಅಮ್ಮನಿಗೆ ಏನೂ ಕಂಡಿಲ್ಲವೆಂದು ನನಗೆ ಆವಾಗ ಗೊತ್ತಾಗಿ ಒಂಥರಾ ಬೇಸರವಾಯ್ತು. ಅದನ್ನು ಹೋಗಲಾಡಿಸುವಂತೆ ವಿವರ ವಿವರವಾಗಿ ಎಲ್ಲಾ ದೃಶ್ಯವನ್ನು ಅಮ್ಮನಿಗೆ ಕಟ್ಟಿಕೊಟ್ಟೆ. "ಕೊರಳಾಗೆ ಬಂಗಾರದ ಸರ ಹಾಕಿದ್ನಾ?" ಎಂದು ಕೇಳಿದಳು. ಅದನ್ನು ನಾನು ಗಮನಿಸಿರಲಿಲ್ಲ. ನನ್ನನ್ನು ಎತ್ತಿಕೊಂಡಿದ್ದರಿಂದ ಅಮ್ಮನಿಗೆ ಸ್ವಲ್ಪ ಬೆನ್ನು ನೋವಾಗಿತ್ತು. ಅದಕ್ಕಾಗಿ ಅಲ್ಲಿಯೇ ಹುಣಸೆ ಮರದ ಕೆಳಗೆ ಸ್ವಲ್ಪ ಹೊತ್ತು ಕುಳಿತುಕೊಂಡು ಸುಧಾರಿಸಿಕೊಂಡಳು. ನಾನು ಪುಟ್ಟ ಕೈಗಳಿಂದ ಅಮ್ಮನ ಹೆಗಲನ್ನು ಒತ್ತುತ್ತಾ "ಸೂಲಿ ಕಡಿಮಿ ಆಯ್ತಾ?" ಎಂದು ಕೇಳಲಾರಂಭಿಸಿದೆ.

ಮನೆಗೆ ಹಿಂತಿರುಗುವದರ ಬದಲು, ಅಲ್ಲಿಯೇ ಸ್ವಲ್ಪ ದೂರದಲ್ಲಿದ್ದ ಹನುಮಪ್ಪನ ಗುಡಿಗೆ ನಾನು, ಅಮ್ಮ ಹೊರೆಟೆವು. ಬಿಸಿಲು ಕಡಿಮೆಯಾಗಿ ಸಂಜೆಯಾಗುತ್ತಿತ್ತು. ಗುಡಿಯಲ್ಲಿ ಯಾರೂ ಜನರಿರಲಿಲ್ಲ. ಅಣ್ಣಾವ್ರನ್ನ ನೋಡುವ ಅಪರೂಪದ ಅವಕಾಶ ಸಿಕ್ಕಿರುವ ದಿನ ಗುಡಿಗೆ ಬರುವವರಾರು? ಅರ್ಚಕರು ಮಾತ್ರ ಒಬ್ಬರೇ ಗರ್ಭಗುಡಿಯಲ್ಲಿ ಕುಳಿತುಕೊಂಡಿದ್ದರು. ಅಮ್ಮ ಮತ್ತು ಅರ್ಚಕರು ಸ್ವಲ್ಪ ಹೊತ್ತು ಕಷ್ಟ ಸುಖ ಮಾತಾಡಿಕೊಂಡರು. ಅಮ್ಮನಿಗೆ ಸುಶ್ರಾವ್ಯ ಕಂಠವಿತ್ತು. ಅರ್ಚಕರು ಅಮ್ಮನಿಗೆ ಹಾಡಲು ಹೇಳಿದರು. "ಇದು ಏನು ಚರಿತ, ಯಂತ್ರೋದ್ಧಾರ..." ಎಂದು ಅಮ್ಮ ಹಾಡಲು ಶುರುವಿಟ್ಟಳು. ನಾನು ಗರುಡಗಂಬವನ್ನು ಹಿಡಿದುಕೊಂಡು ಸುತ್ತುತ್ತಿದ್ದೆ. ಸೂರ್ಯ ನಿಧಾನಕ್ಕೆ ಮುಳುಗುತ್ತಿದ್ದ.

ಅಮ್ಮ ಎರಡನೆ ನುಡಿಯನ್ನಿನ್ನೂ ಎತ್ತಿಕೊಂಡಿರಲಿಲ್ಲ, ಆಗ ಎರಡು ಕಾರುಗಳು ದೇವಸ್ಥಾನದ ಮುಂದೆ ಸದ್ದಿಲ್ಲದೆ ಬಂದು ನಿಂತವು. ಮೊದಲಿಗೆ ಊರಿನ ರಾಜಕೀಯ ಧುರೀಣರು, ಅವರ ಹಿಂದೆಯೇ ಅಣ್ಣಾವ್ರು ಇಳಿದರು. ಮತ್ತೊಂದಿಬ್ಬರು ಅವರ ಜೊತೆಯಲ್ಲಿ ದೇವಸ್ಥಾನವನ್ನು ಪ್ರವೇಶಿಸಿದರು. ಹೊಸಪೇಟೆಗೆ ರಸಮಂಜರಿ ಕಾರ್ಯಕ್ರಮಕ್ಕೆ ಹೊರಟವರು ದೇವರ ದರ್ಶನಕ್ಕಾಗಿ ಕಾರನ್ನು ನಿಲ್ಲಿಸಿದ್ದರು. ನಾನು ಬಿಟ್ಟಗಣ್ಣಿಂದ ನನ್ನ ಇಷ್ಟ ದೇವರನ್ನು ನೋಡಲಾರಂಭಿಸಿದೆ.

ಒಳಗೆ ಮಾತ್ರ ಅಮ್ಮಗೆ ಬಂದವರಾರೆಂಬ ಧ್ಯಾಸವಿಲ್ಲದೆ ಹಾಡನ್ನು ಮುಂದುವರೆಸಿದ್ದಳು. ಓಡಿ ಹೋಗಿ ಅವಳ ಪಕ್ಕಕ್ಕೆ ಕುಳಿತುಕೊಂಡು "ಅಲ್ಲಿ ನೋಡು..." ಎಂದು ಸೊಂಟ ತಿವಿದೆ. ಕೈಗೆ ನಿಲುಕುವಷ್ಟು ಹತ್ತಿರದಲ್ಲಿ ಅಣ್ಣಾವ್ರನ್ನು ನೋಡಿದ್ದೇ ಬೆಕ್ಕಸ ಬೆರಗಾಗಿ ಹಾಡನ್ನು ನಿಲ್ಲಿಸಿಬಿಟ್ಟಳು. ಅಣ್ಣಾವ್ರು ಮಾತ್ರ "ನೀವು ಹಾಡಿ..." ಎನ್ನುವ ಅರ್ಥದಲ್ಲಿ ಕೈ ಸನ್ನೆ ಮಾಡಿದರು. ಅಮ್ಮ ನಡುಗುವ ಧ್ವನಿಯಲ್ಲಿ ಹಾಡನ್ನು ಮುಂದುವರೆಸಿದಳು.

ಅರ್ಚಕರು ಮಂಗಳಾರತಿ ತಟ್ಟೆಯನ್ನು ಅಣ್ಣಾವ್ರ ಮುಂದೆ ಹಿಡಿದಾಗ ಕೈ ನಡುಗುತ್ತಿತ್ತು. ಅಣ್ಣಾವ್ರ ಹಿಂದೆ ನಿಂತವರು ಹತ್ತು ರೂಪಾಯಿಗಳನ್ನು ಅವರ ಕೈಯಲ್ಲಿ ಕೊಟ್ಟರು. ಮಂಗಳಾರತಿ ತಟ್ಟೆಯಲ್ಲಿ ಹಾಕಿ, ಗಂಟೆ ಬಾರಿಸಿ, ಒಂದು ಸುತ್ತು ಪ್ರದಕ್ಷಿಣಿ ಹಾಕಿ ಮುಗಿಸುವ ಹೊತ್ತಿಗೆ ಅಮ್ಮನ ಹಾಡು ಮುಗಿದಿತ್ತು. ಮೂಲೆಯಲ್ಲಿ ಕಂಬಕ್ಕೆ ಆತುಕೊಂಡು ಅಮ್ಮ, ಅವಳನ್ನು ಅಂಟಿಕೊಂಡು ನಾನು ನಿಂತಿದ್ದೆವು. ನನ್ನ ಹತ್ತಿರ ಬಂದು ಗಲ್ಲ ಸವರಿ "ಎಷ್ಟನೇ ಕ್ಲಾಸು?" ಎಂದು ಮೃದುವಾಗಿ ಕೇಳಿದರು. "ಐದು" ಅಂದೆ. "ಚೆನ್ನಾಗಿ ಓದಬೇಕು" ಎಂದಿದ್ದೇ ತಲೆಯನ್ನು ಸವರಿ ಕಾರಿನ ಕಡೆ ನಡೆದುಬಿಟ್ಟರು. ಎರಡೂ ಕಾರುಗಳು ಫುರ್ ಎಂದು ಹೊರಟು ಹೋದವು. ಅಮ್ಮ, ಅರ್ಚಕರು, ನಾನು ಸ್ವಲ್ಪ ಹೊತ್ತು ನಮ್ಮ ಸೌಭಾಗ್ಯವನ್ನು ಹೊಗಳಿಕೊಳ್ಳುತ್ತಾ ಕುಳಿತುಕೊಂಡೆವು. "ಆತಗೆ ದೇವರು ಅಂದ್ರೆ ಭಾಳ ಭಕ್ತಿ. ಅದಕ್ಕೆ ದೇವರು ಒಳ್ಳೇದು ಮಾಡಾನೆ" ಎಂದು ಅರ್ಚಕರು ಹೇಳಿದರು. ಅಣ್ಣಾವ್ರ ಹಸ್ತದಿಂದ ಹಾಕಿದ ಹತ್ತು ರೂಪಾಯಿಗಳನ್ನು ನಾವು ಮೂವರು ಸವರಿ ಸುಖಿಸಿದೆವು. "ಈ ಹತ್ತು ರೂಪಾಯಿನ್ನ ಮನೆಯಾಗೆ ದೇವರ ಮಾಡದಾಗೆ ಇಟ್ಟುಬಿಡರಿ. ಯಾವಾಗ್ಲೂ ಖರ್ಚು ಮಾಡಬೇಡರಿ" ಎಂದು ಅಮ್ಮ ಅರ್ಚಕರನ್ನು ಬೇಡಿಕೊಂಡಳು. ಅರ್ಚಕರು ಹಾಗೇ ಆಗಲಿ ಎಂದು ಒಪ್ಪಿಕೊಂಡರು. ಮನೆಗೆ ಹೋಗುವಾಗ ಅಮ್ಮ "ಕೊರಳಾಗೆ ನಾಕು ತೊಲಿ ಚೈನಿತ್ತು. ನೋಡಿದಾ ಇಲ್ಲಾ?" ಎಂದು ನನ್ನನ್ನು ಕೇಳಿದಳು. ನಾನು ಖಂಡಿತಾ ನೋಡಿರಲಿಲ್ಲ. "ಹೌದೌದು, ಭೇಷಿತ್ತು" ಎಂದು ಹೇಳಿದೆ.

ಪ್ರತಿ ಬಾರಿ ಯಾರಾದರೂ ನನ್ನನ್ನು ಹೊಗಳಿದರೆ, ನಾನು ಹೊಸ ಬಟ್ಟೆ ಹಾಕಿಕೊಂಡರೆ, ಒಳ್ಳೆಯ ಅಂಕಗಳನ್ನು ಪಡೆದು ಪಾಸಾದರೆ ಅಮ್ಮ ರಾತ್ರಿ ಮಲಗುವ ಮುಂಚೆ ನನಗೆ ದೃಷ್ಟಿ ತೆಗೆಯುತ್ತಿದ್ದಳು. ಅದರ ಅಭ್ಯಾಸವಿದ್ದ ನಾನು ಆ ರಾತ್ರಿ ಅಮ್ಮನ ಹತ್ತಿರ "ದೃಷ್ಟಿ ತೆಗಿತೀಯೇನಮ್ಮ?" ಎಂದು ಕೇಳಿದೆ. ಅದಕ್ಕೆ ಅಮ್ಮ "ಆತ ದೇವರಂಥಾ ಮನುಷ್ಯ. ಆತನ ಕಣ್ಣು ನಿನ್ನ ಮೇಲೆ ಬಿದ್ದರೆ ನಿಂಗೆ ಒಳ್ಳೇದೇ ಆಗ್ತದೆ. ದೃಷ್ಟಿ ಆಗಂಗಿಲ್ಲ" ಎಂದು ಹೇಳಿ ನಿರಾಕರಿಸಿಬಿಟ್ಟಳು.

ಸುಮಾರು ಒಂದು ತಿಂಗಳಿನ ನಂತರ, ಒಂದು ದಿನ ಮಟ ಮಟ ಮಧ್ಯಾಹ್ನ, ಹನುಮಪ್ಪನ ಗುಡಿಯ ಅರ್ಚಕರು ಮನೆಗೆ ಬಂದರು. ಅಮ್ಮ ಅವರಿಗೆ ಊಟಕ್ಕೆ ಬಡಿಸಿದಳು. ಊಟ ಮಾಡಿದ ಮೇಲೆ "ಏನು ಈ ಕಡೆ ಬಂದಿದ್ದು" ಎಂದು ಅಮ್ಮ ಸಹಜವಾಗಿ ಕೇಳಿದಳು. ಅರ್ಚಕರು ಒಂದು ನಿಟ್ಟುಸಿರು ಬಿಟ್ಟು "ಮನೆಯಾಕಿಗೆ ಮೈಯಾಗೆ ಹುಷಾರಿಲ್ಲ. ಎರಡು ದಿನದಿಂದ ಹಾಸಿಗಿ ಹಿಡಿದುಬಿಟ್ಟಾಳೆ" ಎಂದು ಹೇಳಿ ಕಣ್ಣನ್ನು ಮುಚ್ಚಿಕೊಂಡರು. ಮತ್ತೆ ಒಂದೆರಡು ಕ್ಷಣ ಬಿಟ್ಟು "ಆ ಹತ್ತು ರೂಪಾಯಿ ಬಳಸಿಬಿಟ್ಟೆನಮ್ಮಾ... ಇಕೋ ಔಷಧ ಕೊಂಡುಕೊಂಡು ಬಂದೆ..." ಎಂದು ಮಾತ್ರೆಗಳ ಪಟ್ಟಿಗಳನ್ನು ತೆಗೆದು ತೋರಿಸಿದರು. ಅವರ ಕಣ್ಣುಗಳು ಆರ್ದ್ರ ವಾಗಿದ್ದವು.

13ನೇ ಏಪ್ರಿಲ್ 2006

ಹಾಡು ಹೆಣೆದ ನೆನಪು

ಕೆಲವೊಂದು ದಿನ ಬೆಳಿಗ್ಗೆ ಎಚ್ಚರವಾಗುವದರೊಳಗೆ ಸಿನಿಮಾ ಹಾಡೊಂದು ನನ್ನೊಳಗೆ ಸೇರಿಕೊಂಡುಬಿಟ್ಟಿರುತ್ತದೆ. ಇಡೀ ದಿನ ಆ ಹಾಡನ್ನು ಗುನುಗುತ್ತಲೇ ಇರುತ್ತೇನೆ. ಯಾವುದೋ ಚಿಕ್ಕಂದಿನ ಸಿನಿಮಾದ ಹಾಡು ರಾತ್ರಿ ನಿದ್ದೆಯೊಳಗೆ ನನ್ನೊಳಗೆ ಹೇಗೆ ಬಂದು ಸೇರಿಕೊಂಡಿತೆಂದು ವಿಚಿತ್ರ ಅಚ್ಚರಿ ನನಗೆ. ಕೆಲವಾರು ವರ್ಷದಿಂದ ಆ ಹಾಡನ್ನು ಕೇಳಿಯೇ ಇರದಿದ್ದರೂ ಅದು ಹೇಗೆ ನನ್ನನ್ನು ಹುಡುಕಿಕೊಂಡು ಆ ಹಳೆಯ ಹಾಡು ಬಂದಿತು? ಆ ಹಾಡಿನ ಸಂದರ್ಭದ ಕನಸೇನಾದರೂ ಬಿದ್ದಿತ್ತೆ? ಎಂದು ಎಷ್ಟೇ ಯೋಚಿಸಿದರೂ ಹೊಳೆಯುವದಿಲ್ಲ. ಕೆಲವೊಮ್ಮೆ ಹಾಡಿನ ನುಡಿಯೊಂದು ಮಾತ್ರ ನಾಲಿಗೆಗೆ ಬಂದಿರುತ್ತದೆ. ಆದರೆ ಹಾಡಿನ ಮೊದಲ ಸಾಲು ಏನೆಂದು ಅದೇನು ಮಾಡಿದರೂ ನೆನಪಾಗುವದಿಲ್ಲ. ಇಡೀ ದಿನ ಅದರ ಹುಡುಕಾಟದಲ್ಲಿ ಒದ್ದಾಡುತ್ತಿರುತ್ತೇನೆ. ಗೆಳೆಯರ ಬಳಿ ಕೇಳೋಣವೆಂದರೆ, ರಾಗವಾಗಿ ಆ ಹಾಡನ್ನು ಹಾಡಲು ಸಂಕೋಚ. ನನ್ನ ಕೆಟ್ಟ ಧ್ವನಿಯಲ್ಲಿ ಹಾಡತೊಡಗಿದರೆ ಅವರು "ಅಂತಹ ಹಾಡೇ ಕೇಳಿಲ್ಲ" ಎಂದುಬಿಡುತ್ತಾರೆಂಬ ಮುಜುಗರ. ನಾನೇ ಒದ್ದಾಡುತ್ತೇನೆ. ವಿಶೇಷವೆಂದರೆ ನಾನು ಒಂದು ಚೂರೂ ಇಷ್ಟ ಪಡದ ಹಾಡು ಕೂಡಾ ಒಮ್ಮೊಮ್ಮೆ ಈ ರೀತಿ ನನ್ನೊಳಗೆ ಸೇರಿಕೊಂಡುಬಿಡುತ್ತದೆ.

ಸಾಹಿತ್ಯ, ರಾಗ, ಸಿನಿಮಾದ ಸನ್ನಿವೇಶ – ಒಂದೂ ಚೆನ್ನಾಗಿರದ ಹಾಡು ನನ್ನನ್ನು ಇಡೀ ದಿನ ಕಾಡುವದರ ಬಗ್ಗೆ ಬೆರಗಾಗಿದ್ದೇನೆ. ಹಾಡುಗಳೆಂದರೆ ನೆನಪಿನ ಆಲಿಕಲ್ಲಿನ ಮಳೆ. ಒಂದೊಂದು ಹಾಡಿನ ಜೊತೆಗೆ ನೆನಪುಗಳು ಹಾರಿಕೊಂಡು ಬರುತ್ತವೆ.

ಬಳ್ಳಾರಿ ಜಿಲ್ಲೆಯ ನನ್ನೂರಲ್ಲಿ ತೆಲುಗು ಸಿನಿಮಾಗಳ ಪ್ರಭಾವವೇ ಹೆಚ್ಚು. ಹುಡುಗರಾದ ನಮಗೆ ತೆಲುಗು ಭಾಷೆ ಅಷ್ಟೊಂದು ಸರಿಯಾಗಿ ಬರುತ್ತಿರದಿದ್ದರೂ, ಗೆಳೆಯರ ಮಧ್ಯೆ ತೆಲುಗು ಸಿನಿಮಾಗಳ ಮಾತುಕತೆಯೇ ಹೆಚ್ಚಿರುತ್ತಿದ್ದರಿಂದ ಅವೇ ನಮ್ಮನ್ನು ಆಕರ್ಷಿಸುತ್ತಿದ್ದವು. ವಯಸ್ಸಾದ ನಾಗೇಶ್ವರರಾವ್, ಎನ್.ಟಿ. ರಾಮರಾವ್ ಹರೆಯದ ಹುಡುಗಿಯರ ಜೊತೆ ಕುಣಿಯುತ್ತಿದ್ದರೆ ಬೇಸರವೇನೂ ಆಗುತ್ತಿರಲಿಲ್ಲ. ತೆಲುಗು ಸಿನಿಮಾಗಳ ಅಬ್ಬರದ ಅಭಿರುಚಿಯಿಂದಾಗಿ, ಸೂಕ್ಷ್ಮ ನಿರೂಪಣೆಯ ಹೊಸ ಬಗೆಯ ಸಿನಿಮಾಗಳನ್ನು ನೋಡುವವರೇ ಇರುತ್ತಿರಲಿಲ್ಲ.

ಅಮ್ಮಗೆ ಮಹಾ ಸಿನಿಮಾ ಹುಚ್ಚು. ಗೆಳತಿ ಗೌರಮ್ಮನ ಜೊತೆಗೆ ಐವತ್ತು ಪೈಸೆ ನೆಲಕ್ಕೆ ಹೋಗುತ್ತಿದ್ದಳು. ಒಳ್ಳೆಯ ಸಿನಿಮಾ ಅನ್ನಿಸಿದರೆ ನಮ್ಮಿಬ್ಬರಿಗೂ ರೊಕ್ಕ ಕೊಟ್ಟು ಕಳುಹಿಸುತ್ತಿದ್ದಳು. ಅಪ್ಪಗೆ ಮಾತ್ರ ಸಿನಿಮಾ ಸನ್ಯಾಸ. ಸಿನಿಮಾಕ್ಕೆ ಸಂಬಂಧಿಸಿದ ಯಾವುದೇ ಮಾತುಕತೆಯಲ್ಲೂ ಆಸಕ್ತಿಯಿರಲಿಲ್ಲ. ಆದರೆ ಅಮ್ಮಗೆ ಮತ್ತು ನಮಗೆ ಸಿನಿಮಾಕ್ಕೆ ರೊಕ್ಕ ಕೊಡಲು ಮಾತ್ರ ಎಂದೂ ಬೇಸರಿಸುತ್ತಿರಲಿಲ್ಲ. ನಮ್ಮೂರಿಗೆ ಒಮ್ಮೆ 'ಶಂಕರಾಭರಣಂ' ಸಿನಿಮಾ ಬಂತು. ಅಮ್ಮಗೆ ಆ ಸಿನಿಮಾ ತುಂಬಾ ಇಷ್ಟವಾಗಿಬಿಟ್ಟಿತು. ಆಕೆಯ ಮಹಾ ವಾಕ್ಚಾತುರ್ಯಕ್ಕೂ ಆ ಸಿನಿಮಾವನ್ನು ಹೊಗಳುವುದು ಕಷ್ಟವಾಗಿಬಿಟ್ಟಿತು. "ಭಾಳ ಭೇಷದೆ", "ಭಾಳ ಭೇಷದೆ" ಎಂದು ಮತ್ತೆ ಮತ್ತೆ ಕೊಂಡಾಡಿದಳು. ಬರೀ ಕೊಂಡಾಟಕ್ಕೆ ಮಾತ್ರ ಆಕೆಯ ಉತ್ಸಾಹ ಸೀಮಿತವಾಗದೆ, ಹೇಗಾದರೂ ಮಾಡಿ ಅಪ್ಪನನ್ನೂ ಆ ಸಿನಿಮಾಕ್ಕೆ ಕರೆದುಕೊಂಡು ಹೋಗಬೇಕೆಂಬ ವಿಚಿತ್ರ ಬಯಕೆ ಹುಟ್ಟಿಬಿಟ್ಟಿತು.

ಅಪ್ಪ ಮಾತ್ರ "ಏಯ್ ಹೋಗೇ..." ಎಂದು ಒಂದೇ ಪಟ್ಟಿಗೆ ನಿರಾಕರಿಸಿಬಿಟ್ಟ. ಅಮ್ಮ ಇನ್ನಿಲ್ಲದಂತೆ ಅದರ ವರ್ಣನೆ ಮಾಡಿದರೂ ಜಗ್ಗಲಿಲ್ಲ. ಅಮ್ಮ ಬಿಟ್ಟಾಳೆಯೆ? ಭರ್ಜರಿ ಉಪಾಯ ಹೂಡಿಬಿಟ್ಟಳು. "ನೀವು ಸಿನಿಮಾಕ್ಕೆ ಬರುವಂತೆ ಮಾಡಿದ್ರೆ ರಾಯರಿಗೆ ಈ ಗುರುವಾರ ಜೋಡಿ ಕಾಯಿ ಒಡೆಸ್ತೀನಿ ಅಂತ ಬೇಡಿಕೊಂಡೀನಿ. ರಾಯರ ಮಹಿಮಾನ್ನ ಸುಳ್ಳು ಮಾಡಬೇಡರಿ" ಎಂದು ದೈವದ ಬೆದರಿಕೆಯನ್ನು ಒಡ್ಡಿಬಿಟ್ಟಳು. ಅಪ್ಪಗೆ ಫಜೀತಿಗಿಟ್ಟುಕೊಂಡಿತು. ಕೊನೆಗೆ ಬೇರೆ ದಾರಿಯಿಲ್ಲದೆ "ಹೂಂ" ಅಂದ. ಅಮ್ಮನ ಸಂಭ್ರಮ ಗರಿ ಕೆದರಿ ಕುಣಿಯಿತು. ಸಿನಿಮಾದಲ್ಲಿ ತಿನ್ನಲೆಂದು ಕೋಡುಬಳೆ, ಹುರಿದ ಶೇಂಗಾ, ಬೆಲ್ಲ ಜೋಡಿಸಿಟ್ಟು, ಬಾಯಾಡಿಸಲಿರಲೆಂದು ಕರಬೂಜದ ಬೀಜವನ್ನು ಸುಲಿದಿಟ್ಟಳು. ತನ್ನ ಮದುವೆಯ ಭರ್ಜರಿ ಸೀರೆಯನ್ನು

ಉಟ್ಟು, ನಮಗೂ ಚೆಂದದ ಬಟ್ಟೆಗಳನ್ನು ಹಾಕಿದಳು. ಗೆಳತಿ ಗೌರಮ್ಮಗೆ ಸುದ್ದಿ ಗೊತ್ತಾಗಿ "ನಂಗೂ ಇನ್ನೊಂದು ಸಲ ನೋಡಬೇಕು ಅಂತ ಆಸೆ ಆಗ್ಯದೆ. ನಿಮ್ಮ ಜೋಡಿ ಬರ್ತೀನಿ" ಎಂದಿದ್ದಕ್ಕೆ, "ಅಪರೂಪಕ್ಕೆ ನಾವು ಗಂಡ ಮಕ್ಕಳು ಸಿನಿಮಾಕ್ಕೆ ಹೋಗ್ತಿದ್ರೆ ನೀನ್ಯಾಕೆ ಬರ್ತಿ ಮಧ್ಯದಾಗೆ" ಎಂದು ಮುಲಾಜಿಲ್ಲದೆ ಹೇಳಿಬಿಟ್ಟಳು. ಗೌರಮ್ಮ ಸಿಟ್ಟಾಗಿ "ನಂಗೇನು ಸಿನಿಮಾದ ದಾರಿ ಗೊತ್ತಿಲ್ಲೇನೆ? ಬಂದೇ ಬರ್ತೀನಿ" ಅಂದಿದ್ದಕ್ಕೆ, "ಬಾ, ಆದರೆ ನಮ್ಮ ಹತ್ತಿರ ಕೂಡಬೇಡ" ಎಂದು ಹೇಳಿ ಕಳುಹಿಸಿದಳು.

ಆದರೆ ನಾವೆಲ್ಲಾ ಅಲಂಕಾರ ಮಾಡಿ ಕುಳಿತುಕೊಂಡರೂ ಅಪ್ಪನ ಪತ್ತೆ ಇಲ್ಲ. ಅಮ್ಮಗೆ ಅನುಮಾನ ಶುರುವಾಯ್ತು. ನನ್ನನ್ನು ಕರೆದುಕೊಂಡು ಬರಲು ಕಳುಹಿಸಿದಳು. ಅಪ್ಪ "ಧಂಡಿ ಕೆಲಸ ಅದೆ. ನೀವೆಲ್ಲಾ ಹೋಗ್ರಿ" ಎಂದು ಹೇಳಿ ನನ್ನನ್ನು ವಾಪಾಸು ಕಳುಹಿಸಿಬಿಟ್ಟ. ಅಮ್ಮಗೆ ಸಿಟ್ಟು ನೆತ್ತಿಗೇರಿತು. ನಮ್ಮಿಬ್ಬರನ್ನು ಕರೆದುಕೊಂಡು ಸೀದಾ ಅಪ್ಪನ ಆಫೀಸಿಗೆ ಹೋಗಿ, ಸಾಹೇಬರ ಮುಂದೆ ನಿಂತುಬಿಟ್ಟಳು. ಸಾಹೇಬರು ಕಕ್ಕಾಬಿಕ್ಕಿ. "ಸಾಹೇಬರೆ, ಸಿನಿಮಾಕ್ಕೆ ನಮ್ಮ ಜೋಡಿ ಬರ್ತೀನಿ ಅಂದಾರೆ, ಈಗ ಬರವಲ್ರು ನೋಡ್ರಿ" ಎಂದು ತಲೆ ತಗ್ಗಿಸಿ ಹೇಳಿಬಿಟ್ಟಳು. ಸಾಹೇಬರು ಅಪ್ಪನನ್ನು ಕರೆದು "ಸಿನಿಮಾಕ್ಕಂತ ಹೋಗಪ್ಪ" ಎಂದು ಹೇಳಿದರು. ಅಪ್ಪ "ಕೆಲಸ ಅದೆ..." ಅಂತ ಬೆಬ್ಬೆಬ್ಬೆ ಮಾಡಿದರು. "ಅದೆಲ್ಲಾ ನಾಳೆ ಮಾಡುವಿಯಂತೆ. ಈಗ ಹೋಗಿ ಬಾ" ಎಂದು ಗದರಿದರು. ಅಪ್ಪ ಬೇರೆ ದಾರಿಯಿಲ್ಲದೆ ನಮ್ಮೊಡನೆ ಬಂದ. ದಾರಿಯುದ್ದಕ್ಕೂ ಅಮ್ಮನನ್ನು ಬೈಯುತ್ತಿದ್ದ. "ಸಾಹೇಬರ ಮುಂದೆ ನನ್ನ ಮರ್ಯಾದಿ ಹರಾಜು ಹಾಕಿಬಿಟ್ಟಿ. ಸಿನಿಮಾಕ್ಕೆ ಹೋಗದಿದ್ದರೆ ಆಕಾಶ ತಲಿ ಮೇಲೆ ಬೀಳ್ತದೇನು" ಎಂದು ಕೂಗಾಡಿದ. ಅಮ್ಮ ಮಾತ್ರ ತುಟಿ ಪಿಟಕ್ ಅನ್ನಲಿಲ್ಲ.

ಸಿನಿಮಾ ಅಪ್ಪಗೂ ಭಾಳ ಇಷ್ಟವಾಗಿದೆಯೆಂದು ನಮಗೆ ಗೊತ್ತಾಯಿತು. ಯಾಕೆಂದರೆ ಮನೆಗೆ ವಾಪಾಸು ಹೋಗುವಾಗ ಅಮ್ಮನನ್ನು ಒಂದೂ ಮಾತು ಬೈಯಲಿಲ್ಲ. ಆದರೆ ಅಪ್ಪಗೆ ನಾವು ಅಂದುಕೊಂಡಿದ್ದಕ್ಕಿಂತಲೂ ಆ ಸಿನಿಮಾ ಹೆಚ್ಚು ಇಷ್ಟವಾಗಿದೆಯೆಂಬುದು ನಮಗೆ ಮರುದಿನ ಗೊತ್ತಾಯ್ತು. ಆ ದಿನ ಭಾನುವಾರ. ಅಕ್ಕ ಮತ್ತು ನಾನು ಪಡಸಾಲೆಯಲ್ಲಿ ಶಾಲೆಯ ಹೋಂವರ್ಕ್ ಮಾಡುತ್ತಾ ಕುಳಿತುಕೊಂಡಿದ್ದೆವು. ಅಪ್ಪ ಒಳಗೆ ಕೋಣೆಯಲ್ಲಿ ಯಾವುದೋ ಆಫೀಸಿನ ಕಡತಗಳನ್ನು ತೆಗೆದುಕೊಂಡು ನೋಡುತ್ತಿದ್ದ. ಅಮ್ಮ ಅಕ್ಕಿ ತರಲೆಂದು ಕೋಣೆಗೆ ಹೋಗುವವಳು ಬಾಗಿಲಲ್ಲಿಯೇ ತಡೆದು ನಿಂತಳು. ಒಂದೆರಡು ಕ್ಷಣ ಬಿಟ್ಟು, ಸದ್ದಿಲ್ಲದ ಹೆಜ್ಜೆಗಳನ್ನು ಹಾಕುತ್ತಾ ನಮ್ಮ ಬಳಿಗೆ ಬಂದು "ಗಲಾಟೆ ಮಾಡಬೇಡರಿ" ಎಂದು ಹೇಳಿ ನಮ್ಮನ್ನೂ ಕರೆದುಕೊಂಡು ಕೋಣೆಯ ಬಾಗಿಲ ಬಳಿ ಗೊತ್ತಾಗದಂತೆ ನಿಲ್ಲಿಸಿದಳು. ಅಪ್ಪ ಆಫೀಸಿನ ಕಡತಗಳನ್ನು ಪರಿಶೀಲಿಸುತ್ತಾ "ಶಂಕರಾಭರಣಮು...

ಆ..ಆ...ಆ... ಶಂಕರಾಭರಣಮು..." ಎಂದು ಸಣ್ಣಗೆ ಹಾಡುತ್ತಿದ್ದ. ಅಪ್ಪ ಹಾಡಿದ್ದನ್ನು ನಾವೆಂದೂ ಕೇಳಿರಲಿಲ್ಲ! ನಮಗೆಲ್ಲಾ ಖುಷಿಯಾಗಿಬಿಟ್ಟಿತು. ಒಬ್ಬರ ಮುಖವನ್ನೊಬ್ಬರು ನೋಡಿ ನಗು ವಿನಿಮಯ ಮಾಡಿಕೊಂಡೆವು. ಹಾಗೇ ಕೇಳುತ್ತಾ ನಿಂತೆವಾದರೂ ಅಪ್ಪನಿಗೆ ಸ್ವಲ್ಪೇ ಹೊತ್ತಿಗೆ ನಮ್ಮ ಇರವು ಗೊತ್ತಾಗಿ ಹಾಡುವುದನ್ನು ನಿಲ್ಲಿಸಿಬಿಟ್ಟು, ತಪ್ಪು ಮಾಡಿದ ಬಾಲಕನಂತೆ ನಮ್ಮೆಡೆಗೆ ಪಿಳಿಪಿಳಿ ಕಣ್ಣು ಬಿಡುತ್ತಾ ನೋಡಲಾರಂಭಿಸಿದ. ಅಮ್ಮ ಮಾತ್ರ ಖುಷಿ ತಡೆಯಲಾರದೆ ಅಪ್ಪನ ಬಳಿ ಹೋಗಿ, ಆತನನ್ನು ತಬ್ಬಿಕೊಂಡು ಹಣೆಗೆ ಮುತ್ತಿಕ್ಕಿ, ಗಲ್ಲವನ್ನು ಸವರಿ ನೆಟಿಗೆ ಮುರಿದು "ನನ್ನ ಗಂಡ ಹಾಡ್ತಾನಂತ ನಂಗೆ ಗೊತ್ತೇ ಇರಲಿಲ್ಲವ್ವಾ..." ಎಂದು ಸಂಭ್ರಮದಿಂದ ಹೇಳಿದಳು. ಅಪ್ಪ ನಾಚಿ ನೀರಾಗಿಬಿಟ್ಟ.

ಅಪ್ಪನಂಥಾ ಅಪ್ಪನನ್ನೂ ಹಾಡಿಸುವಂತೆ ಮಾಡಿದ ಆ 'ಶಂಕರಾಭರಣಂ' ಸಿನಿಮಾಕ್ಕೆ ನೂರು ನಮನಗಳು. ಆಮೇಲೆ ಯಾವುದಾದರು ಸಮಾರಂಭಗಳಲ್ಲಿ ಹಾಡಿನ ಮಾತುಕತೆ ಬಂದರೆ ಸಾಕು, ನಮ್ಮಮ್ಮ "ನಮ್ಮನೆಯವರೂ ಛಂದಾಗಿ ಹಾಡ್ತಾರೆ. ಸಣ್ಣ ಕಂಠ. ಆದರೆ ಎಲ್ಲಾರ ಮುಂದೆ ಹೇಳಂಗಿಲ್ಲ" ಎಂದು ಜಂಭ ಕೊಚ್ಚುತ್ತಿದ್ದಳು. ಅಪ್ಪ ಕುಳಿತಲ್ಲಿಯೇ ಸಿಡಿಮಿಡಿಗುಟ್ಟುತ್ತಿದ್ದ.

^^^

ನನಗೆ ಹಾಡಲು ಬರುತ್ತಿರಲಿಲ್ಲವಾದರೂ ಅಕ್ಕನಿಗೆ ಒಳ್ಳೆಯ ಧ್ವನಿಯಿತ್ತು. ಶಾಲೆಯ ಹಾಡಿನ ಸ್ಪರ್ಧೆಯಲ್ಲಿ ಯಾವಾಗಲೂ ಪ್ರಥಮ ಬಹುಮಾನ ಬರುತ್ತಿತ್ತು. ಶಾಲೆಯಲ್ಲಿ ವಯಸ್ಸಾದ ಕನ್ನಡ ಮಾಸ್ತರರೊಬ್ಬರಿಗೆ ಸಿನಿಮಾ ಹಾಡುಗಳ ಬಗ್ಗೆ ದ್ವೇಷವಿತ್ತು. ಶಾಲೆಯ ಹಾಡಿನ ಸ್ಪರ್ಧೆಯಲ್ಲಿ ಸಿನಿಮಾ ಹಾಡು ಹೇಳುವಂತಿಲ್ಲವೆಂದು ಕಟ್ಟಪ್ಪಣೆ ಮಾಡುತ್ತಿದ್ದರು. ಹುಡುಗರಾದ ನಮಗೆ ಸಿನಿಮಾ ಹಾಡುಗಳೇ ಹೆಚ್ಚು ಇಷ್ಟ. ಅಕ್ಕ ಇನ್ನಿಲ್ಲದಂತೆ ಮಾಸ್ತರರನ್ನು ಒಪ್ಪಿಸಲು ಪ್ರಯತ್ನಿಸಿದಳಾದರೂ, ಅವರು ಜಗ್ಗಲಿಲ್ಲ. ಕಡೆಗೆ ಒಂದು ಸ್ಪರ್ಧೆಯಲ್ಲಿ "ಜೋಕೆ, ನಾನು ಬಳ್ಳಿಯ ಮಿಂಚು..." ಹೇಳಿಯೇಬಿಟ್ಟಳು. ಎತ್ತರದ ಕಂಠದಲ್ಲಿ ಅಕ್ಕ ಆ ಹಾಡು ಹೇಳಿದಾಗ ನಮಗೆಲ್ಲರಿಗೂ ಮೈ ಜುಂ ಎಂದಿತ್ತು. ಕನ್ನಡ ಮಾಸ್ತರರು ಕೆಂಗಣ್ಣಿನಿಂದ ನೋಡಿದರೂ ಅಕ್ಕ ನಿಲ್ಲಿಸಲಿಲ್ಲ. ಅಕ್ಕನಿಗೆ ಬಹುಮಾನ ಕೊಡದೆ ಮಾಸ್ತರರು ಫಲಿತಾಂಶವನ್ನೋದಿದರು. ಆದರೆ ಸ್ಪರ್ಧೆಯನ್ನು ಸಂಪೂರ್ಣವಾಗಿ ವೀಕ್ಷಿಸಿದ್ದ ಹೆಡ್‌ಮಾಸ್ತರರು ಮಧ್ಯ ಪ್ರವೇಶಿಸಿ, ಅಕ್ಕನಿಗೆ ವಿಶೇಷ ಬಹುಮಾನವನ್ನು ಘೋಷಿಸಿದರು. ಅಂದಿನಿಂದ ಶಾಲೆಯ ಹಾಡಿನ ಸ್ಪರ್ಧೆಯಲ್ಲಿ ಸಿನಿಮಾ ಹಾಡುಗಳಿಗೆ ಪ್ರವೇಶ ದೊರೆಯಿತು.

ಆದರೆ ಅಕ್ಕ ಈ ಸಿನಿಮಾ ಹಾಡಿನ ಹುಚ್ಚನ್ನು ಶಾಲೆ, ಕಾಲೇಜುಗಳಿಗೆ ಸೀಮಿತಗೊಳಿಸಿದ್ದರೆ ಚೆನ್ನಾಗಿತ್ತು. ಕಾಲೇಜಿನ ಎರಡನೆಯ ವರ್ಷದಲ್ಲಿದ್ದಾಗ ಅಕ್ಕನಿಗೆ ಗಂಡು ನೋಡಲು ಹೋದಾಗ "ಚಪ್ಪಾಲಮ್ಮ ಶ್ರೀವಾರಿ ಮುಚ್ಚಟ್ಲು..." (ಹೇಳಬೇಕಮ್ಮಾ, ಗಂಡನ ತುಂಟಾಟಗಳನ್ನು...) ಎಂದು ಅದೀಗ ತಾನೆ ಬಿಡುಗಡೆಗೊಂಡಿದ್ದ "ಶ್ರೀವಾರಿ ಮುಚ್ಚಟ್ಲು" ಎಂಬ ಎರಡು ಹೆಣ್ಣು, ಒಂದು ಗಂಡಿನ ತೆಲುಗು ಸಿನಿಮಾದ ಹಾಡು ಹೇಳಿಬಿಟ್ಟಳು. ಅಕ್ಕನಿಗೆ ಸ್ವಲ್ಪ ಮಟ್ಟಿಗೆ ತೆಲುಗು ಗೊತ್ತಿತ್ತಾದರೂ ಹಾಡಿನ ಅರ್ಥ ತಿಳಿಯುವಷ್ಟು ಗೊತ್ತಿರಲಿಲ್ಲ. ಜಯಸುಧಾ, ನಾಗೇಶ್ವರರಾವನ್ನು ತ್ಯಾಗ ಮಾಡಿ, ಜಯಪ್ರದಾಗೆ ಅವನೊಡನೆ ಮದುವೆ ಮಾಡಿಸಿ, ಅವಳನ್ನು ಪ್ರಸ್ತದ ಕೋಣೆಗೆ ಕಳುಹಿಸುವಾಗ ಹಾಡುವ ಹಾಡದು! ನಮ್ಮೂರಿಗೆ ಆ ಸಿನಿಮಾ ಇನ್ನೂ ಬಂದಿರದಿದ್ದ ಕಾರಣ ಅದರ ಸನ್ನಿವೇಶವೂ ನಮಗೆ ಗೊತ್ತಿರಲಿಲ್ಲ. ರೇಡಿಯೋದಲ್ಲಿ ಬಂದ ಹಾಡನ್ನೇ ಅಕ್ಕ ಬಾಯಿಪಾಠ ಮಾಡಿಕೊಂಡಿದ್ದಳು.

ಅಮ್ಮ ಕೆಂಡಾಮಂಡಲವಾಗಿಬಿಟ್ಟಳು. ಮನೆಗೆ ಬಂದಿದ್ದೇ ಅಕ್ಕನ ಬೆನ್ನಿಗೆರಡು ಬಿಗಿದು "ಮದುವೆಗೆ ಮುಂಚೆ ಶೋಭಾನದ ಹಾಡು ಹೇಳ್ತೀಯಲ್ಲೇ..." ಎಂದು ಕೂಗಾಡಿಬಿಟ್ಟಳು. ಅಕ್ಕ ತನಗೆ ಅರ್ಥ ಗೊತ್ತಿರಲಿಲ್ಲವೆಂದು ಎಷ್ಟೇ ಅಲವತ್ತುಕೊಂಡರೂ ಅಮ್ಮ ಕರಗಲಿಲ್ಲ.

ಅಕ್ಕನ ಮನದ ಮೂಲೆಯಲ್ಲಿ ಸಿಟ್ಟು ಉಳಿದುಬಿಟ್ಟಿತು. ಕೆಲವೇ ದಿನಗಳಲ್ಲಿ ಅಕ್ಕನಿಗೆ ಮತ್ತೊಂದು ಸಂಬಂಧ ನೋಡಲು ಹೋದೆವು. "ದಾಸರ ಹಾಡು ಬಿಟ್ಟು ಬೇರೆ ಹೇಳಿದ್ರೆ ಹಲ್ಲು ಮುರೀತೀನಿ..." ಎಂದು ಅಮ್ಮ ಎರಡೆರಡು ಬಾರಿ ಎಚ್ಚರಿಕೆ ಕೊಟ್ಟಳು. ಅಕ್ಕ ಗೋಣಲ್ಲಾಡಿಸಿದಳಾದರೂ ಅಮ್ಮನ ಮೇಲೆ ಸೇಡು ತೀರಿಸಿಕೊಳ್ಳದೆ ಬಿಡಲಿಲ್ಲ. ಮೊದಲೇ ಹುಡುಗ ಒಲೆ ಹಿಂದಿನ ಗೋಡೆಯ ಬಣ್ಣಕ್ಕಿದ್ದ. ಬಿಳಿಯ ಹಲ್ಲುಗಳನ್ನು ತೋರಿಸುತ್ತಾ ಕೆಕ್ಕರಿಸಿಕೊಂಡು ಅಕ್ಕನನ್ನು ನೋಡುತ್ತಿದ್ದ. ಅವನಮ್ಮ "ದೇವರ ನಾಮ ಅನ್ನಮ್ಮ..." ಅಂದ ತಕ್ಷಣ ಅಕ್ಕ "ಧರ್ಮಶ್ರವಣವಿದೇತಕೆ, ಮೂರ್ಖಗೆ... ಧರ್ಮಶ್ರವಣವಿದೇತಕೆ, ಪಾಪಿಗೆ..." ಎಂದು ಪುರಂದರ ದಾಸರ ಹಾಡು ಹೇಳಿಬಿಟ್ಟಳು! ವರನ ಕಡೆಯವರೆಲ್ಲಾ ಇಂಗು ತಿಂದ ಮಂಗನಂತೆ ಮುಖ ಮುಖ ನೋಡಿಕೊಂಡರು. ವರ ಮಹಾಶಯ ಹಲ್ಕಿರಿಯುವದನ್ನು ನಿಲ್ಲಿಸಿ ಗಂಭೀರನಾದ.

^^^

ಕಾಳಮ್ಮ ಓಣಿಯ ತುದಿಯ ಬೇವಿನ ಮರಕ್ಕೆ ಅಂಟಿಕೊಂಡ ಚಿಕ್ಕ ಮನೆಯಲ್ಲಿ ಕಮಲಕ್ಕ ಮತ್ತು ಕಿಟ್ಟಣ್ಣನ ವಾಸ. ಕಮಲಕ್ಕ ಮಡಿಹೆಂಗಸು. ಕಿಟ್ಟಣ್ಣ, ಅವಳ ಮಗ,

ಹೆಂಡತಿಯನ್ನು ಕೆಲವು ವರ್ಷಗಳ ಕೆಳಗೇ ಕಳೆದುಕೊಂಡಿದ್ದ. ಮಕ್ಕಳಿಲ್ಲ. ತಾಯಿ-ಮಗ ಒಬ್ಬರಿಗೊಬ್ಬರು ಆಸರೆಯಾಗಿ ಬದುಕುತ್ತಿದ್ದರು. ಕಿಟ್ಟಣ್ಣ ಮಹಾ ದೈವಭಕ್ತ. ವಾಯುಸ್ತುತಿ ನಾಲಿಗೆ ತುದಿಯಲ್ಲಿತ್ತು. ವೇದಾಂತಕ್ಕೆ ಸಂಬಂಧಪಟ್ಟ ಪುಸ್ತಕಗಳನ್ನು ಓದುತ್ತಿದ್ದ. ಆದರೆ ಕಮಲಕ್ಕ ಪೂರ್ತಿ ವ್ಯತಿರಿಕ್ತ. ಸಾಮಾಜಿಕ ಕಾದಂಬರಿಗಳನ್ನು ತರಿಸಿಕೊಂಡು ಓದುತ್ತಿದ್ದಳು. ಕಿಟ್ಟಣ್ಣನೇ ಗ್ರಂಥಾಲಯಕ್ಕೆ ಹೋಗಿ ಪುಸ್ತಕ ತಂದು ಕೊಟ್ಟು "ದೇವರು-ದಿಂಡರು ಅನ್ನೋ ವಯಸ್ಸಿನಾಗೆ ಇದೇನಮ್ಮ ನೀನು ಪ್ರೀತಿ-ಪ್ರೇಮದ ಕಾದಂಬರಿ ಓದ್ತೀ..." ಎಂದು ಬೈಯುತ್ತಿದ್ದ. "ನಿಂಗೇನು ಬೇಕೋ ಅದು ಓದು, ನನ್ನ ತಂಟೆಗೆ ಬರಬೇಡ..." ಎಂದು ಕಮಲಕ್ಕ ದಬಾಯಿಸುತ್ತಿದ್ದಳು. ಅಂತಹ ಕಮಲಕ್ಕಗೆ ಸಾಯಿಸುತೆಯವರ 'ಬಾಡದ ಹೂ' ತುಂಬಾ ಇಷ್ಟವಾಗಿಬಿಟ್ಟಿತ್ತು. ಯಾರು ಕೇಳಿದರೂ ರಸವತ್ತಾಗಿ ಆ ಕಾದಂಬರಿಯ ಕತೆ ಹೇಳುತ್ತಿದ್ದಳು. ಹೇಮಾಳ ಕಷ್ಟಗಳನ್ನು ಹೇಳುವಾಗಲಂತೂ ಗಳಗಳನೆ ಅತ್ತುಬಿಡುತ್ತಿದ್ದಳು. ನಾವೆಲ್ಲಾ ಹುಡುಗರು ತಮಾಷೆಗೆ "ಹೇಮಾ ಮನೆಗೆ ಬಂದರೆ ಏನು ಮಾಡ್ತೀ ಕಮಲಕ್ಕ..." ಎಂದರೆ ಸಾಕು, "ಬಂದೊಂದು ಬರಲಿ ಆಕಿ, ಏನು ಬೇಕೋ ಅದು ಮಾಡಿ ಹಾಕ್ತೀನಿ. ಶಾವಿಗಿ ಪರಮಾನ್ನ, ಮೈಸೂರು ಪಾಕು, ವಾಂಗಿಭಾತು, ಮೊಸರನ್ನ ಮಾಡಿ, ಭಲೋ ರೇಷ್ಮೆ ಸೀರಿ-ಕುಬುಸ ಕೊಟ್ಟು ಕಳುಸ್ತೀನಿ" ಎಂದು ಕಣ್ಣಲ್ಲಿ ಕನಸು ಕಾಣುತ್ತಾ ಹೇಳುತ್ತಿದ್ದಳು.

ಅಂತಹ ಹೊತ್ತಿನಲ್ಲಿ 'ಬಾಡದ ಹೂ' ಸಿನಿಮಾನೇ ನಮ್ಮೂರಿಗೆ ಬಂದುಬಿಟ್ಟಿತು. "ನೋಡಲೇಬೇಕು..." ಎಂದು ಹಠ ಹಿಡಿದುಬಿಟ್ಟಳು. ಕಿಟ್ಟಣ್ಣ ಹೌಹಾರಿಬಿಟ್ಟ. "ಮಡಿಹೆಂಗಸು ಸಿನಿಮಾ ನೋಡೋದೊಂದು ಕಡಿಮಿ ಆಗ್ಯದೆ ನೋಡಮ್ಮ..." ಎಂದು ಸಿಟ್ಟಾದ. "ಹೇಮಾ ನಮ್ಮೂರಿಗೆ ಬಂದಾಳೆ. ಆಕಿನ್ನ ನೋಡದಂಗೆ ನಾನು ಹೆಂಗೆ ಇರಲೋ..." ಎಂದು ವಾದಿಸಿದಳು. ಕಡೆಗೆ ಎರಡನೇ ಆಟಕ್ಕೆ, ಕತ್ತಲಿನಲ್ಲಿ ಹೋಗುವುದಕ್ಕೆ ಒಪ್ಪಿಕೊಂಡ. ಅಮ್ಮನೇ ಕಮಲಕ್ಕನನ್ನು ಕರೆದುಕೊಂಡು ಹೋಗಿ ಬಂದಳು. ಆ ಸಿನಿಮಾದ "ಹೂವ ನೋಡು ಆಹಾ ಎಂಥಾ ಅಂದವಾಗಿದೆ..." ಕಮಲಕ್ಕಗೆ ತುಂಬಾ ಇಷ್ಟವಾಯ್ತು. ಮರುದಿನ ಎದ್ದಾಗಿನಿಂದಲೂ "ಹೂವ ನೋಡು..." ಎಂದು ಹಾಡತೊಡಗಿದಳು. ಕಿಟ್ಟಣ್ಣ ಪೂಜೆಗೆ ಕುಳಿತು ಮಂತ್ರ ಹೇಳುವಾಗ ಈಕಿ ಮಡಿಯಲ್ಲಿ ಅಡಿಗೆ ಮಾಡುತ್ತಾ "ಹೂವ ನೋಡು..." ಎಂದು ಹಾಡಲಾರಂಭಿಸಿದಳು. ಕಿಟ್ಟಣ್ಣಗೆ ಮಂತ್ರ ತಪ್ಪಿ ಮತ್ತೆ ಮೊದಲಿಂದ ಶುರು ಮಾಡಬೇಕಾಯ್ತು. "ಪೂಜಿ ಆಗೋ ತನಕ ಸುಮ್ಮನಿರಮ್ಮ..." ಎಂದು ಗದರಿಸಿದ. ಕಮಲಕ್ಕ ಸುಮ್ಮನಾದಳಾದರೂ ಮತ್ತೈದೇ ನಿಮಿಷಕ್ಕೆ "ಹೂವ ನೋಡು..." ಶುರು ಮಾಡಿದಳು. ಎರಡು ಬಾರಿ ಆಯ್ತು, ಮೂರು ಬಾರಿ ಆಯ್ತು. ಕಿಟ್ಟಣ್ಣಗೆ

ನಾಲ್ಕನೆಯ ಬಾರಿಗೆ ಪಿತ್ತ ನೆತ್ತಿಗೇರಿ ಕೈಯಲ್ಲಿ ಹಿಡಿದುಕೊಂಡಿದ್ದ ಗಂಟೆಯನ್ನು ಬೀಸಿ ಅವಳೆಡೆಗೆ ಒಗೆದುಬಿಟ್ಟ. ಕಮಲಕ್ಕನ ಬಲಗೈ ಮೂಳೆ ಮುರಿದುಹೋಯ್ತು. ಡಾಕ್ಟರರು ಬ್ಯಾಂಡೇಜ್ ಕಟ್ಟಿದರು. ಮುಂದಿನ ಮೂರು ತಿಂಗಳು ಕಿಟ್ಟಣ್ಣನೇ ಅಡಿಗೆ ಮಾಡುತ್ತಿದ್ದ. ಅವರಮ್ಮಗೆ ತಾನೇ ಸೀರೆಯನ್ನುಡಿಸುತ್ತಿದ್ದ.

^^^

ತಿಪ್ಪೇಶಿ ಓದಿನಲ್ಲಿ ದಡ್ಡ. ಅದನ್ನೇ ನೆಪ ಮಾಡಿಕೊಂಡು ಅವನ ಮಲತಾಯಿ ಅವನನ್ನು ಶಾಲೆಯಿಂದ ಬಿಡಿಸಿ ಮನೆಕೆಲಸದ ಆಳನ್ನಾಗಿ ಮಾಡಿಕೊಂಡುಬಿಟ್ಟಳು. ಹೊಟ್ಟೆಗೆ ಸರಿಯಾಗಿ ಊಟವೂ ಇಲ್ಲ, ಉಡಲು ಹೊದೆಯಲು ಸರಿಯಾದ ವಸ್ತ್ರವೂ ಇರಲಿಲ್ಲ. ಇಂತಹ ತಿಪ್ಪೇಶಿಗೆ ಹಾಡಲು ತುಂಬಾ ಚೆನ್ನಾಗಿ ಬರುತ್ತಿತ್ತು. ಅವನು ವರನಟ ರಾಜ್‌ಕುಮಾರರ ಕಟ್ಟಾ ಅಭಿಮಾನಿ. ಅಣ್ಣಾವ್ರ ಅಭಿನಯದ ಯಾವುದೇ ಸಿನಿಮಾದ ಹಾಡಾದರೂ ಅವನಿಗೆ ಬರುತ್ತಿತ್ತು. ಬೇರೆ ನಟರ ಹಾಡನ್ನು ಅವನು ಹೇಳುತ್ತಿರಲಿಲ್ಲ. ಅವನಿಗೆ ಒಂದು ಊಟವನ್ನು ಹಾಕಿಸಿದರೆ ಅಥವಾ ಹತ್ತು ಪೈಸೆ ಕೊಟ್ಟರೆ ಸಾಕು, ಬೇಕೆಂದ ಹಾಡನ್ನು ಅಪ್ಪಟ ಅಣ್ಣಾವ್ರ ಧ್ವನಿಯಲ್ಲಿಯೇ ಹಾಡುತ್ತಿದ್ದ. ಕೇಳುವವರಿಗೆ ಆ ಸಿನಿಮಾದ ದೃಶ್ಯ ಕಣ್ಣ ಮುಂದೆ ಬರಬೇಕು, ಅಷ್ಟೊಂದು ಜೀವ ತುಂಬಿ ಹಾಡುತ್ತಿದ್ದ. ಈ ಕಾರಣದಿಂದಾಗಿ ಅವನು ಊರವರ ಅಚ್ಚುಮೆಚ್ಚಿನವನಾಗಿದ್ದ.

ಆದರೆ ವಿಧಿ ಅವನಿಗೆ ಕ್ರೂರ ಶಿಕ್ಷೆಯನ್ನು ವಿಧಿಸಿತು. ಅವನ ಮಲತಾಯಿ ಒಂದು ದಿನ ಸಿಟ್ಟಿಗೆದ್ದು ಅವನನ್ನು ಹೊಡೆದು ಸಾಯಿಸಿಬಿಟ್ಟಳು. ಬೆಳಿಗ್ಗೆ ಬೆಳಿಗ್ಗೆ ಸಾವಿನ ಸುದ್ದಿ ಬಂದಾಗ ನಾವೆಲ್ಲಾ ಹೌಹಾರಿಬಿಟ್ಟೆವು. ಅಂಗಳದಲ್ಲಿ ಅವನ ಹೆಣವನ್ನು ಮಲಗಿಸಿದ್ದರೆ ಊರ ಜನರೆಲ್ಲಾ ಬಂದು ಸೇರಿತ್ತು. ಅವನ ಮಲತಾಯಿ ಎದೆ ಬಡಿದುಕೊಂಡು "ನನ್ನ ಮಗ ಹೋಗಿಬಿಟ್ಟನಲ್ಲಪ್ಪ" ಎಂದು ಅಳುತ್ತಿದ್ದ ದೃಶ್ಯ ಅಸಹ್ಯವನ್ನು ತರಿಸುತ್ತಿತ್ತು. ಆ ಹೊತ್ತಿನಲ್ಲಿ ಗೋಪಣ್ಣ ಮಾಸ್ತರರು ತಮ್ಮ ಮನೆಯಿಂದ ಟೇಪ್‌ರೆಕಾರ್ಡರ್ ತಂದು, ಅಣ್ಣಾವ್ರ ಹಾಡನ್ನು ಹಾಕಿದರು. "ಬಾಡಿ ಹೋದ ಬಳ್ಳಿಯಿಂದ ಹೂವು ಅರಳಬಲ್ಲದೆ..." ಎಂದು ಹಾಡು ಕೇಳಿ ಬರುತ್ತಿದ್ದರೆ ಅಲ್ಲಿದ್ದ ಯಾರಿಂದಲೂ ಅಳು ತಡೆಯಲಾಗಲಿಲ್ಲ. ಉಳಿದವರ ಮಾತು ಬಿಡಿ, ಆ ದಿನ ಅಣ್ಣಾವ್ರೂ ಆ ಹಾಡು ಹೇಳುವಾಗ ಯಾವತ್ತಿಗಿಂತ ಹೆಚ್ಚಾಗಿ ಶೋಕಿಸುತ್ತಿದ್ದರು. ಅಳದಿದ್ದವನೆಂದರೆ ಅಂಗಳದಲ್ಲಿ ಮಲಗಿದ್ದ ತಿಪ್ಪೇಶಿಯೊಬ್ಬನೇ!

28ನೇ ಜೂನ್ 2005

ನಮ್ಮದಲ್ಲದ ಪಾತ್ರ

ಅಮ್ಮನ ಅಡಿಗೆಯ ರುಚಿ ಯಾವಾಗಲೂ ನನ್ನನ್ನು ಊರಿನ ಕಡೆ ಸೆಳೆಯುತ್ತಿತ್ತು. ಆದರೆ ಆ ಸಲ ನಾನು ಊರಿಗೆ ಹೋಗುವಾಗ ಇನ್ನೆರಡು ವಿಷಯಗಳು ನನ್ನ ಉತ್ಸಾಹಕ್ಕೆ ಪ್ರಮುಖ ಕಾರಣಗಳಾಗಿದ್ದವು. ಮೊದಲನೆಯದಾಗಿ ಕಳೆದ ಸೆಮಿಸ್ಟರಿನ ಇಂಜಿನಿಯರಿಂಗ್‌ನಲ್ಲಿ ನಾನು ಪ್ರಥಮ ರ್‍ಯಾಂಕಿನಲ್ಲಿ ಪಾಸಾಗಿದ್ದೆ. ಊರಲ್ಲಿ ಆಗಲೇ ಅಪ್ಪ-ಅಮ್ಮ-ಅಕ್ಕ ಸಿಹಿ ಹಂಚಿ "ಎಂಥಾ ಬುದ್ಧಿವಂತ ಹುಡುಗನವ್ವಾ..." ಅಂತ ಎಲ್ಲರಿಂದಲೂ ಅನ್ನಿಸಿದ್ದರು. ಅವರೆಲ್ಲರ ಎದುರಿಗೆ ಒಂದಿಷ್ಟು ಸ್ಟೈಲ್ ಹೊಡೆಯಬಹುದು ಎಂದು ಆಗಲೇ ಮನಸ್ಸಿನಲ್ಲಿ ಮಂಡಿಗೆ ಸವಿಯುತ್ತಿದ್ದೆ. ಅಪ್ಪನಿಗೆ ಒಪ್ಪಿಸಿ ಲೋಕಲ್ ಪೇಪರಿನಲ್ಲಿ ನನ್ನ ಫೋಟೋ ಹಾಕಿಸಿಕೊಳ್ಳಬೇಕೆಂಬ ಭರ್ಜರಿ ಯೋಜನೆಯನ್ನೂ ಹಾಕಿಸಿಕೊಂಡಿದ್ದೆ.

ಎರಡನೆಯ ವಿಶೇಷವೆಂದರೆ ಅಪ್ಪ ಮನೆಗೆ ಒಂದು ಕಪ್ಪು ಬಿಳುಪಿನ ಟಿ.ವಿ. ಕೊಂಡು ತಂದಿದ್ದ. ಸಿನಿಮಾಗಳನ್ನು ತೋರಿಸುವ (ಟಿ.ವಿ. ಇರುವುದೇ ಸಿನಿಮಾ ತೋರಿಸಲಿಕ್ಕಾಗಿ ಎಂದು ನಾನಂದುಕೊಂಡಿದ್ದ ಕಾಲವದು) ಈ ಪುಟ್ಟ ಪೆಟ್ಟಿಗೆ ನಮ್ಮ ಮನೆಯ ಪಡಸಾಲೆಯಲ್ಲಿಯೇ ಕುಳಿತಿದೆಯೆನ್ನುವ ವಿಚಾರ ನನಗೆ ಹೆಮ್ಮೆ, ಖುಷಿ, ಅಚ್ಚರಿಯ ಸಂಗತಿಯಾಗಿತ್ತು. ಭಾರತಕ್ಕೆ ಅದೀಗ ತಾನೆ ಈ ಮಾಯಾಪೆಟ್ಟಿಗೆ ಕಾಲಿಟ್ಟಿತ್ತು. ನನ್ನ ಹಾಸ್ಟೆಲ್ಲಿಗೆ ಹತ್ತಿರದಲ್ಲಿದ್ದ ಮಂಗಳೂರಿಗೆ ಹೋದಾಗಲೊಮ್ಮೆ ಎಲ್ಲೋ ಒಂದು ಕಡೆ ಆಟಂಬಾಂಬನ್ನು ನೋಡುವಂತೆ ನೋಡಿ ಬಂದಿದ್ದು ಬಿಟ್ಟರೆ ನನಗೆ ಟಿ.ವಿ.ಯ ಪರಿಚಯವಿರಲಿಲ್ಲ. ನನ್ನ ಹಲವಾರು ಹಾಸ್ಟಲ್ ಗೆಳೆಯರು (ಬೆಂಗಳೂರಿನವರು) ಆಗಲೇ ತಮ್ಮ ಮನೆಯಲ್ಲಿ ಟಿ.ವಿ. ಬಂದಾಗಿದೆ ಯೆಂದು

ಹೆಮ್ಮೆಯಿಂದ ಹೇಳಿಕೊಂಡು ಹೊಟ್ಟೆ ಉರಿಸುತ್ತಿದ್ದರು. ಈಗ ನಾನೂ ಬೀಗುವ ಸರದಿ! ರಜೆಯ ಎಲ್ಲಾ ದಿನಗಳಲ್ಲೂ ತಪ್ಪದೆ ಟಿ.ವಿ. ನೋಡುವುದೆಂದು ನಿರ್ಧರಿಸಿಕೊಂಡಿದ್ದೆ. ಅಕ್ಕ ಆಗಲೇ ಅದನ್ನು ಆನ್/ಆಫ್ ಮಾಡುವದೆಲ್ಲವನ್ನು ಕಲಿತುಬಿಟ್ಟಿದ್ದೇನೆಂದು ಪತ್ರದಲ್ಲಿ ಬರೆದಿದ್ದಳು. "ಓದಿನಲ್ಲಿ ನಿನ್ನಷ್ಟು ಹುಷಾರಿಲ್ಲದಿದ್ದರೂ, ಮೆಕ್ಯಾನಿಕ್ ಕೆಲಸದಾಗೆ ನಿಮ್ಮಕ್ಕ ಶ್ಯಾಣೆ" ಎಂದು ಅಮ್ಮ ಪ್ರಶಂಸೆ ಕೊಟ್ಟಿದ್ದಳು.

ಯಾವತ್ತಿನಂತೆ ಕುಲಗೆಟ್ಟು ಹೋಗಿದ್ದ ಬಳ್ಳಾರಿಯ ರಸ್ತೆಯಲ್ಲಿ ಮೈ ಕೈ ನುಜ್ಜಾಗಿಸಿಕೊಂಡು, ಮೈಗೆಲ್ಲಾ ಕೆಮ್ಮಣ್ಣಿನ ಧೂಳನ್ನು ಮೆತ್ತಿಸಿಕೊಂಡು ಮನೆಗೆ ಹೋದೆ. ಇಡೀ ಊರಿನ ಜನವೇ ನನ್ನನ್ನು ಎದುರು ನೋಡುತ್ತಿತ್ತು. ತಲಬಾಗಿಲಿನಲ್ಲಿಯೇ ನನ್ನನ್ನು ನಿಲ್ಲಿಸಿ ಅಮ್ಮ ಮತ್ತು ಪದ್ದಕ್ಕ ನನಗೆ ಓಕುಳಿಯ ಆರತಿಯನ್ನೆತ್ತಿ "ಜೈ ಜೈ ಶ್ರೀರಮಣ, ಜೈ ರಾಘವ" ಎಂದು ಸುಶ್ರಾವ್ಯವಾಗಿ ಹಾಡಿದರು. ಕಾಶವ್ವ "ಏಳೇಳು ಜನ್ಮದ ಪುಣ್ಯಕ್ಕೆ ಇಂಥಾ ಮಗ ಹುಟ್ಟಾನಪ್ಪ" ಎಂದು ಹೇಳಿದ್ದಕ್ಕೆ, ಪಡಸಾಲೆಯಲ್ಲಿ ನಿಂತ ಅಪ್ಪ ಕಣ್ಣು ತುಂಬಿಸಿಕೊಂಡ. ಚಿಳ್ಳೆ-ಮಿಳ್ಳೆಗಳು, ಗಂಡಸರು-ಹೆಂಗಸರು, ಹುಡುಗ-ಹುಡುಗಿಯರು ಎಲ್ಲರೂ ನನ್ನನ್ನೇ ನೋಡುತ್ತಿದ್ದರು. ಏಳು ಲೋಕಗಳ ಕೊಳ್ಳೆ ಹೊಡೆದು ಬಂದ ವೀರಾಧಿವೀರನಂತೆ ಪೋಸ್ ಕೊಟ್ಟು ಆರತಿ ಮಾಡಿಸಿಕೊಂಡೆ!

ಪಡಸಾಲೆಗೆ ಕಾಲಿಟ್ಟಿದ್ದೇ ನನ್ನ ಕಣ್ಣು ಟಿ.ವಿ.ಯ ಮೇಲೆ ಬಿತ್ತು. ಮೂಲೆಯಲ್ಲಿ ಮುದ್ದಾಗಿ ಕುಳಿತಿದ್ದು ನೋಡಿ ಹೃದಯ ತುಂಬಿ ಬಂತು. ಅದರ ಹತ್ತಿರ ಹೋಗಿ ಸ್ಕ್ರೀನನ್ನು ಮೆತ್ತಗೆ ಸವರಿ "ಯಾಕೆ ಹಾಕಿಲ್ಲ" ಎಂದು ಕೇಳಿದೆ. "ನೀನು ಬರಲಿ ಅಂತಲೇ ಕಾಯ್ತಾ ಇದ್ವಿ" ಅಂತ ಅಪ್ಪ ಅಪಶಕುನ ನುಡಿದ. "ನಿನ್ನೆಯಿಂದ ಕೆಟ್ಟು ಹೋಗ್ಯದೆ. ಹಾಕಿದ್ರೆ ಪರದೆ ಮೇಲೆ ಬರೀ ಹುಳ ಹುಳ ಬರ್ತದೆ. ಅದಕ್ಕೆ ನೀನು ಬಂದ ಮೇಲೆ ಸರಿ ಮಾಡ್ತಿ ಅಂತ ನಾವೆಲ್ಲಾ ಕಾಯ್ತಾ ಇದೀವಿ" ಎಂದು ಅಕ್ಕ ಪರಿಸ್ಥಿತಿಯನ್ನು ವಿವರಿಸಿದಳು. "ಯಾರೋ ಬಳ್ಳಾರಿಯಿಂದ ಇಂಜಿನಿಯರನ್ನ ಕರೆಸಲಿಕ್ಕೆ ಹೇಳಿದ್ರು. ಅದೇನೋ ಅಂತಾರಲ್ಲ, ಕೈಯಾಗೆ ಬೆಣ್ಣೆ ಇಟ್ಟುಗೊಂಡು ತುಪ್ಪಕ್ಕೆ ಹುಡುಕಾಡಿದರು ಅಂತ. ಮನೆಯಾಗೆ ರ್‍ಯಾಂಕ್ ಬಂದಿರೋ ಮಗನ್ನ ಇಟ್ಟುಗೊಂಡು ಹೊರಗಿನವರಿಗ್ಯಾಕೆ ರೊಕ್ಕ ಕೊಡಲಿ..." ಅಂತ ಅಪ್ಪ ಮೀಸೆ ತಿರುವಿದ. "ಒಪ್ಪಂಥಾ ಮಾತು ಬಿಡ್ರಿ..." ಎಂದು ಕಿರಾಣಿ ಅಂಗಡಿ ಶರಣಪ್ಪ ಹೇಳಿದ.

ಮೊದಲ ಬಾರಿಗೆ ಜೀವನದಲ್ಲಿ ಟಿ.ವಿ.ಯನ್ನು ಮುಟ್ಟಿದ್ದೆ. ಅಪ್ಪ ರಿಪೇರಿ ಮಾಡಲು ಅಪ್ಪಣೆ ಕೊಟ್ಟಿದ್ದ. ನಾನು ಮಾಡುವ ಇಂದ್ರಜಾಲವನ್ನು ಕಣ್ಣಾರೆ ವೀಕ್ಷಿಸಲು ಊರಿನ ಎಲ್ಲಾ ಕಣ್ಣುಗಳು ನನ್ನ ಮೇಲೇ ನೆಟ್ಟಿದ್ದವು. ಶಾಲೆಯಲ್ಲಿ ಓದಿದ್ದ ಜಂಬ ಕೊಚ್ಚಿದ ಉತ್ತರ ಕುಮಾರ ನೆನಪಾದ. ಮೂಲೆಯಲ್ಲಿ ಕುಳಿತ ಮಾಯಾಪೆಟ್ಟಿಗೆ ನನ್ನ ಮಾನವನ್ನು ಕಳೆಯಲು ಬಂದ ಶತ್ರುವಿನಂತೆ ಅಟ್ಟಹಾಸಗೈಯುತ್ತಿತ್ತು.

"ಬಿಸಿ ಬಿಸಿ ಅಡಿಗಿ ಆಗ್ಯದೆ. ಮೊದಲಿಗೆ ಊಟ ಹಾಕಲೋ ಇಲ್ಲಾ ..." ಅಂತ ಅಮ್ಮ ಹೇಳೋದಕ್ಕೆ ಪುರಸೊತ್ತಿಲ್ಲ, "ಸ್ವಲ್ಪ ತಡಿಯೆ, ಊಟದ್ದೇನು ಅವಸರ ಅದೆ ಈಗ. ಬಳ್ಳಾರಿ ಬಸ್‌ಸ್ಟಾಂಡಿನಾಗೆ ಮಸಾಲೆ ದೋಸೆ ತಿಂದೇ ಬಂದಿರ್ತಾನೆ. ಮೊದಲು ರಿಪೇರಿ ಮಾಡಿಬಿಡಲಿ. ಆಮೇಲಕ್ಕೆ ಊಟಕ್ಕೆ ಬಡಿಸುವಿಯಂತೆ" ಅಂತ ಅಪ್ಪ ಚೆನ್ನದಂತಹ ಮಾತನಾಡಿದ. ಅಡಿಗೆಮನೆಯಿಂದ ಅಮ್ಮನಡಿಗೆಯ ಘಮಘಮ ವಾಸನೆ ಮೂಗಿಗೆ ಬಡಿಯುತ್ತಿತ್ತು.

ಯತ್ನಟ್ಟಿ ವೆಂಕಟೇಶ ನನ್ನ ಹತ್ತಿರ ಬಂದ. ಊರಿನಲ್ಲಿ ರೇಡಿಯೋ ರಿಪೇರಿ ಅಂಗಡಿ ಇಟ್ಟುಕೊಂಡಿದ್ದಾನೆ. "ನೀನು ಹೆಂಗೆ ಮಾಡ್ತೀಯೋ ನೋಡಿ ಕಲಿತುಕೊಳ್ಳಾಣ ಅಂತ ಆವಾಗ್ನಿಂದ ಕಾಯ್ತಾ ಇದೀನಣ್ಣ... ಟಿ.ವಿ. ಬಿಸಿನೆಸ್ ಕೂಡ ಶುರು ಮಾಡಾಣಾಂತಿದೀನಿ... ಇನ್ಮುಂದೆ ಬರೀ ಅದೇ ಅಂತಲ್ಲ..." ಅಂತಂದು, ತಲೆ ಕೆರೆದುಕೊಳ್ಳುತ್ತಾ ಆತ್ಮೀಯ ನಗೆಯನ್ನು ನಕ್ಕ.

ಎಲೆಕ್ಟ್ರಾನಿಕ್ಸ್ ಲ್ಯಾಬಿನಲ್ಲಿ ಒಂದೆರಡು ಮಾನಿಟರ್‌ಗಳನ್ನು ಉಪಯೋಗಿಸಿರುವದನ್ನು ಬಿಟ್ಟರೆ ದೇವರಾಣೆಗೂ ನನಗೇನೂ ಗೊತ್ತಿದ್ದಿಲ್ಲ. ಆದರೆ ಊರಿನ ಜನರೆಲ್ಲಾ ಕುತೂಹಲದಿಂದ ನೋಡುತ್ತಿರುವಾಗ "ಗೊತ್ತಿಲ್ಲ"ವೆಂದರೆ ನನ್ನ ಮರ್ಯಾದೆಯ ಗತಿಯೇನು? "ಟಿ.ವಿ. ಬಿಚ್ಚು" ಅಂತ ವೆಂಕಟೇಶನಿಗೆ ಆದೇಶ ಕೊಟ್ಟೆ. ರೇಡಿಯೋ ಮೇಲೆ ಕೈಯಾಡಿಸಿ ಅಭ್ಯಾಸವಿದ್ದ ಅವನು ಸರಸರನೆ ಸ್ಕ್ರೂಗಳನ್ನು ಸಡಿಲ ಮಾಡಿ ಟಿ.ವಿ.ಯನ್ನು ತೆರೆದಿಡಲಾರಂಭಿಸಿದ. ನಾನು ಸ್ವಲ್ಪ ದೂರದಲ್ಲಿ ನೆಟ್ಟಗೆ ನಿಂತು ಗಮನಿಸಿದೆ. ಅದರಲ್ಲಿ ಏನಿರಬಹುದೆಂಬ ಕಲ್ಪನೆಯೂ ಇಲ್ಲದ ನಾನು ಬಗ್ಗಿ ನೋಡಿದೆ. ಸ್ಲಂಗಳನ್ನು ನೆನಪಿಸುವಂತಹ ಸಂಕೀರ್ಣವಾದ ಎಲೆಕ್ಟ್ರಾನಿಕ್ಸ್ ಸರ್ಕ್ಯೂಟುಗಳನ್ನು ನೋಡಿ ತಲೆ ಧಿಂ ಅಂತು. ಮುಂದೇನು ಮಾಡಬೇಕೆಂದು ತೋಚದೆ ಟೆಸ್ಟರ್‌ನಿಂದ ಆ ಸರ್ಕ್ಯೂಟ್‌ಗಳ ಮೇಲೆ ವಾಕಿಂಗ್ ಮಾಡಿಸಿದೆ. ತೆಂಗಿನಕಾಯಿಗೆ ಬೆರಳಿಂದ ಹೊಡೆದು ಅದರ ಗುಣಮಟ್ಟವನ್ನು ಪರೀಕ್ಷಿಸುವಂತೆ ಟೆಸ್ಟರಿನಿಂದ ಎರಡು ಬಾರಿ ಟಿಣ್ ಟಿಣ್ ಎಂದು ಟಿ.ವಿ.ಯ ತಲೆಗೆ ಹೊಡೆದೆ.

"ಗೊತ್ತಾಯ್ತೇನೋ?" ಎಂದು ಏಳನೇ ತಿಂಗಳಿನಲ್ಲಿ ಹುಟ್ಟಿದ ಅಪ್ಪ ಕೇಳಿದ. "ಹೂಂ... ಸ್ವಲ್ಪ ಸ್ವಲ್ಪ ಗೊತ್ತಾಗ್ತ ಅದೆ" ಎಂದು ನನಗೆ ನಾನೇ ಹೇಳಿಕೊಳ್ಳುವಂತೆ ಮಾತನಾಡಿದೆ. ಅಲ್ಲಿ ಇಲ್ಲಿ ಕಂಡ ಸ್ಕ್ರೂಗಳನ್ನು ಸ್ವಲ್ಪ ಗಟ್ಟಿ ಮಾಡಿದೆ. ಸರ್ಕ್ಯೂಟಿನ ಭಾಗಗಳನ್ನು ಅಲ್ಲಾಡಿಸಿದೆ. ಮುಂದೇನು ಮಾಡಬೇಕೆಂದು ಹೊಳೆಯಲಿಲ್ಲ. "ವೆಂಕಟೇಶಿ, ಪಾರ್ಟ್ಸ್ ಎಲ್ಲಾ ಸೇರಿಸು" ಎಂದೆ. "ಗೊತ್ತಾಯ್ತೇನೋ..." ಅಂತ ಅಪ್ಪ ಮತ್ತೊಮ್ಮೆ ಕೇಳಿದ. "ಹೂಂ, ಸ್ವಲ್ಪ ಲೂಜ್ ಕಾಂಟಾಕ್ಟು" ಎಂದೆ. ಅಪ್ಪ ಹೆಮ್ಮೆಯಿಂದ ಮೀಸೆ ತಿರುವಿ ಕಾಸಿಂಸಾಬರ ಕಡೆಗೆ ನೋಡಿದ. ಕಾಸಿಂಸಾಬರು

"ಅದ್ಭುತ" ಎಂಬಂತೆ ಕಣ್ಣು–ಕೈಗಳಿಂದ ಸನ್ನೆ ಮಾಡಿ ಅಪ್ಪನ ಅಹಂ ಹೆಚ್ಚಿಸಿದರು. "ಸ್ವಿಚ್ ಆನ್ ಮಾಡಲಾ ಅಣ್ಣಾ?" ಅಂತ ವೆಂಕಟೇಶಿ ದೇವರ ಮುಂದೆ ನಿಂತ ದಾಸನಂತೆ ಕೇಳಿದ. "ಸ್ವಲ್ಪ ತಡಿ" ಎಂದು ಹೇಳಿ, ಒಂದು ಕ್ಷಣ ಕಣ್ಣು ಮುಚ್ಚಿ "ತಿರುಪತಿ ತಿಮ್ಮಪ್ಪ, ಬರಿಗಾಲಲ್ಲಿ ಬೆಟ್ಟ ಹತ್ತಿ ಬಂದು ಮುಡಿ ಕೊಡ್ತೀನಿ" ಅಂತ ಭಕ್ತಿಯಲ್ಲಿ ಬೇಡಿಕೊಂಡು, "ಆನ್ ಮಾಡು" ಎಂದು ಅಪ್ಪಣೆ ಕೊಟ್ಟೆ. ಆನ್ ಮಾಡಿದ. ತಿರುಪತಿ ತಿಮ್ಮಪ್ಪ ಲಕ್ಷಣವಾಗಿ ಕೈಕೊಟ್ಟ! ಪರದೆಯ ತುಂಬ ಬರೀ ಹುಳುಗಳು!!

"ಏನು ತಪ್ಪು ಮಾಡಿದ್ಯೋ..." ಅಂತ ಅಪ್ಪ ಸರಕ್ಕನೆ ರೇಗಿದ. ಈ ಬಾರಿ ಏನೊಂದೂ ಉತ್ತರವನ್ನು ಕೊಡದೆ ಸುಮ್ಮನೆ ಘನ ಗಂಭೀರವಾಗಿ ಹುಳಗಳನ್ನೇ ಪರೀಕ್ಷೆ ಮಾಡಲಾರಂಭಿಸಿದೆ. "ರ್‍ಯಾಂಕ್ ಬಂದ ಹುಡುಗ ಅಂದ್ರೆ ಒಂದೇ ಸಲಕ್ಕೆ ಸರಿ ಮಾಡಬೇಕು... ಇದೇನಿದು" ಅಂತ ಅಪ್ಪ ಆಗಲೇ ನಿರಾಸೆಯ ಮಾತನಾಡಿಬಿಟ್ಟ. ಕಾಸಿಂಸಾಬರು "ಇರ್ಲಿ ಬಿಡಣ್ಣ, ಅವಸರ ಮಾಡಬೇಡ. ಏನೋ ರವಷ್ಟು ತಪ್ಪಾಗಿರ್ತದೆ" ಎಂದು ಸಮಾಧಾನ ಮಾಡಿದರು. ಜನರೆಲ್ಲಾ ನಾನು ಮುಂದೇನು ಮಾಡುವೆನೋ ಎಂದು ಬಿಟ್ಟ ಕಣ್ಣು ಬಿಟ್ಟಂತೆ ನೋಡುತ್ತಿದ್ದರು. "ಮತ್ತೊಮ್ಮೆ ಬಿಚ್ಚು" ಎಂದೆ. ವೆಂಕಟೇಶಿ ಬಾಳೆಹಣ್ಣು ಸುಲಿದಂತೆ ಬಿಚ್ಚಿಟ್ಟ. ಈ ಬಾರಿ ಹೊಸದಾಗಿ ಏನಾದರೂ ಮಾಡಬೇಕು, ಹಿಂದಿನದನ್ನೇ ಪುನರಾವರ್ತಿಸಿದರೆ ಜನ ಮೆಚ್ಚಲಿಕ್ಕಿಲ್ಲವೆಂದು, "ಪವರ್ ಆನ್ ಮಾಡು" ಎಂದೆ. ವೆಂಕಟೇಶಿ ಮಾಡಿದ. ಟೆಸ್ಟರ್ ಹಿಡಿದು ಎಲೆಕ್ಟ್ರಾನಿಕ್ ಸ್ಲಂ ಮೇಲೆ ಮತ್ತೊಮ್ಮೆ ಅಡ್ಡಾಡಿಸಿದೆ. ಹೋಮಕುಂಡ ಬೆಳಗಿದಂತೆ ಟೆಸ್ಟರಿನಲ್ಲಿ ಬೆಳಕು ಮೂಡಿತು. ತಕ್ಷಣ ಕೈ ಹಿಂದಕ್ಕೆ ಎಳೆದುಕೊಂಡೆ. ಎದೆ ಅಲ್ಲಾಡಿ ಹೋಯಿತು. ಕೈಕಾಲುಗಳು ಗಡಗಡ ನಡುಗಲಾರಂಭಿಸಿದವು. ಟೆಸ್ಟರನ್ನು ವೆಂಕಟೇಶಿಯ ಕೈಗೆ ಕೊಟ್ಟು, ಅಡಿಗೆ ಮನೆಗೆ ಹೋಗಿ "ಅಮ್ಮ, ಸ್ವಲ್ಪ ಒಳಗೆ ಬಾರಮ್ಮ" ಎಂದು ಕರೆದೆ. ಅಮ್ಮ ಬಂದಳು.

"ನಂಗೆ ರಿಪೇರಿ ಮಾಡಲಿಕ್ಕೆ ಬರಂಗಿಲ್ಲಮ್ಮ" ಎಂದು ಅಳುಬುರುಕು ಸ್ವರದಲ್ಲಿ ಒಪ್ಪಿಕೊಂಡೆ. ಅಮ್ಮನ ಮುಂದೆ ಎಂತಹ ಸಂಕೋಚ!

"ರ್‍ಯಾಂಕ್ ಬಂದೀ ಅಂತಲ್ಲಪ್ಪ" ಎಂದು ಅಮ್ಮ ಅಮಾಯಕಳಾಗಿ ಕೇಳಿದಳು.

"ಅಪ್ಪ ಹಿಂಗೆ ಎಲ್ಲಾ ಜನರ ಮುಂದೆ ಟಿ.ವಿ. ರಿಪೇರಿ ಮಾಡಿಸಿ ಮರ್ಯಾದೆ ಕಳೀತಾನೆ ಅಂತ ಗೊತ್ತಿದ್ರೆ ದೇವರಾಣೆಗೂ ರ್‍ಯಾಂಕ್ ಬರ್ತಿದ್ದಿಲ್ಲಮ್ಮ" ಎಂದು ಅಲವತ್ತುಕೊಂಡೆ.

"ಹೋಗಲಿ ನಿಂಗೆ ಎಷ್ಟು ಗೊತ್ತಾಗ್ತದೋ ಅಷ್ಟು ರಿಪೇರಿ ಮಾಡು. ಉಳಿದಿದ್ದು ಆಮೇಲಕ್ಕೆ ನೋಡಿಕೊಂಡರೆ ಆಗ್ತದೆ" ಎಂದಳು.

"ಎಷ್ಟೂ ಗೊತ್ತಿಲ್ಲಮ್ಮ ... ಅದರಾಗೆ ಹೈ ವೋಲ್ಟೇಜ್ ಅದೆ. ಏನಾದರೂ ತಾಕಿದರೆ ಸತ್ತೇ ಹೋಗ್ತೀನಿ" ಎಂದೆ. ಅಮ್ಮನಿಗೆ ಅಷ್ಟೇ ಸಾಕಿತ್ತು.

ಪಡಸಾಲೆಗೆ ಹೋಗಿದ್ದೇ ಎಲ್ಲರನ್ನು ಸಾಗಹಾಕಿದಳು. "ಹುಡುಗ ದಣಿದು ಬಂದಾನೆ... ಊಟ ಮಾಡಿ ಒಂದಿಷ್ಟು ಅಡ್ಡಾಗ್ತಾನೆ... ಆಮೇಲಕ್ಕೆ ಬರ್ರಿ..." ಎಂದು ಮನೆಗೆ ಕಳುಹಿಸಲಾರಂಭಿಸಿದಳು. ಯಾರಿಗೂ ಹೋಗಲು ಮನಸ್ಸಿಲ್ಲದೆ ಅಲ್ಲೇ ಉಳಿದುಕೊಂಡರು. ಅಪ್ಪ ಮಾತ್ರ "ರಿಪೇರಿ ಮಾಡಲಿಕ್ಕೆ ಏನೇ ಅವನಿಗೆ ಧಾಡಿ... ಮನಿ ಕೆಲಸ ಮಾಡಂಗಿಲ್ಲ ಅಂದರೆ ಹೆಂಗೆ?" ಎಂದು ಆವಾಜ್ ಹಾಕಿದ. "ಇಲ್ಲಿ ನೋಡ್ರಿ, ನಂಗೆ ಇರೋನು ಒಬ್ಬ. ಕಣ್ಣಾಗೆ ಬಚ್ಚಿಟ್ಟುಕೊಂಡು ಸಾಕೀನಿ. ಅವನನ್ನ ಯಾವ ಕಾರಣಕ್ಕೂ ಕಳಕೊಳ್ಳಲಿಕ್ಕೆ ನಾನು ತಯಾರಿಲ್ಲ..." ಅಂತ ಕಣ್ಣೀರಿನ ಮೆಲೋಡ್ರಾಮಾವನ್ನೇ ಅಮ್ಮ ಶುರು ಮಾಡಿಬಿಟ್ಟಳು. ಅಪ್ಪ ಮಾತ್ರ ಜನರ ಎದುರಿಗೆ ಆ ಕಣ್ಣೀರಿಗೆ ಕರಗಿದರೆ ಛಂದಾಗಿರಲ್ಲ ಅಂತ "ಆ ರ್‍ಯಾಂಕ್ ಸರ್ಟಿಫಿಕೇಟ್‌ಗೆ ಉಪ್ಪಿನಕಾಯಿ-ತೊಕ್ಕು ಹಾಕಿ ನೆಕ್ಕು ಅಂತ ಹೇಳು ನಿನ್ನ ಮಗರಾಯಗೆ. ಏನು ಸುಡುಗಾಡು ಓದು ಕಲಿಸ್ತಾರೋ ಈಗಿನ ಕಾಲದಾಗೆ. ಮುಂಡೇವಕ್ಕೆ ಎದೆ ಸೀಳಿದ್ರೆ ಎರಡು ಅಕ್ಷರ ಬರಂಗಿಲ್ಲ" ಎಂದು ಮಂತ್ರಪುಷ್ಪವನ್ನೇ ಶುರು ಮಾಡಿಬಿಟ್ಟ. ನಾನು ಮಾತ್ರ ಅಡಿಗೆ ಕೋಣೆಯಿಂದ ಹೊರಬಂದರೆ ಕೇಳಿ. ವೆಂಕಟೇಶಿ ಮತ್ತೆ ಎಲ್ಲಾ ಜೋಡಿಸಿಟ್ಟ.

ಮಾಳಿಗೆ ಮೇಲಿನಿಂದ ಅಕ್ಕನ ಧ್ವನಿ ತೂರಿ ಬಂತು. "ವೆಂಕಟೇಶಣ್ಣಾ, ಒಂದು ಸಲ ಟಿ.ವಿ. ಹಾಕಿ ನೋಡು" ಎಂದಳು. ವೆಂಕಟೇಶಣ್ಣ ಹಾಕಿದ. ಅಷ್ಟೇ! "ಆಹಾ ಮೈಸೂರು ಮಲ್ಲಿಗೆ, ದುಂಡು ಮಲ್ಲಿಗೆ..." ಎಂದು ಅಣ್ಣಾವ್ರ ಹಾಡು ಬಂದೇಬಿಟ್ಟಿತು. ಜನರೆಲ್ಲಾ ಕೇಕೆ ಹಾಕಿದರು. ನನಗೂ ಆಶ್ಚರ್ಯ. ಆದರೆ ಪೂರಾ ಹೊರಗೆ ಬಂದರೆ ಮರ್ಯಾದೆಗೆ ಧಕ್ಕೆ ಬಂದೀತೆಂದು ಹೆದರಿ, ಇಣುಕಿ ಇಣುಕಿ ನೋಡಿದೆ. ಅಕ್ಕ ಮನೆಯೊಳಗೆ ಬಂದಿದ್ದೇ ಎಲ್ಲಾ ಅವಳನ್ನು ಮುತ್ತಿಕೊಂಡರು. "ಏನು ಮೋಡಿ ಮಾಡಿದವ್ವಾ... ಏನು ಮಂತ್ರಾ ಹಾಕಿದವ್ವಾ..." ಎಂದು ಒಬ್ಬರಿಗಿಂತೊಬ್ಬರು ಮುತ್ತಿಕೊಂಡರು. ಅಕ್ಕ ತನ್ನ ಚಾಣಾಕ್ಷತನವನ್ನು ವಿವರಿಸಿದಳು. "ಟುಸ್ ಪಟಾಕಿ... ಮೊನ್ನೆ ಆಂಟೆನಾ ಕಟ್ಟಿದಾಗ ಅದರ ಮೂತಿ ಕುಮಾರಸ್ವಾಮಿ ಗುಡ್ಡದ ಕಡೀ ತಿರುಗಿಕೊಂಡಿತ್ತು. ಈವತ್ತು ಬಟ್ಟೆ ಒಣಗಿ ಹಾಕಲಿಕ್ಕೆ ಅಂತ ಹೋಗಿ ನೋಡ್ತೀನಿ, ಅದು ಕುರುಮಟ್ಟಿ ಗುಡ್ಡದ ಕಡಿ ತಿರುಗಿಕೊಂಡಿತ್ತು. ನಿನ್ನೆಯೆಲ್ಲಾ ಕೋತಿ ಮಂಗಣ್ಣ ಅದರ ಮೇಲೆ ಕುಣಿದಾಡಿ ಹೋಗಿತ್ತು. ಅದಕ್ಕೆ ಅನುಮಾನ ಬಂದು ಅದನ್ನ ಮತ್ತೆ ಕುಮಾರಸ್ವಾಮಿ ಬೆಟ್ಟದ ಕಡಿ ತಿರುಗಿಸಿಟ್ಟೆ. ಅಷ್ಟೇ!" ಎಂದು ವಿವರವನ್ನಿತ್ತಳು. ಪಡಸಾಲಿಯಲ್ಲಿ ಕುಂಬಳಕಾಯಿಯಂತೆ ಕುಳಿತ ಈ ಟಿ.ವಿ.ಯೆಂಬ ಪೆಟ್ಟಿಗೆಗೆ ಮಾಳಿಗೆಯ ಮೇಲೆ ಆಂಟೆನಾ ಎಂಬ ಸೂತ್ರಧಾರ ಇದ್ದಾನೆಂದು ನನಗೆ ಖಂಡಿತಾ ಗೊತ್ತಿದ್ದಿಲ್ಲ.

ಎಲ್ಲರೂ ಅಕ್ಕನನ್ನು ಹೊಗಳಿ ಹೊಗಳಿ, ಕನ್ನಡ ಚಿತ್ರಗೀತೆಗಳನ್ನು ನೋಡಿ ಕೊಂಡು ಮನೆಗೆ ಹೋದರು. ನಾನಂತೂ ಅಡಿಗೆ ಮನೆಯಿಂದ ಹೊರಗೆ ಬರಲಿಲ್ಲ. ಲೋಕಲ್ ಪೇಪರಿನಲ್ಲಿ ನನ್ನ ಫೋಟೋ ಹಾಕಿಸುವ ಆಸೆ ಕೈಬಿಟ್ಟೆ. ಅಪ್ಪ "ಹದಗೆಟ್ಟ ಶಿಕ್ಷಣ ಪದ್ಧತಿ" ಎಂದು ವಾಚಕರ ವಾಣಿಗೆ ಪತ್ರ ಬರೆಯದಿದ್ದೇ ನನ್ನ ಅದೃಷ್ಟ!

^^^

ಟಿ.ವಿ. ರಿಪೇರಿ ಮಾಡದಿದ್ದರೇನು? ನಾನಂತೂ ಇಂಜಿನಿಯರಿಂಗ್‌ನ ಒಟ್ಟಾರೆ ಎಲ್ಲಾ ಸೆಮಿಸ್ಟರ್‌ಗಳು ಸೇರಿ ವಿಶ್ವವಿದ್ಯಾನಿಲಯಕ್ಕೇ ಪ್ರಥಮ ರ್‍ಯಾಂಕ್ ಬಂದಿದ್ದೆ. ಮಂಗಳೂರಿನಲ್ಲಿ ಘಟಿಕೋತ್ಸವವಿತ್ತು. ತಂದೆ–ತಾಯಿಯರನ್ನೂ ಆ ಕಾರ್ಯಕ್ರಮಕ್ಕೆ ಕರೆಸಲು ಹೇಳಿದರು. ನನ್ನ ಈ ಯಶಸ್ಸನ್ನು ಅಪ್ಪನಿಗೇ ಅರ್ಪಿಸಬೇಕೆಂಬ ಬಯಕೆ ನನ್ನದಾಗಿತ್ತು. ಸಾಲ–ಸೋಲ ಮಾಡಿ, ನನಗೆ ಆರ್ಥಿಕವಾಗಿ ಒಂದಿಷ್ಟೂ ಕಷ್ಟವಿಲ್ಲದಂತೆ ನೋಡಿಕೊಂಡ ಅಪ್ಪನಿಗಲ್ಲದೆ ಈ ಯಶಸ್ಸನ್ನು ಮತ್ತಾರಿಗೆ ಅರ್ಪಿಸಲಿ? ಅವರೇ ಆ ಪ್ರಶಸ್ತಿಯನ್ನು ಪಡೆದುಕೊಂಡು, ಒಂದು ನಾಲ್ಕು ಮಾತನಾಡಬಹುದೆ ಎಂದು ವಿಶ್ವವಿದ್ಯಾಲಯಕ್ಕೆ ಕೇಳಿಕೊಂಡರೆ, ಸಂತೋಷದಿಂದ ಒಪ್ಪಿಕೊಂಡರು. ಅಪ್ಪನಿಗೂ ಹೇಳಿದೆ. "ಕಷ್ಟಪಟ್ಟು ಓದಿದವನು ನೀನು. ನಾನು ಮಾಡಿದ್ದೇನದೆ?" ಎಂದು ನಿರಾಕರಿಸಿದ. ಅಮ್ಮ ಮತ್ತು ನಾನು ಬಲವಂತ ಮಾಡಿದ ಮೇಲೆ ಒಪ್ಪಿಕೊಂಡ. ಕೇವಲ ಹದಿನೈದು ಸಾಲಿನ ಕನ್ನಡ ಭಾಷಣವನ್ನು ಅಪ್ಪನಿಗೆ ಬರೆದುಕೊಟ್ಟೆ.

ಅಮ್ಮ–ಅಪ್ಪ ಇಬ್ಬರೂ ಒಂದೆರಡು ದಿನ ಮುಂಚೆಯೇ ಕಾಲೇಜಿಗೆ ಬಂದರು. ಉಡುಪಿ ಕೃಷ್ಣ, ಧರ್ಮಸ್ಥಳದ ಮಂಜುನಾಥನನ್ನು ದರ್ಶನ ಮಾಡಿಸಿದೆ. "ಗೋಕುಲದಾಗೆ ಕೃಷ್ಣನ ಜೋಡಿ ಒಡನಾಡಿದವರಿಗೆ ಮಾತ್ರ ಉಡುಪಿ ಕೃಷ್ಣ ದರ್ಶನ ಕೊಡ್ತಾನಂತೆ. ನಾವೂ ಅವನ ಜೋಡಿ ಆಟ ಆಡೀವಿ" ಅಂತ ತುಂಬಾ ಹೆಮ್ಮೆ ಪಟ್ಟುಕೊಂಡರು. ಸಮುದ್ರವನ್ನು ಮೊದಲ ಬಾರಿಗೆ ನೋಡಿದವರು "ಅಬ್ಬಬ್ಬಾ..." ಎಂದು ಬೆರಗಾದರು. ಧರ್ಮಸ್ಥಳದ ಪ್ರಾಂಗಣದ ಕಟಾಂಜನಗಳ ಸಂದುಗಳಲ್ಲಿ ಭಕ್ತಾದಿಗಳು ಇಟ್ಟ ಹಣ, ಬೆಳ್ಳಿ, ಬಂಗಾರಗಳು ಕಳ್ಳರ ಹೆದರಿಕೆಯಿಲ್ಲದೆ ಫಳಫಳಿಸುವದನ್ನು ನೋಡಿ "ದೇವರ ಮಹಿಮಾ" ಎಂದು ಉದ್ಗರಿಸಿದರು. ಈ ತಿರುಗಾಟದಲ್ಲಿ ಅಪ್ಪನಿಗೆ ಮತ್ತೆ ಮತ್ತೆ ಹದಿನೈದು ಸಾಲು ಭಾಷಣವನ್ನು ಅಭ್ಯಾಸ ಮಾಡಿಸಿದೆ.

ಘಟಿಕೋತ್ಸವ ಕಾರ್ಯಕ್ರಮ ಶುರುವಾಗುವ ಹೊತ್ತಿಗೆಲ್ಲಾ ಅಪ್ಪ ಆತಂಕ ಗೊಂಡಿದ್ದ. "ಯಾವತ್ತೂ ಎಲ್ಲೂ ಭಾಷಣ ಮಾಡಿಲ್ಲಲ್ಲೋ..." ಎಂದು ಸಂಕಟವನ್ನು ತೋಡಿಕೊಂಡ. "ಯೋಚನಿ ಮಾಡಬೇಡ" ಎಂದು ಅಪ್ಪನ ಹೆಗಲ ಮೇಲೆ ಕೈ ಹಾಕಿ,

ಗೆಳೆಯನಂತೆ ತಬ್ಬಿಕೊಂಡು ಧೈರ್ಯ ತುಂಬಿದೆ. ನನ್ನ ಹೆಸರನ್ನು ಕರೆಯುತ್ತಲೇ ವೇದಿಕೆಗೆ ಹೋದ ನಾನು, ಅಪ್ಪ ಬರಬೇಕೆಂದು ಕೇಳಿಕೊಂಡೆ. ಅಪ್ಪ ಸಂಕೋಚದಿಂದ ದೇಹವನ್ನು ಹಿಡಿ ಮಾಡಿಕೊಂಡು ಬಂದು ಹಾರ ಹಾಕಿಸಿಕೊಂಡು ಪ್ರಶಸ್ತಿ ಪತ್ರವನ್ನು ತೆಗೆದುಕೊಂಡ. ಸಭಿಕರೆಲ್ಲರೂ ಭರ್ಜರಿ ಕರತಾಡನ ಮಾಡಿದರು. ಕ್ಯಾಮರಾಗಳು ಬೆಳಕನ್ನು ಚೆಲ್ಲಿದವು. ಹತ್ತಿರದಲ್ಲಿಯೇ ನಿಂತಿದ್ದ ನಾನೂ ಜೋರಾಗಿ ಕರತಾಡನ ಮಾಡಿ, ಅಮ್ಮನ ಕಡೆ ನೋಡಿದೆ. ಸೆರಗಿನಿಂದ ಬಾಯಿಯನ್ನು ಮುಚ್ಚಿಕೊಂಡಿದ್ದ ಅಮ್ಮ ಕಣ್ಣು ತೇವ ಮಾಡಿಕೊಂಡು ನನ್ನೆಡೆಗೆ ನೋಡಿದಳು. ನಕ್ಕೆ.

ಅಪ್ಪ ಮಾತನಾಡುತ್ತಾರೆ ಎಂದು ಹೇಳಿ ಮೈಕನ್ನು ಅವರ ಮುಂದಿಟ್ಟೆ. ಹೂವಿನ ಹಾರ ಕೊರಳಲ್ಲಿ ಹಾಕಿಕೊಂಡು, ಪ್ರಶಸ್ತಿ ಪತ್ರ ಕೈಯಲ್ಲಿ ಹಿಡಿದುಕೊಂಡಿದ್ದ ಅಪ್ಪ ಸಣ್ಣಗೆ ನಡುಗುತ್ತಿದ್ದ. ಕಣ್ಣಿಂದ ಧಾರಾಕಾರ ನೀರು ಬರುತ್ತಿತ್ತು. ಜೇಬಿನಿಂದ ಭಾಷಣ ಹೊರತೆಗೆದು ಓದಲು ಪ್ರಯತ್ನಿಸಿದ. ಊಹೂಂ, ಧ್ವನಿಯೇ ಬರಲಿಲ್ಲ. ಕಣ್ಣಿಂದ ಇನ್ನೊಂದಿಷ್ಟು ನೀರನ್ನು ಹರಿಸುತ್ತಾ ನನ್ನೆಡೆಗೆ ಆರ್ದ್ರವಾಗಿ ನೋಡಿದ. ಅವನ ಕೈಯನ್ನು ಗಟ್ಟಿಯಾಗಿ ಒತ್ತಿ "ಓದಪ್ಪ, ಎಲ್ಲಾರೂ ಕಾಯ್ತಾ ಇದಾರೆ" ಎಂದು ಹೇಳಿದೆ. ಆಗಲ್ಲ ಎನ್ನುವಂತೆ ತಲೆಯಲ್ಲಾಡಿಸಿದ. ಬೇರೇನೂ ಮಾಡಲು ತೋಚದೆ ನಾನೇ ಅಪ್ಪನ ಮಾತುಗಳಲ್ಲಿದ್ದ ಆ ಭಾಷಣ ಓದಿದೆ. ನಾನು ಓದುವಾಗ ಹೌದೆನ್ನುವಂತೆ ಪ್ರತಿ ವಾಕ್ಯಕ್ಕೂ ಗೋಣು ಹಾಕುತ್ತಿದ್ದ. ಭಾಷಣ ಮುಗಿದು ಸಭಿಕರೆಲ್ಲಾ ಕರತಾಡನ ಮಾಡಿದಾಗ, ಪ್ರಶಸ್ತಿ ಹಿಡಿದುಕೊಂಡ ಕೈಯಿಂದಲೇ ಅಪ್ಪ ಕರತಾಡನ ಮಾಡಿದ.

ವಾಪಾಸು ಮತ್ತೆ ಬಳ್ಳಾರಿಯ ಬಸ್ಸನ್ನು ಹತ್ತಿದಾಗ ಭಾವಾವೇಶಗಳೆಲ್ಲಾ ತಹಬಂದಿಗೆ ಬಂದಿದ್ದವು. ಅಮ್ಮ ಮಾತಿಗೆ ಶುರುವಿಟ್ಟಳು. "ಏನೋ ನಾಕು ಮಾತು ಆಡು ಅಂತ ಕರದ್ರೆ, ಅದೇನ್ರಿ ಹಂಗೆ ಹೆಂಗಸರಂಗೆ ಗಳಗಳ ಅತ್ತುಗೊಂತಾ ನಿಂತ್ರಿ, ನನ್ನಾದ್ರೂ ಕರೆದಿದ್ರೆ ಛಲೋತ್ತನಾಗೆ ಒಂದು ದೇವರನಾಮ ಹೇಳ್ತಿದ್ದೆ" ಎಂದು ಕೆಣಕಿದಳು. ಅಪ್ಪ ಸಿರ್ ಎಂದು ಸಿಡುಕಿದ. "ದೇವರನಾಮ ಹಾಡಲಿಕ್ಕೆ ಅಲ್ಲೇನು ಜನ ಭಜನಿ ಮಾಡಲಿಕ್ಕೆ ಸೇರಿದ್ರು ಅಂದ್ಕೊಂಡಿದ್ದೇನೆ? ಸಾವಿರಾರು ಕಣ್ಣುಗಳು ನನ್ನೇ ನೋಡಿಕೊಂತ ಚಪ್ಪಾಳಿ ಹೊಡೀತಿದ್ರೆ, ನಾನಾಗಲಿಕ್ಕೆ ಬರೀ ಕಣ್ಣೀರು ಹಾಕ್ಕೊಂತಾ ನಿಂತಿದ್ದೆ. ನೀನಾಗಿದ್ರೆ ಒಂದೂ ಎರಡೂ ಅಲ್ಲೇ ಮಾಡ್ಕೊಳ್ತಿದ್ದಿ" ಎಂದು ತಿರುಗೇಟು ಕೊಟ್ಟ.

^^^

ನಾನು ಕೆಲಸಕ್ಕೆ ಸೇರಿದ ಐದಾರು ವರ್ಷಕ್ಕೆ ಅಪ್ಪ ಕೊನೆಯುಸಿರೆಳೆದ. ಊಟ ಮಾಡುತ್ತಾ ಕುಳಿತಾಗ ಅನ್ನ ಗಂಟಲಿಗೆ ಬಿದ್ದಿದ್ದೇ ನೆವವಾಗಿ ಕಣ್ಣು ತೇಲಿಸಿಬಿಟ್ಟ. ಅಮ್ಮ

ಮತ್ತು ನಾನು ಏನು ಮಾಡಲೂ ತೋಚದೆ ಅಸಹಾಯಕರಾಗಿ ನೋಡುತ್ತಿದ್ದೆವು.

ಕರ್ಮಕಾರ್ಯಗಳು ಹಂಪಿಯಲ್ಲಿ ಜರುಗಿದವು. ಜನವೋ ಜನ! ಪ್ರತಿಯೊಬ್ಬರು ಬಂದಾಗಲೆಲ್ಲಾ ಅವರ ಮುಂದೆ ಅಮ್ಮ ಅಳುತ್ತಿದ್ದಳು. ದುಃಖದ ಪರಿಸ್ಥಿತಿಗೆ ವ್ಯಂಗ್ಯವಾಗಿ ದಿನಕ್ಕೊಂದು ಸಿಹಿ ತಿನಿಸುಗಳನ್ನು ಪುರೋಹಿತರು ಮಾಡಿಸುತ್ತಿದ್ದರು. ಹಂಪಿಯ ಆ ಬಿಸಿಲಿಗೆ ದುಃಖವನ್ನು ಮೀರಿ ಭರ್ಜರಿ ಹಸಿವಾಗುತ್ತಿತ್ತು.

ಹದಿನೈದು ದಿನವಾದ ಮೇಲೆ ಎಲ್ಲರೂ ನನಗೆ ಒಂಟಿ ವಸ್ತ್ರವನ್ನು ಕೊಟ್ಟು ತಮ್ಮ ತಮ್ಮ ಊರಿಗೆ ತೆರಳಿದರು. ಊರ ಮನೆಯಲ್ಲಿ ನಾನು ಮತ್ತು ಅಮ್ಮ ಇಬ್ಬರೇ ಉಳಿದೆವು. ಅಕ್ಕನೂ ಮಕ್ಕಳ ಶಾಲೆಗೆ ತೊಂದರೆಯಾಗುತ್ತದೆಂದು ಹಿಂದಿನ ದಿನ ಹೊರಟುಹೋದಳು. ಬೆಳಿಗ್ಗೆ ಎದ್ದ ಅಮ್ಮ "ತಿಂಡಿಗೆ ಮಂಡಾಳು ವಗ್ಗರಣೆ ಮಾಡ್ತೀನಿ" ಎಂದು ಹೇಳಿ ಸ್ನಾನಕ್ಕೆ ಹೋದಳು. ಸತ್ತ ಅಪ್ಪನ ದುಃಖವೇ ನಗೆಪಾಟಲಾಗುವಂತೆ ಇಷ್ಟು ದಿನ ನಡೆದ ಆರ್ಭಟಗಳೆಲ್ಲಾ ಮುಗಿದು, ಅಮ್ಮ ಮಾಮೂಲಿನಂತೆ ತಿಂಡಿ ಮಾಡಲು ತಯಾರಾದದ್ದು ನನಗೆ ಸಮಾಧಾನ ತಂದಿತ್ತು. ಹೊಸ್ತಿಲ ಬಳಿ ಕುಳಿತು ದಿನಪತ್ರಿಕೆಯಲ್ಲಿ ತಲ್ಲೀನನಾದೆ.

ಸ್ನಾನ ಮುಗಿಸಿ ಬಂದ ಅಮ್ಮ, ಕೋಣೆಗೆ ಹೋಗಿ ಒಗೆದ ಬಟ್ಟೆಗಳನ್ನು ಹಾಕಿಕೊಂಡು ಹೊರಬಂದಳು. "ಅಂಗಡಿಗೆ ಹೋಗಿ ಮಂಡಾಳು ತೊಗೊಂಡು ಬಾ" ಎಂದಳು. "ಹಂಗೇ ಆಗಲಮ್ಮ" ಎಂದು ಪೇಪರನ್ನು ಮಡಿಸಿ, ಅಮ್ಮನ ಮುಖವನ್ನು ನೋಡಿದೆ. ಚೇಳು ಕುಟುಕಿದಂತಾಗಿ "ಅಮ್ಮಾ..." ಎಂದೆ. "ಏನೋ?" ಎಂದು ಕೇಳಿದಳು. "ಏನಿಲ್ಲ..." ಎಂದು ತಲೆಯಲ್ಲಾಡಿಸುವಾಗ ನನ್ನ ಕಣ್ಣಿಂದ ಎರಡು ಹನಿ ಜಾರಿದವು. ಅಮ್ಮನಿಗೆ ಗೊತ್ತಾಗಿಹೋಯಿತು. ಕುಸಿದು ಕುಳಿತು, ಹಣೆ ಹಣೆ ಜಜ್ಜಿಕೊಂಡು "ಕುಂಕುಮ ಹಚ್ಚಿಗೋಬಾರದು ಅನ್ನೋದು ಮರ್ತು ಹೋಯ್ತಪ್ಪ" ಎಂದು ಹೇಳಿ, ಗೋಡೆಗೆ ನೇತು ಹಾಕಿದ್ದ ಅಪ್ಪನಿಗೆ "ಎಂಥಾ ಕಷ್ಟ ತಂದಿಟ್ರಿ ನೀವು. ನನ್ನ ಕೈಲೆ ನಿಭಾಯಿಸಲಿಕ್ಕೆ ಆಗಲ್ಲ" ಎಂದು ಅತ್ತಳು. "ಕುಂಕುಮ ಇದ್ದರೆ ತಪ್ಪೇನೂ ಇಲ್ಲ ಬಿಡಮ್ಮ..." ಎಂದು ನಾನೇನೋ ತೊದಲುತ್ತಾ ಹೇಳಲು ಹೋದೆ. "ಮುಚ್ಕೋ ಬಾಯಿ" ಎಂದು ಬೈಯ್ದಳು. ಅಪ್ಪ ಮಾತ್ರ ನಗುತ್ತಿದ್ದ.

^^^

ನಮ್ಮದಲ್ಲದ ಪಾತ್ರವನ್ನು ನಿಭಾಯಿಸುವುದು ಕಷ್ಟ!

12ನೇ ಜನವರಿ 2005

ರೂಢಿ ಮರೆಯುವುದು ಕಷ್ಟ

ಬಳ್ಳಾರಿ ಜಿಲ್ಲೆಯ ಆ ಪುಟ್ಟ ಊರಿಗೆ, ನಾವು ಕಾಣದ ಬೆಂಗಳೂರು ಪಟ್ಟಣದಿಂದ ಹೊಸ ಮುಖ್ಯೋಪಾಧ್ಯಾಯರು ಬಂದಾಗ ಬೆಕ್ಕಸ ಬೆರಗಾಗಿ ಅವರನ್ನು ನಾವೆಲ್ಲಾ ನೋಡುತ್ತಿದ್ದೆವು. ಇಸ್ತ್ರಿ ನಲುಗದ ಅವರ ಬಟ್ಟೆ, ಕೆಮ್ಮಣ್ಣಿನ ಧೂಳು ತುಂಬಿದ ಊರಿನಲ್ಲಿ ಹತ್ತಿಯಷ್ಟು ಬಿಳುಪಿನ ಕರವಸ್ತ್ರದಿಂದ ಬೆವರು ಒರೆಸಿಕೊಳ್ಳುವ ಉದಾರತನ, ನಾವು ದಿನಾ ನೋಡುತ್ತಿರುವ ಅವೇ ಬೆಟ್ಟ ಗುಡ್ಡಗಳನ್ನು ನಮಗೇ ತೋರಿಸಿ "ಎಂಥಾ ಪ್ರಕೃತಿ ಸೌಂದರ್ಯ" ಎಂದು ಬೆರಗಿನಿಂದ ಹೇಳುವ ಪರಿ – ಎಲ್ಲವೂ ನಮಗೆ ವಿಶೇಷವಾಗಿದ್ದವು. ಶಾಲೆಯ ವ್ಯವಸ್ಥಾಪಕರ ಮುಂದೆ "ಈ ಶಾಲೆಯನ್ನು ಬೆಂಗಳೂರಿನ ಶಾಲೆಯ ಸಮಾನವಾಗಿ ಬೆಳೆಸುತ್ತೀನಿ" ಎಂದವರು ಶಪಥ ಮಾಡಿದ್ದರು. ಅದಕ್ಕಾಗಿ ಏನೇನೋ ಹೊಸ ಹೊಸ ನಿಯಮಗಳನ್ನು ಜಾರಿಗೆ ತರುತ್ತಿದ್ದರು.

ಒಂದು ದಿನ ಶಾಲೆಯ ಬೆಳಗಿನ ಪ್ರಾರ್ಥನೆಯ ಹೊತ್ತು. ಮಾಮೂಲಿಯಾಗಿ ನಾವು ಹೇಳುವ "ಸ್ವಾಮಿ ದೇವನೆ, ಕಾರ್ತಿಕೇಯನೆ...", "ವಂದೇ ಮಾತರಂ..." ಅನ್ನು ಶುರು ಮಾಡುವದಕ್ಕೆ ಮುಂಚೆ ಮುಖ್ಯೋಪಾಧ್ಯಾಯರು, ಅತ್ಯಂತ ಗಂಭೀರ ಧ್ವನಿಯಲ್ಲಿ ದೆಹಲಿಯಲ್ಲಿ ಯಾರೋ ನಾಯಕರು ಸತ್ತಿರುವರೆಂದೂ, ಅವರ ಆತ್ಮಕ್ಕೆ

ಶಾಂತಿ ಕೋರುತ್ತಾ ನಾವು ಎರಡು ನಿಮಿಷ ಮೌನಾಚರಣೆಯನ್ನು ಮಾಡಬೇಕೆಂದು ಹೇಳಿ ಸದ್ದಿಲ್ಲದೆ ಸುಮ್ಮನೆ ನಿಂತುಬಿಟ್ಟರು. ದಿನಪತ್ರಿಕೆ ಓದುವ ಅಭ್ಯಾಸವೇ ಇಲ್ಲದ ನಮಗೆ ಆ ಸತ್ತ ನಾಯಕರಾರೆಂದು ಖಂಡಿತಾ ಗೊತ್ತಿರಲಿಲ್ಲ. ಆದರೆ ಅದಕ್ಕೂ ಮುಖ್ಯವಾಗಿ ನಮಗೆ ಮೌನಾಚರಣೆ ಎಂದರೆ ಏನೆಂದು ಗೊತ್ತಿರಲಿಲ್ಲ. ಏನು ಮಾಡಬೇಕೆಂದು ತಿಳಿಯದೆ ಒಬ್ಬರಿಗೊಬ್ಬರು ಗುಸುಗುಸು ಪಿಸಪಿಸ ಶುರುವಿಟ್ಟೆವು. ಬಂಡ್ರಿ ಮಾಸ್ತರರಿಗೆ ನಮ್ಮ ಸ್ಥಿತಿ ಅರ್ಥವಾಯ್ತು. "ಮೌನಾಚರಣೆ ಮಾಡೋದು ಅಂದ್ರೆ, ತುಟಿಗೆ ಬೀಗ ಜಡಕೊಂಡು, ಕಮಕ್ ಕಿಮಕ್ ಅನ್ನದಂಗೆ ಸುಮ್ಮಕ ಎರಡು ಮಿನೀಟು ನಿಂತುಗೊಂಬೋದು. ಇಕಾ, ಈಗ ಶುರು..." ಅಂತ ಹೇಳಿ ಕಂಬ ನಿಂತಂಗೆ ನಿಂತುಬಿಟ್ಟರು. ನಾವೂ ಸುಮ್ಮನೆ ನಿಂತೆವು.

ವಿಚಿತ್ರ ಮೌನವೊಂದು, ಯಾವತ್ತೂ ಗಲಗಲವೆನ್ನುತ್ತಿರುವ ಶಾಲೆಯಲ್ಲಿ ಅಪರಿಚಿತ ವಾಸನೆಯನ್ನು ಹಬ್ಬಿಸಿತು. ಅಂತಹ ಮೌನದ ಪರಿಚಯವೇ ಇಲ್ಲದ ನಮಗೆ ಅದೊಂದು ತಮಾಷೆಯ ಪ್ರಸಂಗದಂತೆ ಭಾಸವಾಗಿ ಮುಂದೆ ನಿಂತವನ ಚಣ್ಣ ಎಳೆಯುವುದು, ಪಕ್ಕಕ್ಕೆ ನಿಂತವನ ಕೈ ಚಿವುಟುವುದು ಶುರು ಮಾಡಿದೆವು. ಇದಿಷ್ಟೇ ಸಾಲದೆಂಬಂತೆ ಶಾಲೆಯ ಹಿಂದಿರುವ ಮನೆಗಳ ಬೀದಿಯಲ್ಲಿ ತರಕಾರಿ ಪುಟ್ಟಿಯನ್ನು ಹೊತ್ತು ಮಾರುವ ಅಂಬಕ್ಕ "ಮೆಂತೆ ಪಲ್ಯ, ರಾಜಗಿರಿ ಪಲ್ಯ, ಪನಕುನ ಪಲ್ಯ, ಸಬ್ಬಾಕ್ಸಿ, ಕರಿಬೇವು, ಕೋತಂಬ್ರಮ್ಮೋ..." ಅಂತ ರಾಗವಾಗಿ ಕಿರುಚಿದ್ದು ಅತ್ಯಂತ ಸ್ಪಷ್ಟವಾಗಿ ನಮಗೆ ಕೇಳಿಸಿತು. ಅವಳ ತರಕಾರಿ ರಾಗಕ್ಕೆ ಪ್ರತಿಕ್ರಿಯೆ ಎನ್ನುವಂತೆ ಬೀದಿ ನಾಯಿಯೊಂದು "ಬೌ ಬೌ" ಎಂದು ಬೊಗಳಿತು. ಅದಕ್ಕವಳು "ಹಚಾ" ಎಂದು ಗದರಿದಳು. ಅವಳ ಗದರಿಕೆಯನ್ನು ಕಡೆಗಾಣಿಸಿದ ನಾಯಿ ಮತ್ತೊಮ್ಮೆ ಕೊಂಚ ಜೋರಾಗಿಯೇ "ಬೌ ಬೌ ಬೌ" ಎಂದು ಮೂರು ಬಾರಿ ಬೊಗಳಿತು. ಮೊದಲೇ ಬಳ್ಳಾರಿ ಬಿಸಿಲು, ತಲೆಯ ಮೇಲೆ ಭಾರದ ಪುಟ್ಟಿ, ಚೌಕಾಸಿ ವ್ಯಾಪಾರದ ಮಂದಿ – ಇವೆಲ್ಲಾ ಸಾಲದೆಂಬಂತೆ ಈ ಪುಟಗೋಸಿ ನಾಯಿಯ ಗಲಾಟೆ. ಸಿಟ್ಟು ಕೆರಳದಿದ್ದೀತೆ? "ನಿನ್ನಪ್ಪನ, ನನ್ನ ಗಂಡನೇ ನಂಗೆ ಎದುರು ನಿಂತು ಮಾತಡಂಗಿಲ್ಲ, ನೀನು ಯಾವನಲೆ ನನ್ನ ನೋಡಿ ಬೊಗುಳೋಕೆ..." ಎಂದಿದ್ದೇ ಪುಟ್ಟಿಯಿಂದ ಬೀಟ್‌ರೂಟ್ ಗಡ್ಡೆಯೊಂದನ್ನು ತೆಗೆದು ಗುರಿಯಿಟ್ಟು ಹೊಡೆದಳು. ಅದು ಕಯ್ಯೋ ಕುಯ್ಯೋ ಎಂದು ಕಿರುಚಿಕೊಂಡು ಓಡಿಹೋಯ್ತು.

ನಡೆದ ಘಟನೆಯ ಮಾತುಗಳೆಲ್ಲಾ ನಮಗೆ ಸ್ಪಷ್ಟವಾಗಿ ಕೇಳಿಸಿದವು. ಸುಮ್ಮನಿರುವದಾಗಲಿಲ್ಲ. ಸುಭಾನಿ ಕಿಸಕಿಸನೆ ನಗುವದನ್ನು ಶುರುಮಾಡಿಬಿಟ್ಟ. ಪಟಾಕಿಗಳ ಸರದಲ್ಲಿ ಒಂದು ಸಿಡಿದ ಮೇಲೆ ಉಳಿದದ್ದು ಸಿಡಿಯಲು ಅದೆಷ್ಟು ಹೊತ್ತು ಬೇಕು? ನಾವೂ ನಗಲು ಶುರು ಮಾಡಿದೆವು. ಸತ್ತ ನಾಯಕರಿಗೆ

ಶ್ರದ್ಧಾಂಜಲಿ ಅರ್ಪಿಸಲು ನಿಂತ ಎಲ್ಲಾ ಹುಡುಗರು ಹತ್ತಿಕ್ಕಲಾರದಂತೆ ನಗಲಾರಂಭಿಸಿದರು. ಮುಖ್ಯೋಪಾಧ್ಯಾಯರನ್ನು ಹೊರತುಪಡಿಸಿ ಉಳಿದ ಮಾಸ್ತರರೂ ಕಿಸಿಯಲಾರಂಭಿಸಿದರು. ಎರಡು ನಿಮಿಷವೆಂಬುವ ಎರಡು ಯುಗಗಳು ಮುಗಿಯುವದರೊಳಗೆ ಇಡೀ ಗುಂಪು ನಗೆಗಡಲಿನಲ್ಲಿ ತೇಲಿ ಹೋಗಿತ್ತು.

ಮುಖ್ಯೋಪಾಧ್ಯಾಯರಿಗೆ ಸಿಟ್ಟು ನೆತ್ತಿಗೇರಿತ್ತು. ಕಣ್ಣುಗಳು ಕೆಂಡ ಕಾರಲು ಶುರು ಮಾಡಿದವು. ಎರಡು ನಿಮಿಷ ಮುಗಿದಿದ್ದೇ ಪಿ.ಟಿ. ಮಾಸ್ತರರ ಕೈಯಲ್ಲಿದ್ದ ರೂಲರನ್ನು ತೆಗೆದುಕೊಂಡು ವೇದಿಕೆಯಿಂದ ಇಳಿದು ಬಂದಿದ್ದೇ ಎಲ್ಲರನ್ನೂ ಮುಲಾಜಿಲ್ಲದೆ ಅಟ್ಟಿಸಿಕೊಂಡು ಹೊಡೆಯಲು ಶುರು ಮಾಡಿದರು. ಮೈ, ಮುಖ, ಕುಂಡಿ, ಕೈ, ಕಾಲೆಂದು ನೋಡದೆ ಮನಸ್ಸಿಗೆ ಬಂದಂತೆ ಹೊಡೆಯಲು ಶುರುವಿಟ್ಟರು. ನನಗೂ ಬೆನ್ನಿನ ಮೇಲೆ ಬಾಸುಂಡೆ ಬರುವಂತೆ ಹೊಡೆತ ಬಿತ್ತು. 'ಅಯ್ಯಯಮ್ಮೋ...' ಎಂದು ನೋವಿನಿಂದ ಕಿರುಚಿದೆ. ನಾವೆಲ್ಲರೂ ಸಭೆಯಿಂದ ಓಡಿ ಹೋಗಲು ಮೊದಲಿಟ್ಟೆವು. ಬಾಗಿಲ ಬಳಿ ಗದ್ದಲದಿಂದ ಒಬ್ಬರ ಮೇಲೊಬ್ಬರು ಬಿದ್ದುಬಿಟ್ಟೆವು. ಕೆಲವರು ನಮ್ಮ ಮೇಲೇ ಓಡಿ ಹೋದರು. ಎಲ್ಲಾ ಕಡೆಯಿಂದಲೂ ಕಿರುಚಾಟ, ಚೀರಾಟ ಶುರುವಾಯ್ತು. ಇಷ್ಟೆಲ್ಲಾ ಆದರೂ ಮುಖ್ಯೋಪಾಧ್ಯಾಯರ ಕೋಪ ಮಾತ್ರ ಇಳಿಯಲಿಲ್ಲ. ಸುಭಾನಿಯನ್ನು ಓಡಾಡಿಸಿ ಹೊಡೆದರು. ಎತ್ತರ-ದಪ್ಪಕ್ಕಿದ್ದ ಸುಭಾನಿ ಅವರು ಹೊಡೆಯುವದನ್ನು ವಿರೋಧಿಸಿದ. ಅದರಿಂದ ಇನ್ನಷ್ಟು ಕೆರಳಿದ ಮುಖ್ಯೋಪಾಧ್ಯಾಯರು ಅವನನ್ನು ದನಕ್ಕೆ ಬಡಿದಂತೆ ಬಡಿದರು. ತುಟಿ ಒಡೆದು ರಕ್ತ ಬರಲಾರಂಭಿಸಿತು. ಕೊನೆಗೆ ರೂಲರ್ ಮುರಿದುಹೋಯ್ತು. ಮುಖ್ಯೋಪಾಧ್ಯಾಯರು ಕೈಯಲ್ಲಿದ್ದ ತುಂಡನ್ನು ನಮ್ಮೆಡೆಗೆ ಒಗೆದು "ಹಳ್ಳಿ ಹೆಡ್ಡರಾ, ನೀವು ಯಾವತ್ತೂ ಉದ್ಧಾರ ಆಗಲ್ಲ" ಎಂದು ಉಗಿದು, ತಮ್ಮ ರೂಮಿಗೆ ಬಿರುಸು ನಡಿಗೆಯಲ್ಲಿ ಹೊರಟು ಹೋದರು.

ಮೊದಲ ಪೀರಿಯಡ್ಡೇ ಬಂತ್ರಿ ಮಾಸ್ತರರದಿತ್ತು. ಕುಮಾರವ್ಯಾಸನ ಪದ್ಯ. ಅದರ ಹೆಸರನ್ನು ಬೋರ್ಡಿನ ಮೇಲೆ ಬರೆದರು. ಪುಸ್ತಕವನ್ನು ತೆರೆದು ಮೊದಲ ಸಾಲನ್ನು ಓದಿದರಷ್ಟೇ! ಮತ್ತೆ ಮುಂದುವರೆಸಲಾಗದೆ ಆ ಪುಸ್ತಕವನ್ನು ಮುಚ್ಚಿ ಟೇಬಲಿನ ಮೇಲೆ ಒಗೆದು "ತಿಳಿಗೇಡಿ ಸೂಳೆಮಗನ್ನ ತಂದು..." ಎಂದು ಸಿಟ್ಟಿನಿಂದ ಕೂಗಿ, ಕುರ್ಚಿಯಲ್ಲಿ ಕುಳಿತುಬಿಟ್ಟರು. ಒಂದೆರಡು ಕ್ಷಣ ಬಿಟ್ಟು, ನಮ್ಮೆಡೆಗೆ ಕೈ ಮುಗಿದು "ನಮ್ಮದು ತಪ್ಪಾಗ್ಯದೋ ಹುಡುಗರ‍್ರಾ... ಕ್ಷಮ ಮಾಡರಿ" ಎಂದು ಹೇಳಿ ಕಣ್ಣಿಂದ ಎರಡು ಹನಿ ನೀರು ಹಾಕಿದರು. ನಮಗೆಲ್ಲರಿಗೂ ಅಳು ಬಂದುಬಿಟ್ಟಿತು. ಸುಭಾನಿ ಎದ್ದು ನಿಂತು "ನಂದೂ ತಪ್ಪಾಗ್ಯದೆ ಮಾಸ್ತರೆ... ಇನ್ನು ಮುಂದೆ ಹಂಗೆ ನಗಂಗಿಲ್ಲ ಸಾರ್..." ಎಂದು ಹೇಳಿದ. ನಾವೆಲ್ಲಾ ಬಂತ್ರಿ ಮಾಸ್ತರರನ್ನು ನೋಡುತ್ತಾ

ಕುಳಿತುಬಿಟ್ಟೆವು. ಯಾರಿಗೂ ಮಾತು ಬೇಕಿರಲಿಲ್ಲ. ಎರಡು ನಿಮಿಷದ ಮೌನಾಚರಣೆ
ಯಾವುದೇ ಅಡೆತಡೆಯಿಲ್ಲದಂತೆ ನಡೆಯಿತು. ಹೊರ ಪ್ರಪಂಚದ ಯಾವುದೇ
ಘಟನೆ ನಮ್ಮ ಮೌನಾಚರಣೆಯನ್ನು ಭಂಗ ಮಾಡಲು ಸಾಧ್ಯವಿರಲಿಲ್ಲ.

ಆ ರಾತ್ರಿಯೇ ಮುಖ್ಯೋಪಾಧ್ಯಾಯರು ಊರು ಬಿಟ್ಟು ಹೊರಟು ಹೋದರು.

^^^

ಕಾಳಮ್ಮ ಬೀದಿಯ ತಿರುವಿನಲ್ಲಿನ ಪುಟ್ಟ ಮನೆಯಲ್ಲಿ ರಾಗಮ್ಮ ಮತ್ತು
ಬಿಂದಾಚಾರ್ಯರ ವಾಸ. ಅವರೊಬ್ಬನೇ ಮಗ ಮಾಧವ ಯಾವುದೋ ದೊಡ್ಡ
ಕೆಲಸದಲ್ಲಿ ಬೆಂಗಳೂರಿನಲ್ಲಿದ್ದ. ಇತ್ತ ಕಡೆ ತಲೆ ಹಾಕದೆ ವರ್ಷಗಳೇ ಸರಿದು
ಹೋಗಿದ್ದವು. ಅಪ್ಪ–ಅಮ್ಮನಿಗೆಂದು ಒಂದು ದಮ್ಮಡಿ ಕಾಸನ್ನೂ ಕಳುಹಿಸುತ್ತಿದ್ದಿಲ್ಲ.
ಸಂಸಾರ ನಡೆಯುವುದೇನಿದ್ದರೂ ಬಿಂದಾಚಾರ್ಯರ ಪಿಂಚಣಿ ಹಣದಲ್ಲಿ. ಜೊತೆಗೆ
ಪೌರೋಹಿತ್ಯದಿಂದ ಬರುವ ಅಲ್ಪ ಸ್ವಲ್ಪ ಹಣ ಮತ್ತು ದಾನ ಧರ್ಮದಿಂದ.

ರಾಗಮ್ಮಗೆ ಅತ್ಯುತ್ತಮವಾದ ಕಲಾಪ್ರಜ್ಞೆಯಿತ್ತು. ದೇವರ ಪೂಜೆಗೆಂದು ಹಿತ್ತಾಳೆ
ತಟ್ಟೆಯಲ್ಲಿ ಹೂಗಳನ್ನು ಜೋಡಿಸಿದರೆ, ರಂಗೋಲಿ ಹಾಕಿದಂತೆ ಸುಂದರವಾಗಿ
ಕಾಣುತ್ತಿದ್ದವು. ಸ್ವರ್ಣಗೌರಿ ಹಬ್ಬದಲ್ಲಿ ಕಳಶಕ್ಕೆ ಅಲಂಕಾರ ಮಾಡಿದರೆ, ಗೌರಿ
ಎದ್ದು ಬರುತ್ತಾಳೇನೋ ಎಂದು ಅನ್ನಿಸೋದು. ಸಂಕ್ರಾಂತಿ ಹಬ್ಬಕ್ಕೆ ಹಾಕಿದ
ಬಣ್ಣದ ರಂಗೋಲಿಯನ್ನು ನಾಯಿ–ಹಂದಿಗಳೂ ತುಳಿಯದಂತೆ ಓಡಾಡುತ್ತಿದ್ದವು.
ಮದುವೆಯ ಮನೆಯಲ್ಲಿ ವರಪೂಜೆ ಸಾಮಾನುಗಳನ್ನು ನೋಡಿಯೇ ಬೀಗರು
ಖುಷಿಯಾಗಿಬಿಡುತ್ತಿದ್ದರು. ಹೇಗೋ ಏನೋ, ನೆಮ್ಮದಿಯಲ್ಲಿ ಸಂಸಾರ
ಮಾಡಿಕೊಂಡಿದ್ದ ಈ ದಂಪತಿಗಳಿಗೆ ದೇವರು ಕಷ್ಟವನ್ನು ತಂದುಬಿಟ್ಟ. ತಾರಾನಗರದಲ್ಲಿ
ಯಾರದೋ ಮನೆಗೆ ಪೌರೋಹಿತ್ಯಕ್ಕೆಂದು ಹೋಗಿದ್ದ ಬಿಂದಾಚಾರ್ಯರು
ವಾಪಾಸು ಬರುವಾಗ ಯಾವುದೇ ಬಸ್ಸು ಸಿಗದೆ ಲೋಡನ್ನು ಹೇರಿಕೊಂಡಿದ್ದ
ಮೈನ್ಸ್ ಲಾರಿಯೊಂದನ್ನು ಹತ್ತಿದ್ದರು. ಶೋಚನೀಯ ಸ್ಥಿತಿಯಲ್ಲಿರುವ ರಸ್ತೆಯಲ್ಲಿ
ಓಲಾಡುತ್ತಾ ಸಾಗುತ್ತಿದ್ದ ಲಾರಿ, ನಾರಿಹಳ್ಳದ ತಿರುವಿನಲ್ಲಿ ಆಕಸ್ಮಿಕವಾಗಿ ಉದ್ಭವವಾದ
ಒಂದು ದೊಡ್ಡ ಕುಣಿಯೊಂದರಿಂದಾಗಿ ಹಳ್ಳದ ಆಳವಾದ ಕಣಿವೆಯಲ್ಲಿ ಉರುಳಿ
ಬಿತ್ತು. ಬಿಂದಾಚಾರ್ಯರ ಮೈಮೇಲೆ ಮ್ಯಾಂಗನೀಸ್ ಕಲ್ಲುಗಳು ಬಿದ್ದು, ಅವರ
ಮೃತ ದೇಹವನ್ನು ಹೊರತೆಗೆಯಲು ತುಂಬಾನೇ ಕಷ್ಟವಾಯ್ತು.

ರಾಗಮ್ಮಗೆ ಸುದ್ದಿ ಸಿಕ್ಕಾಗ, ಅವರು ಗೌರಿ ಹಬ್ಬಕ್ಕೆಂದು ಬಣ್ಣ ಬಣ್ಣದ ಸಕ್ಕರೆ
ಅಚ್ಚುಗಳನ್ನು ಮಾಡುತ್ತಿದ್ದರು. ವಿಷಯವನ್ನು ತಿಳಿಸಲು ಹೋದ ಗೋಪಣ್ಣ 'ಬೆ

ಬೆ ಬೆ...' ಎನ್ನುತ್ತಾ ನಿಂತರೆ, "ನೀನು ಏನೇ ಹೇಳೋದು ಇದ್ರೂ ಒಂದು ನಿಮಿಷ ತಡಕೋ, ಸಕ್ಕರಿ ಪಾಕ ಆರಿದ್ರೆ ಅಚ್ಚುಗಳು ಹಾಕಲಿಕ್ಕೆ ಬರಂಗಿಲ್ಲ" ಎಂದು ಅವರನ್ನು ನಿಲ್ಲಿಸಿ ಪಾಕವನ್ನು ಅಚ್ಚುಗಳಿಗೆ ಹೊಯ್ದರು. ಅನಂತರ ಗೋಪಣ್ಣ ಸಾವಿನ ಸುದ್ದಿ ಹೇಳಿದರು. ಹಳೆಯ ಪುಸ್ತಕವೊಂದರಿಂದ ರಾಗಮ್ಮ ತೆಗೆದುಕೊಟ್ಟ ಮಗನ ವಿಳಾಸಕ್ಕೆ ತಾರು ಕಳುಹಿಸಲಾಯ್ತು. ಆ ವಿಳಾಸದಲ್ಲಿ ಅಂಥವರು ವಾಸಿಸುವುದಿಲ್ಲವೆಂದು ತಂತಿ ವಾಪಾಸು ಬಂತು. ಎಷ್ಟು ಹೊತ್ತೆಂದು ಕಾಯಲಾಗುತ್ತದೆ? ಗೋಪಣ್ಣನೇ ಮುಂದೆ ನಿಂತು ಅಗ್ನಿ ಸಂಸ್ಕಾರ ಮಾಡಿದರು.

ರಾಗಮ್ಮ ಮತ್ತು ಬಿಂದಾಚಾರ್ಯರು ಎಲ್ಲರಿಗೂ ಬೇಕಾದ ವ್ಯಕ್ತಿಗಳಾಗಿದ್ದರು. ಊರಿನವರೇ ಹಣ ಹಾಕಿ ಬಿಂದಾಚಾರ್ಯರ ಕರ್ಮ ಕಾರ್ಯ ನಡೆಸಿದರು. ಹತ್ತನೇ ದಿನ ಕರ್ಮ ಮಾಡಿಸಿದ ಆಚಾರ್ಯರು ಗೋಪಣ್ಣನನ್ನು ಸೂಕ್ಷ್ಮವಾಗಿ "ಬಿಂದಾಚಾರ್ಯರು ದೊಡ್ಡ ಆಚಾರ್ಯ ಮನೆತನದವರು. ದೇವರ ಪೂಜಿ ಮಾಡದೆ ಬಾಯಾಗೆ ನೀರು ಹಾಕಿದವರಲ್ಲ" ಎಂದು ಪೀಠಿಕೆ ಹಾಕಿ, "ಈಗ ರಾಗಮ್ಮ ಮಡಿ ಆಗಬೇಕು ಅಂತ ಆಲೋಚನಿ ಅದೇನು? ಹಂಗಿದ್ರೆ ಕ್ಷೌರದವನ್ನ ಕರಸಬೇಕಾಗ್ತದೆ" ಎಂದರು. ಗೋಪಣ್ಣಗೆ ಎಂಥಹದೋ ಸಂಕಟವಾಗಿ "ಅದೆಲ್ಲಾ ಏನೂ ಬೇಡ" ಎಂದು ಹೇಳಿಬಿಟ್ಟರು. "ನಿಮ್ಮಿಷ್ಟ" ಅಂತ ಆಚಾರ್ಯರು ಎದ್ದು ಹೋದರು.

ಕೋಣೆಯಲ್ಲಿ ಇನ್ನೂ ಕುಂಕುಮ, ಹಸಿರು ಬಳೆಗಳನ್ನು ತೊಟ್ಟು ಕುಳಿತಿದ್ದ ರಾಗಮ್ಮ ಗೋಪಣ್ಣನನ್ನು ಒಳಗೆ ಕರೆದಳು. "ಗೋಪಣ್ಣ, ಮಡಿ ಆಗಿಬಿಡ್ತೀನಿ. ನಾಲ್ಕು ಮನಿ ಮಡಿ ನೀರು, ಅಡಿಗಿ ಮಾಡಿಯನ್ನಾ ಹೊಟ್ಟಿ ಹೊರಕೋತೀನಿ. ಸಕೇಶಿ ಆಗಿ ಉಳಿದೆ ಅಂದ್ರೆ ಯಾರೂ ಹತ್ತಿರ ಸೇರಸಂಗಿಲ್ಲ. ನನ್ನ ಜೀವನ ಹೆಂಗೆ ನಡಿಬೇಕೇಳು? ಕಲ್ಲುಮನಸ್ಸು ಮಾಡಿಕೊಂಡು, ಕ್ಷೌರದವನಿಗೆ ಬರಲಿಕ್ಕೆ ಹೇಳು. ಕೂದಲಿಗಿಂತಾ ಹೊಟ್ಟಿ ಮುಖ್ಯ" ಎಂದು ತಿಳಿ ಹೇಳಿದಳು. ಕಣ್ಣಲ್ಲಿ ತೆಳುವಾದ ನೀರಿನ ಪಸೆಯೊಂದಿಗೆ "ನೀ ಹೇಳೋದರಾಗೂ ಅರ್ಥ ಅದೆ" ಎಂದು ಗೋಪಣ್ಣ ಹೊರಗೆ ಬಂದರು.

ಮಧ್ಯಾಹ್ನಕ್ಕೆಲ್ಲಾ ಕಾಸಿಂಸಾಬರು ಗೋಪಣ್ಣನನ್ನು ಹುಡುಕಿಕೊಂಡು ಬಂದರು. ಮರೆಗೆ ಗೋಪಣ್ಣನನ್ನು ಕರೆದು "ಬ್ಯಾಂಕಿನಿಂದ ಬರ್ತಾ ಇದೀನಿ. ಬಿಂದಾಚಾರ್ಯರ ಪಿಂಚಣಿನಾಗೆ ಅರ್ಧದಷ್ಟು ರಾಗಮ್ಮಗೆ ಕೊಡ್ತಾರೆ. ಜಾಸ್ತಿ ಹಣ ಅಲ್ಲ ಅನಕೋ, ಊಟಕ್ಕೆ ಸಾಕಾಗಲ್ಲ ಅಂದರೂ ಉಪ್ಪಿನಕಾಯಿಗೆ ಬರ್ತದಲ್ಲಾ? ಹೆಂಗನ್ನಾ ಮಾಡಿ ಈವಾಗಲೇ ಅರ್ಜಿ ತುಂಬಿಸಿ ಬಿಡಾಣ" ಎಂದು ಅವಸರಿಸಿದರು. ಗೋಪಣ್ಣಗೆ ಈ ಹೊತ್ತಿನಲ್ಲಿ ಸರಕಾರಿ ಕೆಲಸಗಳಿಗೆ ಕೈ ಹಾಕುವದರಲ್ಲಿ ಆಸಕ್ತಿಯಿರಲಿಲ್ಲ. ಆದರೆ ಕಾಸಿಂಸಾಬರು ಒಂದೇ ಸವನೆ ಅವಸರ ಮಾಡಿದರು. "ಈಗಂದ್ರೆ ಜನಕ್ಕೆ ಅನುಕಂಪ ಇರ್ತದೆ. ಕೆಲಸ ಸುಸೂತ್ರ ಮಾಡಿ ಕೊಡ್ತಾರೆ. ಎರಡು ದಿನ ಬಿಟ್ರೆ ಕೆಲಸ ಮಾಡಿ

ಕೊಡಲಿಕ್ಕೆ ಇನ್ನಿಲ್ಲದಂಗೆ ಸತಾಯಿಸ್ತಾರೆ. ಈಗಲೇ ಅರ್ಜಿ ಹಾಕಿ ಬಿಡಾಣ" ಎಂದರು. ಗೋಪಣ್ಣ ಒಪ್ಪಿಕೊಂಡರು.

ಅರ್ಧ ಗಂಟೆಯಲ್ಲಿ ಕಾಸಿಂಸಾಬರು ಸಂಗಂ ಫೋಟೋ ಸ್ಟುಡಿಯೋದ ಕೊಮ್ಮಣ್ಣನನ್ನು ಕರೆದುಕೊಂಡು ಬಂದುಬಿಟ್ಟರು. ಅರ್ಜಿಗೆ ರಾಗಮ್ಮನ ಇತ್ತೀಚಿನ ಫೋಟೋ ಬೇಕಿತ್ತು. ಕೊಮ್ಮಣ್ಣ ಹೊರಗೆ ಬೆಳಕಿರುವಲ್ಲಿಯೇ ಫೋಟೋ ಸರಿಯಾಗಿ ಬರುತ್ತದೆಂದು ಹೇಳಿದ. ಗೋಪಣ್ಣ ಕೋಣೆಯೊಳಗೆ ಹೋಗಿ ರಾಗಮ್ಮಗೆ ವಿಷಯ ತಿಳಿಸಿದ. ರಾಗಮ್ಮ "ಹಂಗೇ ಆಗಲಪ್ಪ" ಎಂದು ಹೊರಗೆ ಬಂದಳು. ಬೆಳಿಗ್ಗೆ ಬಳೆ, ಕುಂಕುಮ, ಕೂದಲನ್ನು ತೆಗೆಯಲಾಗಿತ್ತು. ಹಜಾಮ ಅವಸರದಲ್ಲಿ ಕೂದಲು ತೆಗೆಯುವಾಗ ಗಾಯವಾಗಿ, ಸ್ವಲ್ಪ ರಕ್ತ ತಲೆಯ ಮೇಲೆ ಹಾಕಿಕೊಂಡಿದ್ದ ಕೆಂಪು ಸೀರೆಯನ್ನು ಒದ್ದೆ ಮಾಡಿತ್ತು.

ಕೊಮ್ಮಣ್ಣ ತನ್ನ ಕೆಮರಾವನ್ನು ಸಿದ್ಧಪಡಿಸಿಟ್ಟುಕೊಂಡಿದ್ದ. ಅದಕ್ಕೆ ಸರಿಯಾಗಿ ಎದುರಿದ್ದ ಗೋಡೆಗೆ ರಾಗಮ್ಮನನ್ನು ನಿಲ್ಲಿಸಿದ. ಆಕೆಯ ಬೆನ್ನ ಹಿಂದೆ ಬಿಳಿಯ ಬಟ್ಟೆಯೊಂದನ್ನು ಗೋಪಣ್ಣ ಮತ್ತು ಕಾಸಿಂಸಾಬರು ಅಂತರಪಟವನ್ನು ಹಿಡಿದಂತೆ ಹಿಡಿದುಕೊಂಡರು. ಕೆಮರಾಕ್ಕೆ ಹೊದಿಸಿದ ಕಪ್ಪು ಬಟ್ಟೆಯ ಒಳಗೆ ತಲೆ ತೂರಿಸಿಕೊಂಡಿದ್ದ ಕೊಮ್ಮಣ್ಣ "ಸ್ವಲ್ಪ ಈ ಕಡಿ... ಸ್ವಲ್ಪ ಆ ಕಡಿ... ತಲೆ ಮೇಲಕ್ಕೆತ್ತಬೇಕು..." ಅಂತೆಲ್ಲಾ ನಿರ್ದೇಶನ ಕೊಟ್ಟಂತೆ ರಾಗಮ್ಮ ಸಹಕರಿಸಿದಳು. ಫೋಟೋ ಕ್ಲಿಕ್ಕಿಸುವಾಗ ಯಾರೂ ನಿರೀಕ್ಷಿಸದ ಘಟನೆಯೊಂದು ನಡೆಯಿತು. ಕಪ್ಪು ಬಟ್ಟೆಯೊಳಗೆ ತಲೆ ತೂರಿಸಿದಂತೆಯೇ ಕೊಮ್ಮಣ್ಣ "ಎಲ್ಲಾ ರೆಡಿ... ಒಂಚೂರು ನಗಬೇಕಮ್ಮ..." ಎಂದು ಒದರಿದ. ರಾಗಮ್ಮ ಬಾಯಿ ತುಂಬಾ ನಕ್ಕಳು! ಕೆಮರಾ ದೃಶ್ಯವನ್ನು ಸೆರೆ ಹಿಡಿದುಬಿಟ್ಟಿತು!!

ಮರುದಿನ ಗೋಪಣ್ಣ ಅರ್ಜಿಯ ಜೊತೆಗೆ ರಾಗಮ್ಮನ ಮನೆಗೆ ಬಂದರು. ಅರ್ಜಿಯಲ್ಲಿದ್ದ ಫೋಟೋ ಆಕೆಗೆ ಕಾಣಿಸದಂತೆ ಮಡಚಿ, ಕೇವಲ ಸಹಿ ಮಾಡಬೇಕಾದ ಭಾಗವನ್ನು ಆಕೆಯ ಮುಂದೆ ಹಿಡಿದು "ದಸ್ಕತ್ತು ಹಾಕಿಬಿಡಮ್ಮ" ಎಂದರು. ರಾಗಮ್ಮ ಅರ್ಜಿಯನ್ನು ಕೈಯಲ್ಲಿ ತೆಗೆದುಕೊಂಡು, ಅದನ್ನು ಪೂರ್ತಿಯಾಗಿ ಬಿಚ್ಚಿ, ಆಕೆಯ ಫೋಟೋವನ್ನು ದಿಟ್ಟಿಸಿ ನೋಡಿ "ಗೋಪಣ್ಣ, ನಗಬೇಕು ಅಂತ ಆತ ಅಂದ ತಕ್ಷಣ, ನಗದಿದ್ದರೆ ಫೋಟೋ ಚೆನ್ನಾಗಿ ಬರಲ್ಲ ಅಂತನ್ನಿಸಿ ಬಿಟ್ಟು ನಕ್ಕುಬಿಟ್ಟೆ ನೋಡೋ... ನಂಗೆ ಮಾಡೋ ಕೆಲಸ ಎಲ್ಲಾ ಛಂದಾಗಿಯೇ ಇರಬೇಕು ಅನ್ನೋ ಸುಡುಗಾಡು ಬುದ್ಧಿ" ಎಂದು ಪೇಚಾಡಿದಳು.

^^^

ನನಗೆ ಮೊದಲ ಕೆಲಸ ಸಿಕ್ಕಿದ್ದು ದೊಡ್ಡ ಸಾಫ್ಟವೇರ್ ಕಂಪನಿಯೊಂದರಲ್ಲಿ. ಭಾರತದ ಎಲ್ಲೆಡೆ ಆಫೀಸುಗಳನ್ನು ಹೊಂದಿರುವ ಆ ಕಂಪನಿ, ಮುಲಾಜಿಲ್ಲದೆ ನನ್ನನ್ನು ಕಲಕತ್ತಾಕ್ಕೆ ವರ್ಗಾಯಿಸಿಬಿಟ್ಟಿತು. ನನ್ನ ಜೊತೆಗೆ ದಕ್ಷಿಣ ಭಾರತದ ಹತ್ತಾರು ಸಹೋದ್ಯೋಗಿಗಳನ್ನು ಕಳುಹಿಸಿಕೊಟ್ಟಿತು. ಅದೇಕೋ ಕಾಣೆ, ನಮಗೆಲ್ಲರಿಗೂ ಕಲಕತ್ತಾದ ಬಗ್ಗೆ ಒಳ್ಳೆಯ ಅಭಿಪ್ರಾಯವಿರಲಿಲ್ಲ. ಯಾರಿಗೂ ಹೋಗಲು ಮನಸ್ಸಿರಲಿಲ್ಲ. ಏನೇನೋ ನೆಪ ಕೊಟ್ಟರೂ ಮ್ಯಾನೇಜ್‌ಮೆಂಟ್ ಜಪ್ಪಯ್ಯ ಎನ್ನಲಿಲ್ಲ.

ಬೇರೆ ದಾರಿಯಿಲ್ಲದೆ ಹೊರಟು ನಿಂತೆವು. ಹೌರಾ ರೈಲ್ವೇ ನಿಲ್ದಾಣ ಹೂಗ್ಲಿ ನದಿಯ ದಂಡೆಯ ಮೇಲಿದೆ. ದೊಡ್ಡ ಪಾತ್ರದ ಈ ನದಿಯನ್ನು ದಾಟಿದರೆ ಕಲಕತ್ತಾ ನಗರಕ್ಕೆ ಪ್ರವೇಶ ಮಾಡಬಹುದು. ಈ ನದಿಯನ್ನು ದಾಟಲು ಒಂದು ಹಳೆಯ ಸೇತುವೆಯಿದೆ. "ಹೌರಾ ಸೇತುವೆ" ಎಂದು ಇದಕ್ಕೆ ಹೆಸರು. ಜಗತ್ತಿನ ಅತ್ಯಂತ ಸಂಚಾರ ನಿಬಿಡವಾದ ಸೇತುವೆಯಿದೆಂದು ಹೇಳುತ್ತಾರೆ. ಸಾವಿರಾರು ಜನರು ಈ ಸೇತುವೆಯನ್ನು ಬಳಸುತ್ತಾರಾದ್ದರಿಂದ ಇಲ್ಲಿ ಯಾವಾಗಲೂ ಟ್ರಾಫಿಕ್ ಜಾಂ ಇರುತ್ತದೆ. ನಮ್ಮ ಟ್ಯಾಕ್ಸಿ ಈ ಸೇತುವೆಯನ್ನು ದಾಟಲು ಸುಮಾರು ಎರಡು ಗಂಟೆ ತೆಗೆದುಕೊಂಡಿತು. ಅಂತಹ ಟ್ರಾಫಿಕ್ ನೋಡೇ ಇಲ್ಲದ ನಮಗೆ ಈ ನಿಧಾನಗತಿ ತಲೆನೋವನ್ನು ತಂದಿದ್ದಲ್ಲದೆ, ಟ್ಯಾಕ್ಸಿ ಓಡದಿದ್ದರೂ ಮೀಟರ್ ಓಡುತ್ತಿರುವುದು ನುಂಗಲಾರದ ತುತ್ತಾಗಿತ್ತು.

ಒಂದೆರಡು ದಿನದಲ್ಲಿ ಕಲಕತ್ತಾಕ್ಕೆ ಹೊಂದಿಕೊಂಡ ಮೇಲೆ, ಅಲ್ಲಿಯ ಸಹೋದ್ಯೋಗಿಯೊಬ್ಬರು ನಮಗೆ ಒಂದು ವಿಷಯವನ್ನು ತಿಳಿಸಿದರು. ಹೂಗ್ಲಿ ನದಿಯನ್ನು ದಾಟಲು ಹೌರಾ ಸೇತುವೆಯನ್ನೇ ಬಳಸಬೇಕೆಂದಿಲ್ಲ. ಸಾಕಷ್ಟು ಹಡಗುಗಳು ನಮ್ಮನ್ನು ಆ ದಂಡೆಯಿಂದ ಈ ದಂಡೆಗೆ ಕೇವಲ ಐದೇ ನಿಮಿಷದಲ್ಲಿ ದಾಟಿಸುತ್ತವೆ. ಅದಕ್ಕೆ ನಾವು ಕೊಡಬೇಕಾದ ಹಣ ಕೇವಲ ಒಂದು ರೂಪಾಯಿ ಮಾತ್ರ. ನಮಗೆಲ್ಲಾ ಈ ಸಮಾಚಾರ ತುಂಬಾ ಖುಷಿ ಕೊಟ್ಟಿತು. ವಾರಾಂತ್ಯಕ್ಕೆ ಅಲ್ಲಿಗೆ ಹೋಗಿ ಹೂಗ್ಲಿ ನದಿಯನ್ನು ಹಡಗಿನಲ್ಲಿ ದಾಟಿಯೇಬಿಟ್ಟೆವು! ಒಂದು ರೂಪಾಯಿ, ಐದು ನಿಮಿಷದಲ್ಲಿ ಗುರಿ ಸಾಧಿಸಿದ್ದಕ್ಕೆ ನಾವೆಲ್ಲಾ ಬಹಳ ಹಿಗ್ಗಿಬಿಟ್ಟೆವು. ಅಂದಿನಿಂದ ರೈಲ್ವೇ ನಿಲ್ದಾಣಕ್ಕೆ ಹೋಗಬೇಕಾದಾಗಲೆಲ್ಲಾ ಹಡಗನ್ನು ಬಳಸುತ್ತಿದ್ದೆವು. ಊರಿಂದ ಯಾರಾದರೂ ಬರುವವರಿದ್ದರೆ ಅವರಿಗೂ ಈ ಉಪಾಯವನ್ನು ತಪ್ಪದೆ ತಿಳಿಸುತ್ತಿದ್ದೆವು. ಮತ್ತೆಂದೂ ಹೌರಾ ಸೇತುವೆ ಮೇಲೆ ನಾವು ಪ್ರಯಾಣ ಮಾಡಲೇ ಇಲ್ಲ.

ವರ್ಷ ಉರುಳುವದರಲ್ಲಿ ನಮಗೆ ಕಲಕತ್ತಾ ಇಷ್ಟವಾಗತೊಡಗಿತು. ಸೀದಾ-ಸಾದಾ ಜನ, ಯಥೇಚ್ಛವಾಗಿ ಬಳಸಲು ನೀರು, ರುಚಿರುಚಿಯಾದ ಸಿಹಿತಿಂಡಿಗಳು, ಸುಂದರ ಹುಡುಗಿಯರು – ಮತ್ತಿನ್ನೇನು ಬೇಕು ಹೇಳಿ? ಊರನ್ನು

ಪ್ರೀತಿಸತೊಡಗಿದೆವು. ನನಗೆ ವೈಯಕ್ತಿಕವಾಗಿ ಈ ಊರು ಇಷ್ಟವಾಗಲು ಮತ್ತೊಂದು ಕಾರಣವಿತ್ತು. ನನ್ನ ಪ್ರಥಮ ವಿದೇಶದ ಪ್ರಯಾಣ ಈ ಊರಿನಲ್ಲಿಯೇ ಆಯಿತು. ಡೆನ್ಮಾರ್ಕ್ ದೇಶಕ್ಕೆ ಹೋಗಬೇಕಾಗಿ ಬಂದಾಗ ನನ್ನ ಖುಷಿಗೆ ಸೀಮೆಯೇ ಇರಲಿಲ್ಲ. ಮೊದಲ ವಿಮಾನ ಪ್ರಯಾಣಕ್ಕೆ ವಿಚಿತ್ರ ಹೆದರಿಕೆಯಿತ್ತಾದರೂ, ಗೆಳೆಯರೆಲ್ಲರೂ ಧೈರ್ಯ ತುಂಬಿದರು. ನಿಲ್ದಾಣಕ್ಕೆ ಬಂದು ನನ್ನನ್ನು ಬೀಳ್ಕೊಟ್ಟರು.

ಸುಮಾರು ಮೂರು ತಿಂಗಳ ಕಾಲ ಡೆನ್ಮಾರ್ಕಿನಲ್ಲಿದ್ದೆ. ಮತ್ತೆ ಕಲಕತ್ತಾಕ್ಕೆ ಹಿಂದಿರುಗುವಾಗ ವಿಮಾನ ಪ್ರಯಾಣದ ಭಯವಿರಲಿಲ್ಲ. ಅದಕ್ಕೆ ಬದಲು "ಫಾರಿನ್ ರಿಟರ್ನ್ಡ್" ಎಂಬ ಹೆಮ್ಮೆಯ ಗರಿಯೊಂದು ನನ್ನನ್ನು ಅಲಂಕರಿಸಿತ್ತು. ವಿಮಾನ ಪ್ರಯಾಣ ಮಾಡುವಾಗ ಪಕ್ಕಕ್ಕೆ ಕುಳಿತ ವಿದೇಶಿಯವನ ಬಳಿ ನನ್ನ ಬಗ್ಗೆ ಹೇಳಿಕೊಳ್ಳಬೇಕು ಎಂಬ ವಿಚಿತ್ರ ತುಡಿತ. ಫ್ರಾಂಕ್‌ಫರ್ಟ್‌ನಿಂದ ಕಲಕತ್ತಾಕ್ಕೆ ಹೊರಟ ವಿಮಾನ ತುಂಬಾ ತಡವಾಯ್ತು. ಸುಮಾರು ಆರು ಗಂಟೆಗಳ ಕಾಲ ಟ್ರಾನ್ಸಿಟ್‌ನಲ್ಲಿ ಕಳೆಯಬೇಕಾಯ್ತು. ಆಗ ಸೂಸನ್ ಎಂಬ ಅಮೆರಿಕನ್ ಮಹಿಳೆಯ ಪರಿಚಯವಾಯ್ತು. ಆಕೆಗೆ ಕಲಕತ್ತಾದ ಅನಾಥ ಶಿಶು ವಿಹಾರಕ್ಕೆ ಹೋಗಿ, ಅಲ್ಲಿಂದ ಅದೇ ದಿನ ಮತ್ತೆ ಬೆಂಗಳೂರಿಗೆ ಹೋಗಬೇಕಿತ್ತು. ಆಕೆಯ ಬೆಂಗಳೂರಿನ ಟಿಕೆಟ್ ಕೂಡಾ ಕಾದಿರಿಸಲಾಗಿತ್ತು. ಮುಂದಿನ ಪ್ರಯಾಣಕ್ಕೆ ತೊಂದರೆಯಾಗುತ್ತದೆಂದು ಆಕೆ ತುಂಬಾ ಆತಂಕದಿಂದಿದ್ದಳು. ನಾನು ಕಲಕತ್ತಾ ನಗರದ ವಾಸಿಯೆಂದು ಗೊತ್ತಾದ ಮೇಲೆ, ಆಕೆ ಹೋಗಬೇಕಾದ ಸ್ಥಳಕ್ಕೆ ಬೇಗನೆ ಹೇಗೆ ಹೋಗಬೇಕೆಂದು ಕೇಳಿದಳು. ನಾನು ಅತ್ಯಂತ ಉತ್ಸಾಹದಲ್ಲಿ ಅವಳಿಗೆ ಧೈರ್ಯವನ್ನು ಹೇಳಿ, ಒಂದು ಕಾಗದದಲ್ಲಿ ಹೂಗ್ಲಿ ನದಿಯ ಚಿತ್ರವನ್ನು ಬರೆದು, ಹೌರಾ ಸೇತುವೆಯನ್ನೂ ತೋರಿಸಿ, ಆಕೆ ಹಡಗನ್ನು ಹತ್ತಿ ಕಲಕತ್ತಾದ ಆ ದಂಡೆಯನ್ನು ತಲುಪಬೇಕೆಂದು ಒತ್ತಿ ಒತ್ತಿ ಹೇಳಿದೆ. ಅದರಿಂದಾಗಿ ಸುಮಾರು ಎರಡು ಗಂಟೆಗಳಷ್ಟು ಸಮಯವನ್ನು ಆಕೆ ಉಳಿಸಬಹುದೆಂದು ಹೇಳಿದಾಗ ಆಕೆ ಖುಷಿಯಾಗಿ "ಥ್ಯಾಂಕ್ಸ್" ಹೇಳಿದಳು. ಆಕೆಯ ಬಳಿ ಚಿಲ್ಲರೆ ಇಲ್ಲದಿರಬಹುದೆಂಬ ಅನುಮಾನದಲ್ಲಿ ಒಂದು ರೂಪಾಯಿ ನಾಣ್ಯವನ್ನು ಕೊಟ್ಟೆ. ಅದಕ್ಕೂ ಹೆಚ್ಚು ಖಂಡಿತಾ ಕೊಡಬಾರದೆಂದು ಹೇಳಿದೆ.

ವಿಮಾನದಿಂದ ಇಳಿದ ಮೇಲೆ ಮಾತೃಭೂಮಿಯ ಮಣ್ಣನ್ನು ಕೊಂಚ ತೆಗೆದುಕೊಂಡು ಹಣೆಗೆ ಹಚ್ಚಿಕೊಳ್ಳುವ, ಸ್ವಾಗತಿಸಲು ಬಂದ ಗೆಳೆಯರನ್ನು ಅಪ್ಪಿಕೊಂಡು ಕಣ್ಣೀರು ಹಾಕುವ ಭಾವಾವೇಶದಲ್ಲಿ ನಾನು ಮುಳುಗಿ ಹೋದದ್ದರಿಂದ ಸೂಸನ್ ಮರೆತು ಹೋದಳು. ಮನೆಗೆ ಹೋದ ಮೇಲೆ ಗೆಳೆಯರ ಜೊತೆ ಎಡೆಬಿಡದೆ ಮಾತೇ ಮಾತು! ಆ ರಾತ್ರಿ ಎಲ್ಲಾ ಗೆಳೆಯರು ಸೇರಿ ಊಟಕ್ಕೆ ಕುಳಿತಾಗ, ಮೊದಲನೆ ತುತ್ತನ್ನು ಬಾಯಿಗೆ ಇಟ್ಟಿದ್ದೆನೋ ಇಲ್ಲವೋ, ಮಿಂಚು ಹೊಳೆದಂತೆ ನನ್ನ ತಪ್ಪು

ಅರಿವಾಯ್ತು. "ಅಯ್ಯೋ..." ಎಂದೆ. ಎಲ್ಲಾ ಗೆಳೆಯರು "ಏನಾಯ್ತೋ..." ಎಂದು
ವಿಚಾರಿಸಿದರು. ಅವರಿಗೆ ಸೂಸನ್‌ಳ ವಿಚಾರವನ್ನು ತಿಳಿಸಿ, "ಪೂರ್ತಿಯಾಗಿ ರೈಲ್ವೇ
ನಿಲ್ದಾಣದಿಂದ ಅನಾಥಾಲಯಕ್ಕೆ ಹೋಗುವ ದಾರಿಯನ್ನು ಹೇಳಿಬಿಟ್ಟೆ ಕಣ್ರೋ...
ವಿಮಾನ ನಿಲ್ದಾಣದಲ್ಲಿ ಇಳಿಯುತ್ತಿದ್ದೇನೆಂಬುದು ನನಗೆ ಖಂಡಿತಾ ನೆನಪಿರಲಿಲ್ಲ..."
ಎಂದು ಪೇಚಾಡಿದೆ. ಗೆಳೆಯರೆಲ್ಲಾ ನನ್ನ ಪೆದ್ದುತನಕ್ಕೆ ಬಿದ್ದು ಬಿದ್ದು ನಕ್ಕರು. ನಾನು
ಮಾತ್ರ "ಛೆ... ಪಾಪ... ವಿಮಾನ ನಿಲ್ದಾಣದಿಂದ ಹೊರ ಬಂದು ಸೂಸನ್ ಹೂಗ್ಲಿ
ನದಿ ಹುಡುಕಿದಳೋ ಏನೋ" ಎಂದು ಪೇಚಾಡುತ್ತಲೇ ಇದ್ದೆ.

^^^

ರೂಢಿಯನ್ನು ಕಟ್ಟುವುದು ಕಷ್ಟ, ಮುರಿಯುವುದೂ ಕಷ್ಟ; ಮರೆಯುವುದಂತೂ
ಇನ್ನೂ ಕಷ್ಟ!

22ನೇ ಫೆಬ್ರವರಿ 2006

ಅತಿಥಿ ಮತ್ತು ಕೋತಿ

ನಾನು ಸಾಫ್ಟವೇರ್ ಕಂಪನಿಯೊಂದರಲ್ಲಿ ಕೆಲಸ ಮಾಡುತ್ತೇನಾದ ಕಾರಣ, ಹಲವಾರು ವಿದೇಶಿಯರನ್ನು ಭೇಟಿಯಾಗುವ ಸಂದರ್ಭ ಆಗಾಗ ಬರುತ್ತಿರುತ್ತದೆ. ಅವರು ಬೆಂಗಳೂರಿಗೆ ಬಂದಾಗ, ಕೆಲವು ದಿನ ಅವರೊಡನೆ ತಿರುಗಾಡಿ ಸ್ವಲ್ಪ ಗೆಳೆತನ ಮೂಡಿದ ಮೇಲೆ ಒಂದು ಪ್ರಶ್ನೆಯನ್ನು ತಪ್ಪದೆ ಕೇಳುತ್ತೇನೆ. "ನಮ್ಮೂರಿನಲ್ಲಿ ನಿಮಗೆ ವಿಶೇಷವಾಗಿ ಕಂಡಿದ್ದೇನು?" ಅಂತ. ನಾವು ಬದುಕುತ್ತಿರುವ ಈ ಪ್ರೀತಿಯ ಬೆಂಗಳೂರಿನಲ್ಲಿ ನಮ್ಮ ಕಣ್ಣಿಗೆ ಕಾಣದ, ಕಂಡರೂ ಅರಿವಿಗೆ ಬಾರದ ವಿಶೇಷಗಳು ಅವರಿಗೆ ಕಂಡಿರಬಹುದು ಎನ್ನುವ ಕುತೂಹಲ ನನ್ನದು. ಬಹಳಷ್ಟು ಜನ ಇಲ್ಲಿಯ ಜನಜಂಗುಳಿ, ಭಯಬೀಳಿಸುವ ಟ್ರಾಫಿಕ್, ಗಲಾಟೆಗಳ ಬಗ್ಗೆಯೇ ಗೊಣಗುತ್ತಾ ಹೇಳುತ್ತಾರಾದರೂ ಕೆಲವೊಬ್ಬರು ಅತ್ಯಂತ ವಿಶಿಷ್ಟ ಸಂಗತಿಗಳನ್ನು ತಿಳಿಸುತ್ತಾರೆ. ಮೊನ್ನೆ ಇಂಗ್ಲೆಂಡಿನಿಂದ ಬಂದಿದ್ದ ಪ್ಯಾಟ್ರಿಕ್ "ನಿಮ್ಮೂರಲ್ಲಿ ಎಷ್ಟೊಂದು ಹದ್ದುಗಳು ಆಕಾಶದಲ್ಲಿ ಹಾರಾಡುತ್ತವೆ. ಎಲ್ಲಿ ನೋಡಿದರಲ್ಲಿ ಕಾಣುತ್ತವೆ" ಎಂದು ಸಂಭ್ರಮದಿಂದ ತಿಳಿಸಿದಾಗ ನನಗೆ ಅಚ್ಚರಿ. "ಅದರಲ್ಲಿ ಅಂತಹ ವಿಶೇಷವೇನು?" ಎಂದು ಕೇಳಿದೆ. "ನಮ್ಮ ಇಡೀ ಇಂಗ್ಲೆಂಡಿನಲ್ಲಿ ಬರೀ ಏಳು ಹದ್ದುಗಳಿವೆ. ಯಾವತ್ತಾದರೂ ಅಪರೂಪಕ್ಕೆ ನಮ್ಮೂರಿನ ಆಕಾಶದಲ್ಲಿ ಒಂದು ಹದ್ದು ಕಂಡು ಬಂದರೆ ಆ ದಿನ ಊರಿನ ಜನರೆಲ್ಲಾ ಹಬ್ಬದ ಸಂಭ್ರಮದಲ್ಲಿರುತ್ತಾರೆ. ಮರುದಿನ ವೃತ್ತ ಪತ್ರಿಕೆಯ ಮುಖಪುಟದಲ್ಲಿಯೇ ಅದರ ಛಾಯಾಚಿತ್ರ ಬಂದಿರುತ್ತದೆ. ಬಾರ್, ಜಿಮ್‌ಗಳಲ್ಲಿಯೂ ಜನ ಆ ಹದ್ದಿನ ಬಗ್ಗೆಯೇ ಮಾತನಾಡುತ್ತಿರುತ್ತಾರೆ" ಎಂದು ವಿವರಿಸಿದ.

ಆಂಡಿ ಮತ್ತು ಜೆಫ್ ಬಂದಾಗ ಅವರನ್ನು ಕಬಿನಿ, ಮೈಸೂರು, ಬೇಲೂರು–ಹಳೆಬೀಡುಗಳಿಗೆಲ್ಲಾ ಸುತ್ತಿಸಿದೆವು. ವಿಮಾನ ನಿಲ್ದಾಣದಲ್ಲಿ ಬೀಳ್ಕೊಡುವಾಗ ಅದೇ ಪ್ರಶ್ನೆ ಕೇಳಿದೆ. "ನಿಮ್ಮ ದೇಶದಲ್ಲಿ ಅಲ್ಲಲ್ಲಿ ಮಣ್ಣಿನ ಕಲಾಕೃತಿಗಳು ಎಷ್ಟು ಚೆನ್ನಾಗಿವೆ" ಎಂದು ಹೊಗಳಿದರು. ನನಗೆ ಯಾವ ಮಣ್ಣಿನ ಕಲಾಕೃತಿಗಳ ಬಗ್ಗೆ ಇವರು ಮಾತನಾಡುತ್ತಿದ್ದಾರೆಂದು ಅರ್ಥವಾಗಲಿಲ್ಲ. "ಕಬನಿಯ ಬಳಿಯಲ್ಲೂ ಇದ್ದವು, ಬೇಲೂರಿಗೆ ಹೋಗುವ ರಸ್ತೆಯ ಬದಿಯಲ್ಲೂ ಇದ್ದವು. ಮೈಸೂರಿನಲ್ಲೂ ಕಂಡವು" ಎಂದರು. ನಂಗೆ ಇನ್ನಷ್ಟು ಅನುಮಾನವಾಗಿ "ಯಾರು ಮಾಡಿದ ಕಲಾಕೃತಿಗಳವು" ಎಂದೆ. "ಗೊತ್ತಿಲ್ಲ. ಆದರೆ ಅದರ ಫೋಟೋ ತೆಗೆದುಕೊಂಡಿದ್ದೇವೆ" ಎಂದು ಖುಷಿಯಲ್ಲಿ ಫೋಟೋ ತೋರಿಸಿದರು. ನನಗೆ ಫೋಟೋ ನೋಡಿ ಕೈಕಾಲಲ್ಲಿ ನಡುಕ ಬಂತು. ಹಾವಿನ ಹುತ್ತಗಳವು! ಇಬ್ಬರೂ ಅದರ ತೀರಾ ಹತ್ತಿರ ಕುಳಿತು, ಹುತ್ತದ ತೂಬಿನ ಮೇಲೆ ಕೈ ಇಟ್ಟು, ವಿವಿಧ ಭಂಗಿಯಲ್ಲಿ ಪೋಜ್ ಕೊಟ್ಟು ಫೋಟೋ ತೆಗೆಸಿಕೊಂಡಿದ್ದರು. ಅವು ನಾಗರ ಹಾವಿನ ಹುತ್ತವೆಂದು ಹೇಳಿದಾಗ ನಿಜಕ್ಕೂ ಬೆವರಲಾರಂಭಿಸಿದರು. ತಮ್ಮ ದೇಶದಲ್ಲಿ ಹಾವುಗಳೇ ಇಲ್ಲವೆಂದೂ, ಎಂದೂ ಅಂತಹ ಹುತ್ತಗಳನ್ನು ನೋಡಿಲ್ಲವೆಂದು ನಡಗುತ್ತಲೇ ಹೇಳಿದರು. ಮರುದಿನ ಬಾಸ್ ಸಂದೀಪ್ ನನ್ನನ್ನು ಛೇಂಬರ್‌ಗೆ ಕರೆಸಿ ಚೆನ್ನಾಗಿ ಉಗಿದ. "ಹಾವು ಕಚ್ಚಿ ಸತ್ತು–ಗಿತ್ತು ಹೋಗಿದ್ರೆ ಗತಿ ಏನಿತ್ತು ರ್ರೀ? ನಾನಿಲ್ಲಿ ಮಿಲಿಯನ್ ಡಾಲರ್ ಪ್ರಾಜೆಕ್ಟ್‌ನ ಕನಸು ಕಾಣ್ತಾ ಕೂತಿದಿನಿ" ಎಂದು ನಾನೇ ತಪ್ಪಿತಸ್ಥ ಎಂಬಂತೆ ದೂರಿದ. ಸುಮ್ಮನಿದ್ದೆ.

ಉತ್ತರ ಭಾರತದ ಕಡೆಯಿಂದ ಬಂದ ಸ್ಮಿತಾ ಅಗರ್‌ವಾಲ್ ಮಾತ್ರ "ಈ ಊರಾಗೆ ಕಿರಾಣಿ ಅಂಗಡಿನಾಗೆ ಬಾಳೆಹಣ್ಣು ಮಾರ್ತಾರೆ" ಎಂದು ಕಿಸಕಿಸನೆ ನಕ್ಕಳು. ದೆಹಲಿಯಲ್ಲಿ ಬಾಳೆಹಣ್ಣು ಬೇಕೆಂದರೆ ಹಣ್ಣಿನ ಅಂಗಡಿಗೇ ಹೋಗಬೇಕಂತೆ. ಇಲ್ಲಿ ಅಕ್ಕಿ–ಬೇಳೆ–ಉಪ್ಪು–ಮೆಣಸಿನಕಾಯಿಯ ಜೊತೆ ಬಾಳೆಹಣ್ಣು ಮಾರುವುದು ಅವಳಿಗೆ ತಮಾಷೆಯ ಸಂಗತಿಯಾಗಿತ್ತು. ಅವಳು ಅದಕ್ಕೆ ನಗುವುದು ನೋಡಿ ನನಗೂ ನಗು ಬಂತು. ಆದರೆ ಡೆನ್ಮಾರ್ಕಿನಿಂದ ಲಿಸ್ಸಾ ಲೊಟ್ಟೆ ಬಂದಾಗ ಮಾತ್ರ, ನಾನು ಯಾವುದೇ ಪ್ರಶ್ನೆಯನ್ನು ಕೇಳದೆ ಅವಳು ಇಲ್ಲಿಯ ವಿಶೇಷವನ್ನು ನಿರೂಪಿಸಿಬಿಟ್ಟಳು. ನಮ್ಮ ಭಾರತೀಯ ಊಟ–ತಿಂಡಿ ತುಂಬಾ ಇಷ್ಟವೆಂದು ಹೇಳಿದ್ದಕ್ಕೆ ಒಳ್ಳೆಯ ಒಂದು ರೆಸ್ಟೋರೆಂಟಿಗೆ ಅವಳನ್ನು ಕರೆದುಕೊಂಡು ಹೋದವು. ಕೊಡಿಸಿದ್ದೆಲ್ಲಾ "ಚೆನ್ನಾಗಿದೆ, ಚೆನ್ನಾಗಿದೆ" ಎನ್ನುತ್ತಾ ಒಂಚೂರೂ ಬಿಡದಂತೆ ಚಪ್ಪರಿಸಿ ತಿಂದಳು. ಕೊನೆಗೆ ಕೈ ತೊಳೆಯಲು ಫಿಂಗರ್ ಬೌಲ್‌ನಲ್ಲಿ ಬಿಸಿನೀರು ತಂದಿಟ್ಟರೆ ನಾವು ಹೇಳುವದಕ್ಕೂ ಅವಕಾಶ ಕೊಡದಂತೆ ಗಟಗಟನೆ ಕುಡಿದುಬಿಟ್ಟಳು! ನಾನೂ ಸಂದೀಪ ಬಿಟ್ಟಗಣ್ಣಲ್ಲಿ ಅವಳ ಕೆಲಸವನ್ನು ನೋಡಿದೆವು. "ಊಟ ಆದ ಮೇಲೆ ಈ ಬಿಸಿ ನೀರು ಏಕೆ

ಕುಡಿಬೇಕು?" ಎಂದು ಕೇಳಿದಳು. ಸಂದೀಪ ನನಗೆ ಮಾತನಾಡಲು ಅವಕಾಶ ಕೊಡದೆ "ತಿಂದಿದ್ದು ಜೀರ್ಣವಾಗಲಿ ಅಂತ" ಎಂದು ಹೇಳಿ ಕೈ ತೊಳೆಯಲು ವಾಷ್‌ಬೇಸಿನ್ ಕಡೆ ನಡೆದ. ನಾನೂ ಅವನನ್ನು ಹಿಂಬಾಲಿಸಿದೆ.

ಆದರೆ ಚೀನಾ ದೇಶದಿಂದ ಬಂದ ಝಾಂಗ್‌ನ ಜೊತೆಯ ನನ್ನ ಅನುಭವ ಮಾತ್ರ ವಿಶಿಷ್ಟವಾದದ್ದು. ತುಂಬಾ ದೊಡ್ಡ ಪ್ರಾಜೆಕ್ಟ್‌ನ ಆಸೆಯನ್ನು ಸಂದೀಪನಿಗೆ ಹತ್ತಿಸಿದ್ದ. ಇನ್ನು ಕೇಳಬೇಕೆ? ನಾನೇ ಸ್ವತಃ ಅವನನ್ನು ವಾರಾಂತ್ಯದಲ್ಲಿ ಯಾವುದಾದರೂ ಆಸಕ್ತಿಯುತ ಸ್ಥಳಕ್ಕೆ ಕರೆದುಕೊಂಡು ಹೋಗಿ ಖುಷಿಪಡಿಸಬೇಕೆಂದು ಅಪ್ಪಣೆ ಮಾಡಿದ. ನಾನು ದೊಡ್ಡಾಲದ ಮರಕ್ಕೆ ಕರೆದುಕೊಂಡು ಹೋಗುವದೆಂದು ಹೇಳಿ, ಅವನಿಗೆ ಅದರಲ್ಲಿ ಆಸಕ್ತಿ ಮೂಡಿಸುವ ಸಲುವಾಗಿ "ಅದು ಪ್ರಪಂಚದಲ್ಲಿಯೇ ಅತ್ಯಂತ ಹಳೆಯ ಮತ್ತು ದೊಡ್ಡ ಆಲದ ಮರ" ಎಂದು ಮಾಹಿತಿ ಸರಿಯಾಗಿ ಗೊತ್ತಿರದಿದ್ದರೂ ರೈಲು ಬಿಟ್ಟೆ. ಸ್ವಲ್ಪ ಆಸಕ್ತಿ ತೋರಿಸಿದ. ಅವನಿಗೆ ಇನ್ನಷ್ಟು ಆಸಕ್ತಿ ಮೂಡಿಸುವ ಸಲುವಾಗಿ "ಅಲ್ಲಿ ನೂರಾರು ಕೋತಿಗಳಿವೆ" ಎಂದೆ. ಖುಷಿಯಾಗಿಬಿಟ್ಟ. "ಕೋತಿ ಅಂದ್ರೆ ನಂಗೆ ಭಾಳ ಇಷ್ಟ. ಖಂಡಿತಾ ಹೋಗೋಣ" ಎಂದು ಗೆಲುವಿನಿಂದ ಹೇಳಿದ. ನಾನು ಕೂಡಾ "ನಂಗೂ ಕೋತಿ ಅಂದ್ರೆ ಇಷ್ಟ. ನನ್ನದು ಬಳ್ಳಾರಿ ಜಿಲ್ಲೆ. ನಮ್ಮೂರಿನಲ್ಲಿಯೂ ಸಾಕಷ್ಟು ಕೋತಿಗಳಿವೆ" ಅಂತೆಲ್ಲಾ ನಮ್ಮೂರಿನ ಕೋತಿಗಳ ಚೇಷ್ಟೆಗಳನ್ನು ಪುಂಖಾನುಪುಂಖವಾಗಿ ಹೇಳಿದೆ.

ದೊಡ್ಡಾಲದ ಮರಕ್ಕೆ ಹೋದ ಮೇಲೆ, ಅವನನ್ನು ಮರದ ಬಳಿ ಬಿಟ್ಟು, ನಾನು ಹೊರಗಡೆ ಮಾರಾಟಕ್ಕಿಟ್ಟ ಸೌತೆಕಾಯಿ, ಪೇರಲಕಾಯಿ ಕೊಂಡು, ಕಡಿಮೆ ಖಾರವನ್ನು ಹಾಕಿಸಿ, ಕೋತಿಗಳಿಗೆ ಗೊತ್ತಾಗದಂತೆ ಅಂಗಿಯಲ್ಲಿ ಮುಚ್ಚಿಟ್ಟುಕೊಂಡು ಅವನ ಬಳಿ ಹೋಗಿ "ಸೌತೆಕಾಯಿ ಬೇಕಾ? ಪೇರಲಕಾಯಿ ಬೇಕಾ?" ಎಂದು ಕೇಳಿದೆ. ಅವನು ಅವೆರಡರ ಕಡೆ ಕಣ್ಣೆತ್ತಿಯೂ ನೋಡದೆ, ಕೋತಿಗಳ ಕಡೆಗೆ ನೋಡುತ್ತಾ "ನಂಗೆ ಕೋತಿ ಬೇಕು" ಅಂದ. ನನಗೆ ಗಲಿಬಿಲಿಯಾಯ್ತು. "ಅಲ್ಲ, ತಿನ್ನೋದಕ್ಕೆ ಸೌತೆಕಾಯಿನಾ? ಪೇರಲಕಾಯಿನಾ?" ಅಂತ ಬಿಡಿಸಿ ಹೇಳಿದೆ. "ತಿನ್ನೋದಕ್ಕೇ ಹೇಳಿದ್ದು, ನಂಗೆ ಕೋತಿ ಬೇಕು. ಆಫೀಸಿನಲ್ಲಿಯೇ ನಿಂಗೆ ಹೇಳಿದ್ದೆನಲ್ಲ, ಕೋತಿ ಅಂದ್ರೆ ನಂಗಿಷ್ಟ. ಎಳೆಯ ಕೋತಿಗಳನ್ನು ನೋಡ್ತಾ ನಂಗೆ ಬಾಯಲ್ಲಿ ನೀರು ಬರ್ತಾ ಅದೆ" ಎಂದು ಸ್ಪಷ್ಟಪಡಿಸಿದ. ನಂಗೆ ಕಣ್ಣಲ್ಲಿ ನೀರು ಬರೋದು ಮಾತ್ರ ಬಾಕಿ. ಕೋತಿ ಕಂಡರೆ ಸಾಕು "ಕಾಪಾಡಪ್ಪ ಮಾರುತಿರಾಯ" ಎಂದು ಕೈ ಮುಗಿಯುವ ನಮ್ಮಮ್ಮ ನನಗೆ ನೆನಪಾದಳು. "ಹಾಗೆಲ್ಲಾ ಕೋತಿನ್ನ ತಿನ್ನಬಾರದು. ಅವು ಹನುಮಂತ ದೇವರಿದ್ದಂಗೆ" ಎಂದು ಹೇಳಿದೆ. "ಛಿ, ಛಿ, ಛಿ" ಎಂದು ನಕ್ಕು "ಅವು ಕೋತಿ, ದೇವರಲ್ಲ. ನಮ್ಮೂರಾಗೆ ಎಲ್ಲಾರೂ ತಿಂತೀವಿ" ಎಂದು ನನ್ನನ್ನು

ಪೆಕರನಂತೆ ನೋಡಿದ. ಸುತ್ತಮುತ್ತಲಿನವರು ನಮ್ಮ ಮಾತು ಕೇಳಿಸಿಕೊಂಡರೇನಪ್ಪ ಗತಿ ಎಂದು ನನಗೆ ಹೆದರಿಕೆ ಶುರುವಾಯ್ತು. "ಕೋತಿ ಹಿಡಿಯೋದಕ್ಕೆ ಆಗಲ್ಲ, ಅವು ಮರದ ಮೇಲೆ ಹತ್ತಿಕೊಂಡು ತಪ್ಪಿಸಿಕೊಳ್ತವೆ" ಎಂದು ನೆಪ ಹೇಳಿದೆ. "ಇಲ್ಲ, ನಂಗೆ ಕೋತಿ ಹಿಡಿಲಿಕ್ಕೆ ಬರ್ತದೆ. ಚಿಕ್ಕಂದಿನಲ್ಲಿ ಹಿಡಿದು ಅಭ್ಯಾಸ ಇದೆ. ನೀನು 'ಹೂಂ' ಅಂದರೆ ಸಾಕು, ಈಗ ಹಿಡಿತೀನಿ. ರಾತ್ರಿ ನಿನ್ನ ಮನೆಯಲ್ಲಿಯೇ ಅಡಿಗೆ ಮಾಡಬಹುದು" ಎಂದು ಉತ್ಸಾಹ ತೋರಿಸಿದ. ಇವನಿಗೆ ನೋಡಿದ ಪ್ರಾಣಿಗಳನ್ನು ಹಿಡಿದು ತಿನ್ನುವ ಅಭ್ಯಾಸವಿದೆ ಎಂದು ಮುಂಚೆಯೇ ಗೊತ್ತಾಗಿದ್ದರೆ ಸುಮ್ಮನೆ ಮನೆಯ ಹತ್ತಿರವಿರುವ ಬನ್ನೇರುಘಟ್ಟ ಉದ್ಯಾನವನಕ್ಕೆ ಕರೆದುಕೊಂಡು ಹೋಗಿ, ಹುಲಿಗಳನ್ನು ತೋರಿಸುತ್ತಿದ್ದೆ ಎಂದು ಪೇಚಾಡಿಕೊಂಡೆ.

ಅವನ ಕೋತಿ ತಿನ್ನುವ ಆಸೆ ಗೊತ್ತಾದರೆ ಊರವರು ನನ್ನನ್ನೂ ಸೇರಿಸಿ ಹೊಡೆಯುತ್ತಾರೆಂದು ನನಗೆ ನಡುಕ ಶುರುವಾಯ್ತು. "ಅವೆಲ್ಲಾ ಸಾಧ್ಯನೇ ಇಲ್ಲ" ಅಂತ ಹೇಳಿ, "ಈಗಲೇ ಬೆಂಗಳೂರಿಗೆ ವಾಪಾಸು ಹೋಗೋಣ ಬಾ. ನೀನು ಬರದಿದ್ದರೆ ನಾನೊಬ್ಬನೇ ಹೋಗಿ ಬಿಡ್ತೀನಿ" ಎಂದು ಮಕ್ಕಳಿಗೆ ಅಮ್ಮಂದಿರು ಹೇಳುವಂತೆ ಹೇಳಿ ಮತ್ತೆ ಮಾತನಾಡದೆ ಕಾರಿನಲ್ಲಿ ಹೋಗಿ ಕುಳಿತುಬಿಟ್ಟೆ. ಅವನು ಗೊಣಗಾಡುತ್ತಲೇ ಬಂದು ಕಾರನ್ನು ಹತ್ತಿದ. ಅವನನ್ನು ಹೋಟಲಿಗೆ ಬಿಟ್ಟು, ಮನೆಗೆ ಬಂದಾಗ ನಿಜಕ್ಕೂ ದೊಡ್ಡ ಅನಾಹುತದಿಂದ ತಪ್ಪಿಸಿಕೊಂಡು ಬಂದ ಅನುಭವವಾಗಿತ್ತು.

ಕೋತಿ ಸಿಗದಿದ್ದು ಝೂಂಗ್‌ಗೆ ತೀರಾ ಅಸಮಾಧಾನವನ್ನು ತಂದಿತ್ತು. ವಿಮಾನ ಹತ್ತುವ ಮುಂಚೆ ಸಂದೀಪನಿಗೆ ಫೋನಾಯಿಸಿ "ನಾನು ಕೇಳಿದ್ದು ಕೊಡಿಸಲಿಲ್ಲ" ಎಂದು ದೂರಿದ್ದ. ಮರುದಿನ ಬೆಳಿಗ್ಗೆ ಬೆಳಿಗ್ಗೆ ಸಂದೀಪ್ ತನ್ನ ಕೋಣೆಗೆ ಕರೆಸಿ ನನಗೆ ಮಂತ್ರಪುಷ್ಪ ಹೇಳಿ "ಕೇಳಿದ್ದು ಕೊಡಿಸಲಿಕ್ಕೆ ಏನ್ರೀ ನಿಮಗೆ ಕಷ್ಟ? ಆಫೀಸಿನ ಕ್ರೆಡಿಟ್ ಕಾರ್ಡ್ ಕೊಟ್ಟಿದ್ದೆನಲ್ಲ" ಅಂದ. "ಸಾರ್, ಕೋತಿ ಹಿಡಕೊಂಡು ತಿನ್ನತೀನಿ ಅಂದ ಸಾರ್. ಅದನ್ನು ಹೆಂಗೆ ಕ್ರೆಡಿಟ್ ಕಾರ್ಡಿನಲ್ಲಿ ಕೊಡಿಸಲಿ ಹೇಳಿ" ಎಂದೆ. ಈಗ ಸಂದೀಪನಿಗೆ ಕಕ್ಕಾಬಿಕ್ಕಿ. "ಕೋತಿ ತಿಂತೀನಿ ಅಂದನೇನ್ರಿ?" ಎಂದು ಉದ್ಗಾರವೆತ್ತಿದ. ಗಾಳಿ ಆಂಜನೇಯಸ್ವಾಮಿಯ ಕಟ್ಟಾ ಭಕ್ತನಾದ ಸಂದೀಪ ಕೋತಿ ತಿನ್ನುವ ಪಾಪ ಕಾರ್ಯಕ್ಕೆ ಒಪ್ಪುವದಿಲ್ಲವೆಂದು ನನಗೆ ನಂಬಿಕೆಯಿತ್ತು. "ಅವನ ಮನಿ ಹಾಳಾಗ. ಅದೇನ್ರಿ ಕೆಟ್ಟ ಬುದ್ಧಿ ಅವನಿಗೆ" ಎಂದು ನನ್ನನ್ನೇ ಕೇಳಿದ. "ಎಳೆಯ ಕೋತಿ ನೋಡಿದ್ರೆ ಬಾಯಾಗೆ ನೀರು ಬರ್ತದೆ ಅಂತ ಹೇಳಿದ ಸಾರ್" ಎಂದೆ. ಸಂದೀಪ್ ನಿಟ್ಟುಸಿರು ಬಿಟ್ಟು "ಪ್ರಾಜೆಕ್ಟ್ ಮನೆ ಹಾಳಾಯ್ತು ಬಿಡ್ರಿ. ಇವರ ಸಹವಾಸಾನೇ ಬೇಡ. ಆಮೇಲಕ್ಕೆ ಅವರ ಊರಿಗೆ ಹೋದಾಗ ನಮ್ಮನ್ನೇ ಹಿಡಿದು ತಿಂತೀವಿ ಅಂದಾರು" ಎಂದು ಮಂಗಳ ಹಾಡಿದ.

ಜಾನ್ ಲೀವರ್‌ಪೂಲ್ ಬಂದಾಗ ಸುಲಭದಲ್ಲಿ ಅವನನ್ನು ಖುಷಿಪಡಿಸುವ ಅದೃಷ್ಟ ಒದಗಿ ಬಂತು. ಶಾಪಿಂಗಿಗೆಂದು ಅವನನ್ನು ಕಾರಿನಲ್ಲಿ ಎಂ.ಜಿ. ರಸ್ತೆಯ ಸುತ್ತಮುತ್ತ ತಿರುಗಿಸುತ್ತಿದ್ದೆ. ಆಗ ಸಂಪಂಗಿರಾಮ ನಗರದ ಟ್ರಾಫಿಕ್ ಜಂಕ್ಷನ್‌ನಲ್ಲಿ ಕಾರನ್ನು ನಿಲ್ಲಿಸಿದಾಗ ಯಾವುದೋ ದೇವಸ್ಥಾನದ ಆನೆಯೊಂದು ನಾಮ-ಗೀಮ ಭರ್ಜರಿಯಾಗಿ ಹಚ್ಚಿಕೊಂಡು ತನ್ನ ಮಾವುತನ ಜೊತೆಗೆ ಬಂತು. ಅದು ಜಂಕ್ಷನ್‌ಗೆ ಬರುವ ವೇಳೆಗೆ ಸರಿಯಾಗಿ ಕೆಂಪು ದೀಪ ಬಂದಿದ್ದರಿಂದ ಸುಮ್ಮನೆ ನಿಂತುಬಿಟ್ಟಿತು. ಮತ್ತೆ ಹಸಿರು ದೀಪ ಬಂದ ತಕ್ಷಣ ತನ್ನ ಪಾಡಿಗೆ ತಾನು ರಸ್ತೆ ದಾಟಿಕೊಂಡು ಹೋಯಿತು. ಜಾನ್ ನಿಬ್ಬೆರಗಾಗಿಬಿಟ್ಟ! ಟ್ರಾಫಿಕ್ ಸಿಗ್ನಲ್ ಅರ್ಥ ಮಾಡಿಕೊಂಡು ದಾಟುವ ಆನೆಯೆಂದರೆ ತಮಾಷೆಯ ಸಂಗತಿಯೆ? ಆ ಆನೆಯನ್ನೇ ಹಿಂಬಾಲಿಸಿಕೊಂಡು ಹೋದೆವು. ಮಾವುತನಿಗೆ ಬೇಡಿಕೊಂಡಾಗ ಆಶೀರ್ವಾದ ಮಾಡಿಸುವದಕ್ಕೆ ಒಪ್ಪಿಕೊಂಡ. ಜಾನ್ ತನ್ನ ಬೊಕ್ಕಣದಿಂದ ಅದಕ್ಕೆ ಒಂದು ಪೌಂಡ್ (ಇಂಗ್ಲೆಂಡಿನ ನಾಣ್ಯ. ಸುಮಾರು ಎಪ್ಪತ್ತೈದು ರೂಪಾಯಿಗೆ ಸಮ) ಕೊಟ್ಟ. ಆನೆಗೆ ಆ ಹೊಸ ನಾಣ್ಯದ ಅಳತೆಯ ಅಭ್ಯಾಸ ಇರಲಿಲ್ಲವೇನೋ ಗೊತ್ತಿಲ್ಲ. ಅದನ್ನು ಅವನಿಗೇ ವಾಪಾಸು ಕೊಟ್ಟುಬಿಟ್ಟಿತು. ಮಾವುತ "ಒಂದು ರೂಪಾಯಿ ಕೊಡ್ರಿ ಸಾರ್" ಎಂದ. ನಾನು ನನ್ನ ಜೇಬಿನಿಂದ ಒಂದು ರೂಪಾಯಿ ನಾಣ್ಯ ತೆಗೆದು ಜಾನ್‌ಗೆ ಕೊಟ್ಟೆ. ಅದನ್ನು ಪಡೆದುಕೊಂಡ ಆನೆ ಖುಷಿಯಿಂದ ಅವನಿಗೆ ಆಶೀರ್ವಾದ ಮಾಡಿ ತನ್ನ ದಾರಿ ಹಿಡಿದು ಹೊರಟು ಹೋಯಿತು. "ಅದ್ಯಾಕೆ ಪೌಂಡ್ ಕೊಟ್ಟರೆ ಆಶೀರ್ವಾದ ಮಾಡಲಿಲ್ಲ?" ಎಂದು ಜಾನ್ ಕೇಳಿದ್ದಕ್ಕೆ, "ಆ ಆನೆಗೆ ದೇಶಭಕ್ತಿ ತುಂಬಾ ಜಾಸ್ತಿ" ಎಂದು ಸುಮ್ಮನೆ ಒಂದು ಬಿಟ್ಟೆ.

ಜಾನ್ ತನ್ನ ದೇಶಕ್ಕೆ ಹಿಂತಿರುಗಿದ ಮೇಲೆ ಎಲ್ಲರ ಮುಂದೂ ಆನೆಯ ಬುದ್ಧಿವಂತಿಕೆಯ ಬಗ್ಗೆ ಹೊಗಳಿದ್ದೇ ಹೊಗಳಿದ್ದು. ಜೊತೆಗೆ ನಮ್ಮ ಪ್ರಾಜೆಕ್ಟ್ ಕೂಡಾ ಸ್ಯಾಂಕ್ಷನ್ ಆಯ್ತು. ನಾನು ಸಂದೀಪನಿಗೆ "ಸಾರ್, ಪ್ರಾಜೆಕ್ಟ್ ಸಿಗೋದಕ್ಕೆ ಆನೆ ಕೂಡಾ ಸಹಾಯ ಮಾಡಿದೆ. ಅದಕ್ಕೆ ಒಂದು ದಿನದ ಊಟ ಸ್ಪಾನ್ಸರ್ ಮಾಡೋಣ ಸಾರ್" ಎಂದು ಸಲಹೆ ಕೊಟ್ಟೆ. ಸಂದೀಪ್ ಮಾತ್ರ "ಸುಮ್ಮನೆ ಗಣಪತಿ ದೇವಸ್ಥಾನಕ್ಕೆ ಹೋಗಿ ಅರ್ಚನೆ ಮಾಡಿಸ್ಕೊಂಡು ಬರ್‍ರಿ. ಆನೆ ಅಂದರೂನೂ ಒಂದೆ, ಗಣೇಶ ಅಂದರೂನೂ ಒಂದೆ" ಎಂದು ಅಪ್ಪಣೆ ಕೊಡಿಸಿದ.

ಆದರೆ ಕೆಲವೇ ದಿನಗಳಲ್ಲಿ ಸಂಕಷ್ಟವೊಂದು ಕಾದಿದೆಯೆಂದು ನನಗೆ ಆಗ ಗೊತ್ತಾಗಲಿಲ್ಲ. ಪ್ರಾಜೆಕ್ಟ್ ಕೆಲಸದ ಮೇಲೆ ಸ್ಟೀವ್ ಸ್ಮಿತ್ ಬಂದ. ಜಾನ್‌ನ ಬಾಸ್ ಅವನು. ನಮ್ಮ ಪ್ರಾಜೆಕ್ಟ್‌ಗೆ ಅತ್ಯಂತ ಮುಖ್ಯ ವ್ಯಕ್ತಿ. ಯಥಾಪ್ರಕಾರ ವಾರಾಂತ್ಯ ಬಂದಾಗ ಅವನನ್ನು ತಿರುಗಾಡಿಸಲು ಕರೆದುಕೊಂಡು ಹೋಗಬೇಕೆಂಬ

ಉದ್ದೇಶದಿಂದ ಸಂದೀಪ "ಬೇಲೂರಿನ ಶಿಲಾಬಾಲಿಕೆಯನ್ನು ನೋಡ್ತೀರ? ಮೈಸೂರಿನ ಅರಮನೆಯ ಸೊಬಗನ್ನು ನೋಡ್ತೀರ?" ಅಂತ ಕೇಳಿದ್ದಕ್ಕೆ, "ಅವೆಲ್ಲಾ ಏನೂ ಬೇಡ, ಟ್ರಾಫಿಕ್ ಸಿಗ್ನಲ್ ದಾಟುವ ಆನೆ ತೋರಿಸಿ" ಎಂದ. ಸಂದೀಪನಿಗೆ ಸ್ವಲ್ಪ ಗಲಿಬಿಲಿಯಾಯ್ತು. ಏನು ಮಾಡಬೇಕೆಂದು ತೋಚದಾದಾಗ, ನನ್ನ ತಲೆಗೆ ಆ ಕೆಲಸವನ್ನು ಒಪ್ಪಿಸುವುದು ಅವನಿಗೀಗಾಗಲೇ ಅಭ್ಯಾಸವಾಗಿದೆ. ನನ್ನನ್ನು ಕರೆದು "ಇವರಿಗೆ ಟ್ರಾಫಿಕ್ ದಾಟಿಸೋ ಆನೆ ತೋರಿಸ್ಗೊಂಡು ಬರ್ರಿ" ಎಂದು ಹೇಳಿದ. ನನಗೆ ಪೀಕಲಾಟಕ್ಕಿಟ್ಟುಕೊಂಡಿತು. ಆ ಆನೆ ಯಾವಾಗ ಬರುತ್ತೆ, ಎಲ್ಲಿ ಬರುತ್ತೆ ಅಂತ ಯಾರಿಗೆ ಗೊತ್ತು? "ಅಲ್ಲ ಸಾರ್, ಆನೆ ಎಲ್ಲಿದೆ ಅಂತ ನಂಗೇನು ಸಾರ್ ಗೊತ್ತು?" ಎಂದು ರಾಗವೆಳೆದೆ. "ಏನ್ರಿ ನೀವು, ಯಾವಾಗಲೂ ಗೊಣಗ್ತೀರಲ್ರೀ... ಆಫೀಸಿನ ಕೆಲಸ ಮಾಡು ಅಂದರೆ ಅದಕ್ಕೂ ಕೈಲಾಗಲ್ಲ ಅಂತೀರಿ, ಈಗ ಆನೆ ತೋರಿಸ್ಕೊಂಡು ಬರ್ರಿ ಅಂದರೆ ಅದೂ ಆಗಲ್ಲ ಅಂತೀರಿ" ಎಂದು ಉಗಿದ. ಮತ್ತೆ ಮಾತಾಡಿ ಉಪಯೋಗವಿಲ್ಲವೆಂದು ಅರಿವಾಗಿ, "ಆಯ್ತು ಸಾರ್" ಎಂದು ಒಪ್ಪಿಕೊಂಡೆ. ದೇವರ ಮೇಲೆ ಭಾರ ಹಾಕಿ ಸ್ಟೀವ್‌ನನ್ನು ಕಾರಿನಲ್ಲಿ ಕೂಡಿಸಿಕೊಂಡು ಆನೆಯ ಶಿಕಾರಿಗೆ ಹೊರಟೆ.

ರಸ್ತೆ ರಸ್ತೆ ಸುತ್ತಿದ್ದಾಯ್ತು. ಆನೆ ಸಿಗಲಿಲ್ಲ. ಸ್ಟೀವ್ ವಾಪಾಸು ಹೋಗಲು ಸಿದ್ಧನಿಲ್ಲ. ತನ್ನ ಕೈ ಕೆಳಗೆ ಕೆಲಸ ಮಾಡುವವನಿಗೆ ಕಂಡ ದೃಶ್ಯ ತನಗೆ ಕಾಣಸಿಗುವದಿಲ್ಲವೆಂದರೆ ಏನರ್ಥ? ನಾನೂ ಸಹನೆ ಕಳೆದುಕೊಳ್ಳದೆ ಸುತ್ತಿದ ರಸ್ತೆಗಳಲ್ಲಿಯೇ ಮತ್ತೆ ಮತ್ತೆ ಕಾರನ್ನು ಅಡ್ಡಾಡಿಸಿದೆ. ಅಲ್ಲಲ್ಲಿ ದನಗಳು ರಸ್ತೆ ದಾಟಿದ್ದನ್ನು ತೋರಿಸಿ "ದನ ರಸ್ತೆ ದಾಟುತ್ತೆ ನೋಡಿ" ಅಂತ ಇನ್ನಿಲ್ಲದ ಉತ್ಸಾಹದ ಮಾತಲ್ಲಿ ಹೇಳಿದೆ. "ದನ ಬೇಡ, ಆನೆ ಬೇಕು" ಎಂದು ಗಂಭೀರವಾಗಿ ಉತ್ತರಿಸಿದ. ತೆಪ್ಪಗಾದೆ. ಹಿಂದೆ ಆನೆ ಕಂಡ ಸರ್ಕಲ್ಲಿನ ಬಳಿಯೇ ಕಾರನ್ನು ನಿಲ್ಲಿಸಿ, ಟ್ರಾಫಿಕ್ ಪೋಲೀಸಿನ ಬಳಿ ಹೋಗಿ "ಸಾರ್, ಇಲ್ಲೊಂದು ಆನೆ ಬರ್ತಾ ಇರುತ್ತಲ್ಲ ಸಾರ್. ಅದು ಎಷ್ಟು ಹೊತ್ತಿಗೆ ಬರುತ್ತೆ?" ಎಂದು ಕೇಳಿದೆ. ಮೊದಲೇ ವಾಹನಗಳ ಧೂಳನ್ನು ಕುಡಿದು ಅವನ ತಲೆ ಕೆಟ್ಟಿತ್ತೆಂದು ಕಾಣುತ್ತೆ. ಈ ನನ್ನ ಎಡವಟ್ಟು ಪ್ರಶ್ನೆಯಿಂದ ರೇಗಿ ಹೋದ. "ಅದೇನು ಸಿಟಿ ಬಸ್ಸೇನ್ರಿ ಟೈಂ ಕೇಳಲಿಕ್ಕೆ? ಓದಿದವರಂಗೆ ಕಾಣ್ತೀರಿ, ಅಷ್ಟೂ ತಿಳುವಳಿಕೆ ಇಲ್ಲವೇನ್ರಿ?" ಎಂದು ಜೋರಾಗಿ ಕಿರುಚಿದ. ನಾನು ಮತ್ತೆ ಮಾತಾಡದೆ ಕಾರಿನ ಕಡೆ ಹೆಜ್ಜೆ ಹಾಕಿದೆ. ಒಳಗೆ ಕಾರಿನ ಹವಾನಿಯಂತ್ರಣದಲ್ಲಿ ಕುಳಿತಿದ್ದ ಸ್ಟೀವ್ ಆನೆ ನೋಡದೆ ವಿದೇಶಕ್ಕೆ ಮರಳುವಂತೆ ಕಾಣಲಿಲ್ಲ. ಅವನ ಬಳಿಹೋಗಿ "ಸ್ಟೀವ್, ಆನೆಯಿಂದ ಒಂದು ಅನಾಹುತ ಆಗಿದೆ. ಯಾಕೋ ಕೋಪಗೊಂಡು ಮಾವುತನನ್ನು ತುಂಡು ತುಂಡು ಮಾಡಿಬಿಟ್ಟಿದೆಯಂತೆ. ಹತ್ತಿರ ಬಂದವರನ್ನ ತುಳಿದು ಬಿಡುವಷ್ಟು ಕೋಪ

ತೋರಿಸ್ತಾ ಇದೆಯಂತೆ" ಎಂದು ಕತೆ ಕಟ್ಟಿದೆ. ತಬ್ಬಿಬ್ಬಾದ ಸ್ಟೀವ್ "ಇಂಥಾ ಕೆಲಸಾನೂ ಮಾಡುತ್ತೇನ್ರಿ?" ಎಂದ. "ಹೂಂ, ಬರೀ ಟ್ರಾಫಿಕ್ ದಾಟೋದೊಂದೇ ಅಲ್ಲ. ತುಂಬಾ ಡೇಂಜರಸ್ಸು" ಎಂದೆ. "ಹಾಗಿದ್ರೆ ಮನೆಗೆ ಹೋಗೋಣ" ಎಂದ. ಬದುಕಿಕೊಂಡೆ.

ಇಷ್ಟೆಲ್ಲಾ ಹೇಳಿದ ಮೇಲೆ ಡೇವಿಡ್ ವಿಂಬಲ್ಡನ್ ಬಂದಾಗ ನಡೆದ ಘಟನೆಯನ್ನು ಹೇಳದಿದ್ದರೆ ಓದುಗರಿಗೆ ಮೋಸ ಮಾಡಿದಂತಾಗುತ್ತದೆ. ಡೇವಿಡ್ ಇಂಗ್ಲೆಂಡಿನಲ್ಲಿರುವ ನಮ್ಮ ಮುಖ್ಯ ಕಛೇರಿಯಲ್ಲಿ ಕಾರ್ಯನಿರ್ವಹಿಸುವ ಬಹುಮುಖ್ಯ ಅಧಿಕಾರಿ. ನಾನು ಬೆಂಗಳೂರಿನಲ್ಲಿ ನೋಡಿಕೊಳ್ಳುತ್ತಿದ್ದ ಒಂದು ದೊಡ್ಡ ಪ್ರಾಜೆಕ್ಟ್‌ಗೆ ಅವನು ಆನ್‌ಸೈಟ್ ಪ್ರಾಜೆಕ್ಟ್ ಮ್ಯಾನೇಜರ್. ಮೃದುವಾಗಿ ಮಾತನಾಡುವ ಪ್ರಾಮಾಣಿಕ ವ್ಯಕ್ತಿ. ದಿನನಿತ್ಯ ಇವನೊಡನೆ ಇ–ಮೇಲ್, ದೂರವಾಣಿಯೊಡನೆ ಸಂಪರ್ಕವಿಟ್ಟುಕೊಂಡಿದ್ದೆವಾದರೂ, ವೈಯಕ್ತಿಕವಾಗಿ ಭೇಟಿಯಾಗಿರಲಿಲ್ಲ. ಹಾಗಂತ ಹೇಳಿದ್ದಕ್ಕೆ ಅವನ ಕುಟುಂಬದ ಒಂದು ಫೋಟೋ ಒಂದನ್ನು ಇ–ಮೇಲ್ ಮಾಡಿದ್ದ. ಅವನು, ಅವನ ಸುಂದರ ಹೆಂಡತಿ ಸೂಸಾನ್ ಮತ್ತು ಎಂಟು ವರ್ಷದ ಮುದ್ದಾದ ಮಗಳು ಬೆಕ್ಕಿ. ನನ್ನ ಪ್ರಾಜೆಕ್ಟ್‌ನಲ್ಲಿ ಕೆಲಸ ಮಾಡುವ ವಿವೇಕ್ ಎನ್ನುವ ಹುಡುಗನೊಬ್ಬನಿಗೆ ಮಕ್ಕಳೆಂದರೆ ತುಂಬಾ ಇಷ್ಟ. ಆದ ಕಾರಣ ಡೇವಿಡ್ ಮಗಳ ಚಿತ್ರವನ್ನು ಮಾತ್ರ ಫೋಟೋಶಾಪ್‌ನಲ್ಲಿ ಕತ್ತರಿಸಿಕೊಂಡು ತನ್ನ ಕಂಪ್ಯೂಟರಿನಲ್ಲಿ ಸ್ಕ್ರೀನ್ ಸೇವರ್ ಆಗಿ ಹಾಕಿಕೊಂಡಿದ್ದ. ವಿವೇಕ್ ಅದೇ ಹೊಸದಾಗಿ ಮದುವೆಯಾಗಿದ್ದ ಕಾರಣ, "ನಿನ್ನ ಮಗಳ ಫೋಟೋ ಸ್ಕ್ರೀನ್ ಸೇವರ್ ಆಗುವುದು ಯಾವಾಗಲೋ?" ಎಂದು ನಾವೆಲ್ಲಾ ಅವನನ್ನು ರೇಗಿಸುತ್ತಿದ್ದೆವು. ಟೀಮಿನ ಮಧ್ಯ ಓಡಾಡುವ ನಮಗೆಲ್ಲರಿಗೂ ಆ ಬೆಕ್ಕಿ ಚಿರಪರಿಚಿತಳೆಂಬಂತೆ ಅವಳ ಫೋಟೋ ಅವನ ಕಂಪ್ಯೂಟರ್ ಪರದೆಯ ಮೇಲೆ ಆಗಾಗ ಕಾಣುತ್ತಲೇ ಇರುತ್ತಿತ್ತು.

ಸುಮಾರು ಆರು ತಿಂಗಳಿನ ನಂತರ ಪ್ರಾಜೆಕ್ಟ್ ಯಶಸ್ವಿಯಾಗಿ ಮುಕ್ತಾಯಗೊಂಡಿತು. ಅದರ ಯಶಸ್ಸನ್ನು ಹಂಚಿಕೊಳ್ಳುವದಕ್ಕಾಗಿ ಬೆಂಗಳೂರಿನ ಒಂದು ದೊಡ್ಡ ಪಂಚತಾರಾ ಹೋಟಲಿನಲ್ಲಿ ಪಾರ್ಟಿಯೊಂದನ್ನು ಹಮ್ಮಿಕೊಂಡೆವು. ಅದಕ್ಕಾಗಿ ಡೇವಿಡ್‌ನನ್ನು ಆಹ್ವಾನಿಸಿದೆವು. ತುಂಬಾ ಖುಷಿಯಿಂದ ಬಂದ. ಪ್ರಾಜೆಕ್ಟ್ ಹುಡುಗರೊಂದಿಗೆ ನಗುನಗುತ್ತಾ ಮಾತನಾಡಿದ. ಆದರೆ ಆಫೀಸಿನಲ್ಲಿ ಟೀಮಿನ ಮಧ್ಯ ಓಡಾಡುವಾಗ ಅವನಿಗೆ ಅಕಸ್ಮಾತ್ತಾಗಿ ವಿವೇಕ್ ಕಂಪ್ಯೂಟರ್ ಪರದೆಯ ಮೇಲಿನ ಅವನ ಮಗಳ ಚಿತ್ರ ಕಂಡು ಬಂತು. ಅವನ ಖುಷಿಯೆಲ್ಲಾ ಮಂಗಮಾಯವಾಗಿ, ಅಸಮಾಧಾನದಿಂದ ತನ್ನ ಕೋಣೆಗೆ ಹೋಗಿ ಕುಳಿತುಕೊಂಡುಬಿಟ್ಟ. ನಾನು ಏನೆಂದು ವಿಚಾರಿಸಲಾಗಿ "ನನ್ನ ಬೆಕ್ಕಿ ಈ ರೀತಿ ಕಾಣದ ದೇಶದಲ್ಲಿ ಸೆಕ್ಸುಯಲ್

ಹೆರಾಸ್‌ಮೆಂಟಿಗೆ ಒಳಗಾಗುತ್ತಿದ್ದಾಳೆಂದು ನನಗೆ ಗೊತ್ತಿರಲಿಲ್ಲ" ಎಂದು ಆಪಾದಿಸಿದ. ನಾನು ಸಮಾಧಾನದಿಂದ ಆ ತರಹ ಏನೂ ಇಲ್ಲವೆಂದೂ, ವಿವೇಕ್ ಮಕ್ಕಳ ಮೇಲಿನ ಪ್ರೀತಿಯಿಂದ ಆ ಫೋಟೋ ಹಾಕಿಕೊಂಡಿದ್ದಾನೆಂದು ಹೇಳಿದೆ ನಾದರೂ ಅದವನಿಗೆ ತಟ್ಟಲಿಲ್ಲ. "ಹರೆಯದ ಹುಡುಗನೊಬ್ಬ ಚಂದದ ಹುಡುಗಿಯ ಫೋಟೋವನ್ನು ಕಾಮುಕ ದೃಷ್ಟಿಯಲ್ಲದೆ ಬೇರೆ ಯಾವ ಕಾರಣಕ್ಕೆ ಹಾಕಿಕೊಳ್ಳಲಿಕ್ಕೆ ಸಾಧ್ಯ? ಮನೆಯಲ್ಲಿ ನನ್ನ ಸೂಸನ್‌ಗೆ ಈ ವಿಷಯ ಗೊತ್ತಾದರೆ ಎಷ್ಟೊಂದು ದುಃಖ ಪಡುತ್ತಾಳೆಂಬುದರ ಅರಿವು ನಿನಗಿಲ್ಲ" ಎಂದು ಕಣ್ಣು ತೇವ ಮಾಡಿಕೊಂಡ. ನಾನು ವಿವೇಕ್‌ಗೆ ಮದುವೆಯಾಗಿದೆಯೆಂದು ಸಮಜಾಯಿಷಿ ಕೊಟ್ಟೆ. "ಮದುವೆಯಾದರೆ ಏನೀಗ?" ಎಂದು ಮರುಪ್ರಶ್ನಿಸಿದ್ದಕ್ಕೆ ನನ್ನಲ್ಲಿ ಉತ್ತರವಿರಲಿಲ್ಲ.

ವಿಷಯ ತುಂಬಾ ಗಂಭೀರವಾಗಿ ಹೋಯಿತು. ಡೇವಿಡ್ ಇಂಗ್ಲೆಂಡಿಗೆ ಫೋನಾಯಿಸಿ ಕಂಪನಿಯ ಮ್ಯಾನೇಜಿಂಗ್ ಡೈರಕ್ಟರ್‌ಗೆ ತನ್ನ ಮಗಳಿಗಾಗಿರುವ ಅನ್ಯಾಯವನ್ನು ತಿಳಿಸಿದ. ಇತ್ತ ಸಂದೀಪನಿಗೆ ದೂರು ಹೋಯಿತು. ಅವನೂ ಡೇವಿಡ್‌ಗೆ ಭಾರತದಲ್ಲಿ ಇದು ಅಂತಹ ಅಪರಾಧವಲ್ಲವೆಂದು ಪರಿಪರಿಯಾಗಿ ಹೇಳಿದ. ಆದರೆ ಡೇವಿಡ್ ಕೇಳುವ ಸ್ಥಿತಿಯಲ್ಲಿರಲಿಲ್ಲ. ಇಂಗ್ಲೆಂಡಿನಲ್ಲಿರುವ ಮುಖ್ಯಾಧಿಕಾರಿಗಳೆಲ್ಲರೂ ಡೇವಿಡ್‌ನ ಪರವಾಗಿಯೇ ಮಾತನಾಡಿದರು. ಅವರ ಕೈಕೆಳಗೆ ಕೆಲಸ ಮಾಡುವ ನಮ್ಮ ಧ್ವನಿಗೆ ಸಮರ್ಥಿಸಿಕೊಳ್ಳುವ ಶಕ್ತಿ ಇರಲಿಲ್ಲ. ಹಗಲು-ರಾತ್ರಿಯೆನ್ನದೆ ಈ ಪ್ರಾಜೆಕ್ಟ್‌ಗಾಗಿ ದುಡಿದ ವಿವೇಕ್, ಸೆಕ್ಷುಯಲ್ ಹರಾಸ್‌ಮೆಂಟ್ ಶಿಕ್ಷೆಗೆ ಗುರಿಯಾಗಲೇಬೇಕಾಯ್ತು. ಅವನನ್ನು ಆ ಕ್ಷಣವೇ ಕಂಪನಿಯ ಕೆಲಸದಿಂದ ತೆಗೆದುಹಾಕಿದರು.

ವಿವೇಕ್‌ನ ನಿರ್ಗಮನ ಸಂದರ್ಶನವನ್ನು ನಾನೇ ತೆಗೆದುಕೊಂಡೆ. ವಿವೇಕ್ ಕಣ್ಣಲ್ಲಿ ನೀರು ತುಂಬಿಕೊಂಡಿದ್ದ. "ಕೆಲಸ ಹೋಗಿದ್ದಕ್ಕೆ ಬೇಸರವಿಲ್ಲ ಸಾರ್. ಸ್ವಲ್ಪೇ ದಿನಕ್ಕೆ ಇನ್ನೊಂದು ಸಿಗುತ್ತೆ. ಆದರೆ ಮೊನ್ನೆ ಮೊನ್ನೆ ಮದುವೆಯಾಗಿದೆ. ಬಂಧು-ಬಳಗದವರೆಲ್ಲರೂ ನನ್ನ ಹೆಂಡತಿಯ ಕಾಲ್ಗುಣ ಸರಿಯಿಲ್ಲ ಎಂದು ಮಾತನಾಡಲು ಶುರು ಮಾಡಿಬಿಡುತ್ತಾರೆ" ಎಂದ. "ಯೋಚನೆ ಮಾಡಬೇಡ ವಿವೇಕ್. ಇದಕ್ಕಿಂತಲೂ ಒಳ್ಳೆಯ ಕೆಲಸ ನಿನಗೆ ಸಿಗುತ್ತೆ ಅಂತ ನನಗೆ ನಂಬಿಕೆಯಿದೆ" ಎಂದು ಅವನ ಕೈ ಒತ್ತಿದೆ. "ಈ ಜನಗಳ ಸಹವಾಸವೇ ಬೇಡ ಅನ್ನಿಸುತ್ತೆ ಸಾರ್..." ಎಂದ.

24ನೇ ಜುಲೈ 2005

ಎಲ್ಲರ ಮನೆ ಕಾರಿಗೂ ನೆಗ್ಗು

ಕೆಟ್ಟ ಮೇಲೆ ಬುದ್ಧಿ ಬಂತು ಅಂತ ಹಿರಿಯರು ಹೇಳೋದು ಸುಳ್ಳಲ್ಲ ಬಿಡಿ. ಗೆಳೆಯರೆಲ್ಲಾ ಗಿಣಿಗೆ ಹೇಳಿದಂತೆ ಹೇಳಿದರು "ಬನ್ನೇರುಘಟ್ಟ ರಸ್ತೆನಾಗೆ ಮನೆ ಇಟ್ಟುಕೊಂಡು ಕಾರು ತೊಗೊಳ್ಳುವಂಥಾ ಮೂರ್ಖತನ ಮಾಡಬೇಡ" ಅಂತ. ಹಾಗಂತ ನಾನೇನೂ ಅವರ ಮಾತನ್ನ ಕಿವಿಗೆ ಹಾಕಿಕೊಳ್ಳಲೇ ಇಲ್ಲ ಅಂತ ನೀವು ಅಂದುಕೊಳ್ಳಬೇಡಿ. ಮೂರು ವರ್ಷದಿಂದ ಅವರ ಮಾತನ್ನು ವಿಧೇಯನಾಗಿ ಕೇಳತ್ತಾ ಬಂದಿದ್ದೆ. ಆದರೆ ಈವತ್ತಿಗೂ ಅವರು ಅದೇ ಮಾತನ್ನು ಹೇಳ್ತಾ ಕೂತರೆ ಯಾರಿಗೆ ತಾನೆ ರೇಗಲ್ಲ ಹೇಳಿ? ಮನೆಗೆ ಬಂಧು-ಬಳಗದ ಹೆಸರಿನಲ್ಲಿ ಬಂದುಳಿಯುವ ದಪ್ಪ ದಪ್ಪ ಹೆಂಗಸರು ವಾಪಾಸು ಹೋಗುವಾಗ ನಾನು ಆಟೋ ಹತ್ತಿಸಿದರೆ "ಇನ್ನೂ ಕಾರು ತೊಗೊಂಡಿಲ್ವಾ?" ಅಂತ ರಾಗವಾಗಿ ಕೇಳಿದಾಗ ನನಗೆ ಹೇಗಾಗಬೇಡ ಹೇಳಿ? ಮತ್ತೊಬ್ಬರ ಮನೆಗೆ ಹೋದ ತಕ್ಷಣ ಹೆಲ್ಮೆಟ್ ತೋರಿಸಿ ಎಲ್ಲಿಡಲಿ ಎಂದಾಗ ಅವರ ಮುಖದಲ್ಲಿ ನನ್ನ ಬಳಿ ಕಾರಿಲ್ಲವೆಂಬ ತುಚ್ಛ ಭಾವ ಸುಳಿದು ಹೋಗುವುದು ನನಗೆ ತಿಳಿಯುವದಿಲ್ಲವೆ? "ನನ್ನ ರೊಕ್ಕ, ನನ್ನಿಷ್ಟ" ಅಂತ ನಿರ್ಧರಿಸಿ ಕಾರನ್ನು ತೆಗೆದುಕೊಳ್ಳುವ ನಿರ್ಧಾರವನ್ನು ಘಂಟಾನುಘೋಷವಾಗಿ ಎಲ್ಲರ ಮುಂದೂ ಹೇಳಿಬಿಟ್ಟೆ. "ವಿನಾಶ ಕಾಲೇ ವಿಪರೀತ ಬುದ್ಧಿ. ಹೋಗಲಿ, ಯಾವ ಯಾವ ತರಹದ ಇನ್ಸೂರೆನ್ಸ್ ಇವೆಯೋ ಎಲ್ಲಾ ತೊಗೋ" ಎಂದು ಹೇಳಿ ಎಲ್ಲಾ ಹಿತೈಷಿಗಳೂ ಸುಮ್ಮನಾದರು.

ಬರೀ ಎಲ್ಲರ ವಿರೋಧಗಳೇ ತುಂಬಿದ್ದರೆ ನನಗೂ ಧೈರ್ಯ ಬರುತ್ತಿರಲಿಲ್ಲವೇನೋ! ಒಂದಿಬ್ಬರು ಮಾತ್ರ "ಕಾರು ತೆಗೆದುಕೊಳ್ಳಿ, ಅದಕ್ಕೇನಂತೆ" ಎಂದು ಸಲಹೆಯನ್ನೂ ಕೊಟ್ಟರು. ಅಂತಹ ಅಮೃತ ಸಲಹೆಯನ್ನು ಕೊಟ್ಟ ಮೊದಲನೆಯ ವ್ಯಕ್ತಿ ಮೆಕ್ಯಾನಿಕ್ ಅಂಗಡಿಯನ್ನಿಟ್ಟುಕೊಂಡಿರುವ ಇಸ್ಮಾಯಿಲ್. ಮೂರು ವರ್ಷದ ಹಿಂದೆ ಬರೀ ಪಂಕ್ಚರ್ ಅಂಗಡಿಯೆಂದು ಅದೇ ರಸ್ತೆಯ ಮರದ ಕೆಳಗೆ ಕೂಡುತ್ತಿದ್ದವನು ಈಗ ಅವನೇ ಹೊಸದೊಂದು ಕಾರನ್ನು ಕೊಳ್ಳುವಷ್ಟು ವ್ಯಾಪಾರ ಕುದುರಿದೆ. ಐ.ಐ.ಎಂ.ನ ಚಿಳ್ಳೆ–ಪಿಳ್ಳೆಗಳು ರಾಸ್ತಾ ರೋಖೋ ಅಂತೆಲ್ಲಾ ಮಾಡಿ, ಬನ್ನೇರುಘಟ್ಟ ರಸ್ತೆ ಕೆಲವೇ ವಾರಗಳಲ್ಲಿ ಕರೀನಾ ಕಪೂರ್ ಕೆನ್ನೆಯ ಹಾಗೆ ನಳನಳಿಸುತ್ತದೆ ಅಂತ ಪತ್ರಿಕೆಯಲ್ಲಿ ಬಂದಿದ್ದೇ ನನ್ನ ಮನೆಗೆ ಓಡೋಡಿ ಬಂದಿದ್ದ. "ಬಡವರ ಹೊಟ್ಟೆ ಮೇಲೆ ಬಟ್ಟೆ ಹಾಕ್ತಾ ಇದಾರಲ್ಲಣ್ಣ. ಮೂರು ವರ್ಷದಿಂದ ಅಲ್ಲಾನ ದಯದಿಂದ ವ್ಯಾಪಾರ ಚಂದಾಗಿ ಆಗ್ತಾ ಐತೆ ಅಂತ ನೆಮ್ಮದಿಯಾಗಿದ್ದೆ. ಯಾರ ಬೂರಿ ನಜರ್ ಬಿದ್ದಿತ್ತು ಹೇಳಣ್ಣಾ" ಎಂದು ಗೋಳೋ ಎಂದು ಮರುಗಿದ. ಆದರೆ ಮೂರು ತಿಂಗಳಾದರೂ ರಸ್ತೆ ಓಂಪುರಿಯ ಕೆನ್ನೆಯಂತೆ ಯಥಾಪ್ರಕಾರದಲ್ಲಿರುವದನ್ನು ನೋಡಿದ ಮೇಲೆ ಅವನ ಬಿ.ಪಿ. ಸ್ವಲ್ಪ ಹತೋಟಿಗೆ ಬಂದಿತ್ತು. ಅಂತಹ ಇಸ್ಮಾಯಿಲ್ "ಕಾರು ತೊಗೊಳ್ಳದಕ್ಕೆ ಯಾಕಣ್ಣಾ ಹೆದರ್ತಿ? ನನ್ನ ವರ್ಕ್‌ಶಾಪ್ ಇಲ್ವಾ? ವಾರಕ್ಕೊಂದು ಸಲ ತಂದು ಬಿಟ್ಟುಬಿಡು. ಸೋಮವಾರ ನೀನು ಆಫೀಸಿಗೆ ಹೋಗೋ ಟೈಮಿಗೆ ಎಲ್ಲಾ ಸರಿ ಮಾಡಿಡ್ತೀನಿ" ಎಂದ ಮೇಲೆ ಸ್ವಲ್ಪ ಧೈರ್ಯ ಬಂದಿತ್ತು. ಅದೇ ರೀತಿ ನನ್ನ ಅಪಾರ್ಟ್‌ಮೆಂಟಿನಲ್ಲಿರುವ ಡಾಕ್ಟರ್ ನರಹರಿಯವರು "ಅಯ್ಯೋ ಅದಕ್ಯಾಕೆ ಅಷ್ಟು ಯೋಚನೆ ಮಾಡ್ತೀರಾ ಸಾರ್? ಏನಾದ್ರೂ ಹೆಚ್ಚು ಕಡಿಮೆ ಆದರೆ ಪಕ್ಕದಾಗೆ ನಮ್ಮ ಆಸ್ಪತ್ರೆ ಇಲ್ಲವಾ? ದಿನಾ ಹತ್ತು ಜನ ಆಕ್ಸಿಡೆಂಟ್ ಮಾಡಿಕೊಂಡು ಬಂದು ಅಡ್ಮಿಟ್ ಆಗ್ತಾರೆ. ನೀವು ಬಂದರೆ ಇಲ್ಲಾ ಅಂತೀವಾ?" ಎಂದು ಅಭಯವನ್ನಿತ್ತರು.

ನಾಲ್ಕು ವರ್ಷದ ಕೆಳಗೇ ಲೈಸೆನ್ಸ್ ಪಡೆದುಕೊಂಡಿದ್ದೆನಾದರೂ ಕಾರನ್ನು ನಡೆಸಲು ನನಗೆ ಬರುತ್ತಿರಲಿಲ್ಲ. ಡ್ರೈವಿಂಗ್ ಶಾಪಿನವರು ಇಪ್ಪತ್ತು ಕ್ಲಾಸು ಕಲಿತರೆ ಸಾಕು, ಷೂಮೇಕರ್ ಹಾಗೆ ಕಾರನ್ನು ಓಡಿಸುವಂತೆ ಮಾಡುತ್ತೇವೆ ಎಂದು ಹೇಳಿದವರು ನನ್ನ ಮನೆಯ ವಿಳಾಸ ನೋಡುತ್ತಲೇ "ಐವತ್ತಕ್ಕೆ ಕಡಿಮೆ ಕ್ಲಾಸಿನೊಳಗೆ ಕಲಿಸಿ ಕೊಡೋದಕ್ಕೆ ಆಗಲ್ಲ ಸಾರ್" ಎಂದು ಹೇಳಿ ದುಪ್ಪಟ್ಟು ಹಣವನ್ನು ಕಟ್ಟಿಸಿಕೊಂಡರು. ಆದರೆ ಐವತ್ತು ಕ್ಲಾಸು ಮುಗಿದರೂ "ಇನ್ನೊಂದು ನಾಲ್ಕು ಕ್ಲಾಸು ಕಲಿತುಬಿಡರಿ ಸಾರ್. ಬನ್ನೇರುಘಟ್ಟ ರಸ್ತೆದಾಗೆ ಮನೆ ಅಂತೀರಾ..." ಎಂದು ನನಗೆ ಹಸಿರು ನಿಶಾನೆಯನ್ನು ತೋರಿಸದೆ ಮುಂದೂಡುತ್ತಲೇ ಹೋದರು. ಕಡೆಗೆ ಸಿಟ್ಟಿಗೆದ್ದ ನಾನು "ನನ್ನ ಹೊಸಾ ಕಾರಿನಲ್ಲೇ ಡ್ರೈವಿಂಗ್ ಕಲಿತೀನಿ ಹೋಗಯ್ಯ" ಎಂದು ಹೇಳಿ

ಕಾರು ತೆಗೆದುಕೊಳ್ಳುವ ನಿರ್ಧಾರ ತೆಗೆದುಕೊಂಡೆ. ಅಕ್ಕ ಊರಿಂದ ಭೂತರಾಜರ ಫೋಟೋವನ್ನು ಕಳುಹಿಸಿಕೊಟ್ಟು ಕಾರಿನ ಹಿಂಭಾಗಕ್ಕೆ ಅಂಟಿಸಲು ಅಪ್ಪಣೆಯಿತ್ತಳು. ಸುದರ್ಶನ ಹೋಮವನ್ನೂ ಊರಲ್ಲಿ ಮಾಡಿಸುವದಾಗಿ ತಿಳಿಸಿದ್ದಳು.

ಅಂತೂ ಕಾರು ಬಂತು. ನನ್ನ ಗೆಳೆಯನೇ ನನ್ನ ಜೋಡಿ ಶೋ ರೂಮಿಗೆ ಬಂದು, ಕಾರನ್ನು ಮಾರುತಿ ದೇವಸ್ಥಾನಕ್ಕೆ ಒಯ್ದು ನಿಂಬೆಹಣ್ಣುಗಳನ್ನು ಚಿಂದಿ ಉಡಾಯಿಸಿ, ಮನೆಯ ಗ್ಯಾರೇಜಿಗೆ ಸುರಕ್ಷಿತವಾಗಿ ತಂದಿಟ್ಟು ಹೋದ. ಹೋಗುವಾಗ ನನ್ನ ಕೈಯನ್ನು ಹಿಡಿದುಕೊಂಡು "ನಾಳೆಯಿಂದ ಹುಷಾರು..." ಅಂತ ಕಣ್ಣನ್ನು ತೇವ ಮಾಡಿಕೊಂಡು ಹೇಳಿ ಹೋದ. ನನಗೆ ಗಂಟಲುಬ್ಬಿ, ಬದಲಿಗೆ ಏನೂ ಹೇಳಲು ತೋಚದೆ ಬರೀ ಸಮ್ಮತಿಯಲ್ಲಿ ಗೋಣಲ್ಲಾಡಿಸಿದೆ.

ಆ ರಾತ್ರಿ ಅತ್ಯಂತ ಭೀಕರವಾದ ಕನಸುಗಳು ಬಿದ್ದು ಬೆಚ್ಚಿ ಎದ್ದು ಕೂತೆ. ಆ ನೀರವ ರಾತ್ರಿಯಲ್ಲಿ, ನಾಳೆ ಬೆಳಿಗ್ಗೆ ಎದ್ದ ತಕ್ಷಣ ಕಾರನ್ನು ಓಡಿಸಿಕೊಂಡು ಆಫೀಸಿಗೆ ಹೋಗಬೇಕೆಂಬ ವಿಚಾರ ಮೈಯಲ್ಲಿ ನಡುಕವನ್ನು ಹುಟ್ಟಿಸಿತು. ರಸ್ತೆಯಲ್ಲಿ ಟ್ರಾಫಿಕ್ ಶುರುವಾಗುವದರೊಳಗೇ ಮನೆ ಬಿಡಬೇಕು, ಅದಕ್ಕಾಗಿ ಬೇಗನೇ ಏಳಬೇಕೆಂಬ ವಿಚಾರದಲ್ಲಿ ಸರಿಯಾಗಿ ನಿದ್ದೆಯೂ ಬರಲಿಲ್ಲ. ಸಾಯಂಕಾಲ ಆಫೀಸಿನಿಂದ ತಡವಾಗಿ ಬರಬೇಕೆಂಬ ಅಲೋಚನೆಯೂ ಬಂತು. ಈ ಥಳಥಳಿಸುವ ಕಾರಿನಿಂದಾಗಿ ಆಫೀಸಿನಲ್ಲಿ ಹೆಚ್ಚು ಸಮಯ ಕಳೆಯಬೇಕಾಗುತ್ತ ದಲ್ಲಾ ಎಂದು ಬೇಸರವೂ ಆಯ್ತು.

ಬೆಳಗ್ಗೆ ಏಳೂವರೆಗೆಲ್ಲಾ ಆಫೀಸಿಗೆ ಹೊರಟುಬಿಟ್ಟೆ. ನಮ್ಮ ರಸ್ತೆಯ ಮೇಲೆ ಹೋಗುವಾಗ ಒಂಟೆಯ ಮೇಲೆ ಕುಳಿತು ಪ್ರಯಾಣ ಮಾಡಿದಂತಹ ಅನುಭವವಾಯ್ತು. ಆದರೂ ಹೆದರಲಿಲ್ಲ. ಸ್ಟೀರಿಂಗನ್ನು ಮುರಿದು ಹೋಗುವಷ್ಟು ಗಟ್ಟಿಯಾಗಿ ಹಿಡಿದುಕೊಂಡು, ಕಾರನ್ನು ತಿರುಗಿಸುವಾಗ ನಾನೂ ನನ್ನ ದೇಹವನ್ನು ಸ್ಟೀರಿಂಗ್ ಜೊತೆಗೆ ತಿರುಗಿಸುತ್ತಾ, ಸ್ಕೂಟರಿನ ಅನುಭವದಲ್ಲಿ ಬ್ರೇಕ್ ಹಾಕುವಾಗ ಕಾಲಿಗೆ ನೆಲ ಸಿಗುತ್ತಿಲ್ಲವೆಂದು ಕಂಗಾಲಾಗಿ, ಆಫೀಸಿಗೆ ಹೋಗಿ ಕಾರನ್ನು ಪಾರ್ಕಿಂಗ್ ಜಾಗದಲ್ಲಿ ಸೊಟ್ಟಂಬಟ್ಟ ಇಡುವದರೊಳಗೆ ಮೈಯೆಲ್ಲಾ ಬೆವರಿತ್ತು. ಆದರೂ ಯಾವುದೇ ಅಪಘಾತವಿಲ್ಲದೆ ಯಶಸ್ವಿಯಾಗಿ ಕಾರನ್ನು ಆಫೀಸಿಗೆ ಒಯ್ದದ್ದರಿಂದ ವಿಜಯೋತ್ಸಾಹದ ನಗು ಮುಖದಲ್ಲಿ ಅರಳಿತ್ತು. ಆಫೀಸಿನಲ್ಲಿದ್ದವರಿಗೆಲ್ಲಾ ಸಿಹಿ ಹಂಚಿದೆ. ಎಲ್ಲರೂ ಕಾರಿಗೆ ಒಂದು ಪ್ರದಕ್ಷಿಣೆ ಹಾಕಿ "ಬ್ರಿಲಿಯಂಟ್" ಎಂದರು. ಮತ್ತೆ ಮೂರ್ನಾಲ್ಕು ದಿನ ಅನಾಹುತವಿಲ್ಲದಂತೆ ಕಾರು ಓಡಿಸಿದೆ. ಧೈರ್ಯ ಹೆಚ್ಚಿತು.

ನಾಲ್ಕನೇ ದಿನ ಅಪಘಾತವಾಯ್ತು!

ರಿಂಗ್‌ರೋಡ್ ಸರ್ಕಲ್ ಬಳಿ ಸಾವಿರಾರು ವಾಹನಗಳು ನಿಂತುಬಿಟ್ಟಿದ್ದವು. ಯಾವುದೋ ಲಡಕಾಸಿ ಲಾರಿಯೊಂದು ಪೆಟ್ರೋಲ್ ಮುಗಿದು ಹೋಗಿದೆಯೆಂಬ

ಕಾರಣದಿಂದ ಸರಿಯಾಗಿ ಸರ್ಕಲ್ ಮಧ್ಯದಲ್ಲಿ ನಿಂತುಬಿಟ್ಟಿತ್ತು. ಡ್ರೈವರ್, ಕ್ಲೀನರ್ ಎಲ್ಲಾ ನಾಪತ್ತೆ. ಪಾಪ, ಟ್ರಾಫಿಕ್ ಇನ್ಸ್‌ಪೆಕ್ಟರ್ ಆದರೂ ಏನು ಮಾಡಿಯಾನು? ಅವನೂ ಕಂಬಿ ಕಿತ್ತಿದ್ದ. ಕುಂಭಮೇಳದಲ್ಲಿ ಕಳೆದುಹೋದ ಮಗುವಿನಂತೆ ಗಡಗಡನೆ ನಡುಗಿದೆ. ಮೊದಲೇ ಆಫೀಸಿಗೆ ಹೊತ್ತಾಗಿದ್ದರಿಂದ ವಾಹಾನಾಸುರರೆಲ್ಲಾ "ಪೊಂವ್ ಪೊಂವ್" ಎಂದು ಏಕಪ್ರಕಾರವಾಗಿ ಸದ್ದು ಮಾಡಲಾರಂಭಿಸಿದರು. ನನಗೆ ಏನು ಮಾಡುವದೋ ತೋಚದಂತಾಗಿ ಕಾರನ್ನು ಮುಂದಕ್ಕೆ ಓಡಿಸಿಬಿಟ್ಟೆ. ಮುಂದಿದ್ದ ಆಟೋಕ್ಕೆ ಗುದ್ದಿಬಿಟ್ಟಿತು. "ಭಗವಂತ" ಎಂಬ ಉದ್ಗಾರ ನನ್ನ ಬಾಯಿಂದ ತಾನೇ ತಾನಾಗಿ ಬಂತು. ಆಟೋರಾಜ ಕೆಳಗಿಳಿದು ನನ್ನೆಡೆಗೆ ನೋಡಿದ. ನಾನು ಏನೂ ಮಾಡಲು ತೋಚದೆ ಬೋನಿನಲ್ಲಿ ಸಿಕ್ಕುಬಿದ್ದ ಇಲಿಯಂತೆ ನನ್ನ ಕಾರಿನಲ್ಲಿ ಕುಳಿತಿದ್ದೆ. ಆಟೋರಾಜ ಒಳ್ಳೆಯ ದಷ್ಟಪುಷ್ಟ ಬೆಕ್ಕಿನಂತೆ ನನ್ನ ಬಳಿಗೆ ಬಂದ.

"ಇಳಿಯಲೇ ಕೆಳಗೆ" ಎಂದು ಗದರಿಸಿದ. ಕೆಳಗಿಳಿದೆ. "ನಂದೇನೂ ತಪ್ಪಿಲ್ಲ. ಹಿಂದಿನವರು ಅವಸರ ಮಾಡಿದ್ರು" ಎಂದು ಬ್ಬೆಬ್ಬೆಬ್ಬೆ ಮಾಡಿದೆ. ನನ್ನ ಧ್ವನಿ ಕೇಳಿದ್ದೇ ಆಟೋರಾಜ ಮತ್ತಿಷ್ಟು ಗಡುಸಾದ. ಗಲಾಟೆ ಮಾಡಲಾರಂಭಿಸಿದ. ಅದೆಲ್ಲಿದ್ದರೋ ಗೊತ್ತಿಲ್ಲ, ನೂರಾರು ಜನರು ಗುಂಪುಗೂಡಿಬಿಟ್ಟರು. ಆಟೋರಾಜನ ವಾಹನದ ಹಿಂಭಾಗಕ್ಕೆ ಅಂಗೈ ಅಗಲ ಪೊಚ್ಚು ಬಿದ್ದಿತ್ತು. ಎರಡು ಸಾವಿರಕ್ಕೆ ಕಡಿಮೆ ಕೊಟ್ಟರೆ ಪೋಲೀಸ್ ಸ್ಟೇಷನ್‌ಗೆ ಹೋಗೋಣ ಎಂದು ಶುರುವಿಟ್ಟ. "ಪೋಲೀಸ್" ಶಬ್ದವೇ ವಿಚಿತ್ರ ಹೆದರಿಕೆಯನ್ನುಂಟುಮಾಡಿ, ಎರಡು ಸಾವಿರವನ್ನು ತೆಪ್ಪಗೆ ಕೊಟ್ಟುಬಿಟ್ಟೆ.

ಆಫೀಸಿನ ದಾರಿಯಲ್ಲಿ ಕಾರನ್ನು ನಿಲ್ಲಿಸಿ ಕೆಳಗಿಳಿದೆ. ನನ್ನ ಕಾರಿನ ಮುಂಭಾಗಕ್ಕೆ ಗಾಯವಾಗಿತ್ತು. ದುಃಖದ ಸೆಲೆಯೊಂದು ನನ್ನಲ್ಲಿ ಹರಿದಾಡಿತು. ಕಾರಿನ ಮುಂದೆ ಕುಳಿತು ಅದರ ಗಾಯವನ್ನು ಮೆತ್ತಗೆ ಸವರಿದೆ – ಆಟದಲ್ಲಿ ಬಿದ್ದು ಗಾಯ ಮಾಡಿಕೊಂಡು ಬಂದ ಮಗುವಿನ ದೇಹವನ್ನು ಸವರುವ ತಾಯಿಯಂತೆ!

ಯಾರ ಮುಂದೆಯೂ ಬಾಯಿ ಬಿಡದೆ ಸುಮ್ಮನೆ ಆಫೀಸಿನಲ್ಲಿ ಜೀವಸತ್ತವನಂತೆ ಇದ್ದ ನನ್ನನ್ನು ಆತ್ಮೀಯ ಸಹೋದ್ಯೋಗಿಯೊಬ್ಬ ಗುರುತಿಸಿ "ಏನಾಯ್ತೋ" ಎಂದು ಪ್ರೀತಿಯಿಂದ ವಿಚಾರಿಸಿದ. ಪಾರ್ಕಿಂಗ್‌ಗೆ ಕರೆದುಕೊಂಡು ಹೋಗಿ ತೋರಿಸಿದೆ. "ಹೇಗಾಯ್ತೋ?" ಎಂದ. "ನಾನು ಸಿಗ್ನಲ್‌ನಲ್ಲಿ ಸುಮ್ಮನೆ ನಿಂತಿದ್ದೆ. ಆಟೋದವನು ಬಂದು ಹೊಡೆದುಬಿಟ್ಟ" ಎಂದು ಅನಾಯಾಸವಾಗಿ ಸುಳ್ಳು ಹೇಳಿದೆ. "ಪ್ಚ್... ಪ್ಚ್... ಹೊಸಾ ಕಾರು!" ಎಂದು ಅನುಕಂಪ ತೋರಿಸಿದಾಗ ನನಗೆ ಆತ್ಮೀಯರೊಬ್ಬರು ನನ್ನನ್ನು ವಹಿಸಿಕೊಂಡರಲ್ಲಾ ಅಂತ ಸಮಾಧಾನವಾಯ್ತು.

"ಅವನ ಹತ್ತಿರ ಹಣ ಕಿತ್ತುಗೊಂಡೆಯೋ ಇಲ್ಲವೋ?" ಎಂದು ಕೇಳಿದ. "ಪಾಪ, ಅವನು ಬಡವ. ಕೈಯಾಗಿನ ಉಂಗುರ ಕೊಡ್ತೀನಿ, ಈಗ ಕಾಸಿಲ್ಲ ಸಾರ್

ಅಂದ. ನಾನು ತೊಗಲ್ಲಿಲ್ಲ" ಎಂದೆ. ಆದರೆ ಏನೋ ಹೊಳೆದವನಂತೆ "ಅಲ್ಲ ಕಣೋ, ಮುಂಭಾಗಕ್ಕೆ ಹೊಡೆತ ಬಿದ್ದದೆ. ಅದು ಹೆಂಗೆ ಆಟೋದವನು ಬಂದು ಗುದ್ದಿದ?" ಎಂಬ ಹೊಸಾ ಲಾ ಪಾಯಿಂಟ್ ಹಾಕಿದ. ಸುಳ್ಳು ಹೇಳುವಾಗ ಇಂತಹ ವಿಚಿತ್ರ ವಿಚಾರಣೆಯನ್ನು ನಿರೀಕ್ಷಿಸಿರಲಿಲ್ಲ. "ರಿವರ್ಸ್‌ನಲ್ಲಿ ಬಂದು ಹೊಡೆದ"- ಮತ್ತೊಂದು ಸುಳ್ಳು ಹೇಳಿದೆ. "ಆಟೋಕ್ಕೆ ರಿವರ್ಸ್ ಗೇರ್ ಇರ್ತದಾ?" ಹೊಸದೊಂದು ವಿಚಾರಣೆ. ನನಗೆ ಆ ವಿಷಯ ಗೊತ್ತಿರಲಿಲ್ಲ. "ನನ್ನ ಕಾರಿಗೆ ಗಾಯ ಆಗಿದೆ ಅಂತ ನಾನು ಒದ್ದಾಡ್ತಾ ಇದೀನಿ. ನೀನು ನನ್ನ ಕಟಕಟೆಯಲ್ಲಿ ನಿಲ್ಲಿಸಿ ಪ್ರಶ್ನೆ ಕೇಳ್ತೀಯಲ್ಲಾ?" ಎಂದು ಧ್ವನಿಯನ್ನು ಸ್ವಲ್ಪ ಅಳುಬುರುಕ ಮಾಡಿದೆ. ಸಹೋದ್ಯೋಗಿ ಕರಗಿದ. "ಏನೂ ಯೋಚನೆ ಮಾಡಬೇಡ, ಪುಟ್ಟ ಗಾಯ ಆಗಿದೆಯಷ್ಟೇ. ಒಳ್ಳೆ ದೃಷ್ಟಿಬೊಟ್ಟಿನ ಹಾಗೆ ಕಾಣ್ತದೆ" ಎಂದು ಸಮಾಧಾನ ಮಾಡಿದ. ಮತ್ತೆ ಆಫೀಸಿನೊಳಗೆ ಹೋಗುವಾಗ "ಪ್ಲೀಜ್, ಯಾರಿಗೂ ಹೇಳಬೇಡ" ಎಂದು ಬೇಡಿಕೊಂಡೆ. ಸರಿಯೆಂದು ಒಪ್ಪಿಕೊಂಡ.

ಒಂದು ಗಂಟೆಯಲ್ಲಿ ಇಡೀ ಆಫೀಸಿಗೆ ನನ್ನ ಕಾರಿನ ಗಾಯದ ವಿಚಾರ ಗೊತ್ತಾಗಿತ್ತು. ನಾಲ್ಕು ದಿನದ ಹಿಂದೆ ನಾನು ಹಂಚಿದ ಸಿಹಿಯನ್ನು ಚಪ್ಪರಿಸಿ ತಿಂದ ಎಲ್ಲರೂ ಬಂದು "ಹೇಗಾಯ್ತು? ಎಲ್ಲಾಯ್ತು?" ಎಂದು ಕಿರಿಕಿರಿ ಮಾಡಲಾರಂಭಿಸಿದರು. "ಆಟೋರಾಜ, ರಿವರ್ಸ್ ಗೇರ್, ಬನ್ನೇರುಘಟ್ಟ ರಸ್ತೆ..." ಅಂತೆಲ್ಲಾ ಹೇಳಿ ಹೇಳಿ ಸುಸ್ತಾಗಿಬಿಟ್ಟೆ. ಎಲ್ಲರೂ ಪಾರ್ಕಿಂಗ್‌ಗೆ ಹೋಗಿ "ಪ್ಚ್..ಪ್ಚ್... ಹೊಸಾ ಕಾರು" ಎಂದು ಬೇಜಾರು ವ್ಯಕ್ತಪಡಿಸಿ "ದೃಷ್ಟಿಬೊಟ್ಟಿನ ತರಹ ಕಾಣುತ್ತೆ" ಅಂತ ಸಮಾಧಾನ ಮಾಡಿದರು.

ಯಾರೋ ಒಬ್ಬರು "ನೀವು ಇನ್ನೂ ನಾಲ್ಕು ದಿನ ಡ್ರೈವಿಂಗ್ ಕಲಿತು ಕಾರು ಕೊಳ್ಳಬೇಕಿತ್ತು" ಅಂತ ಹೇಳಿದಾಗ ರೇಗಿಹೋಯ್ತು. "ರಿವರ್ಸ್‌ನಲ್ಲಿ ಗಾಡಿ ಬಂದು ಹೊಡೆಯೋದಕ್ಕೆ ಅದೆಂಥಾ ಡ್ರೈವಿಂಗ್ ಕಲೀಲಿಕ್ಕೆ ಆಗ್ತದೆ ಕಣ್ರೀ..." ಎಂದು ಗುರ್ರೆಂದೆ. ಈ ವೇಳೆಗಾಗಲೇ ನಾನೂ ಆಟೋ ರಿವರ್ಸ್‌ನಲ್ಲಿ ಬಂದು ಹೊಡೆದದ್ದರಿಂದಲೇ ನನ್ನ ಕಾರಿಗೆ ಗಾಯವಾಗಿದ್ದು ಎಂದು ಪ್ರಾಮಾಣಿಕವಾಗಿ ನಂಬುವ ಸ್ಥಿತಿಗೆ ಬಂದಿದ್ದೆ. ಆತ್ಮೀಯ ಗೆಳೆಯ ಮಾತ್ರ "ಯಾರಿಗೂ ಹೇಳದೆ ನನ್ನೊಳಗೇ ಇಟ್ಟುಗೊಳ್ಳಲಿಕ್ಕೆ ಸಾಧ್ಯವೇ ಆಗಲಿಲ್ಲ. ಕ್ಷಮಿಸು" ಅಂತ ಇ-ಮೇಲ್ ಕಳುಹಿಸಿದ.

ಆ ರಾತ್ರಿ ನಿದ್ದೆ ಬರಲಿಲ್ಲ. ಸ್ವಲ್ಪ ಜೊಂಪು ಹತ್ತಿದಂತಾಗಿ ಕಣ್ಣು ಮುಚ್ಚುವದ ರೊಳಗೆ ವಿಷ್ಣುಚಕ್ರದಂತಹ ಆಯುಧವೊಂದು ನನ್ನ ಕಾರಿನ ಮೇಲೆ ಹರಿದಾಡಿ ಅದನ್ನು ತರಕಾರಿ ಕೊಯ್ಯುವಂತೆ ಕೊಯ್ದ ಕನಸು ಬಿದ್ದು ಎಚ್ಚರವಾಗಿಬಿಡುತ್ತಿತ್ತು. ಲಕ್ಷಗಟ್ಟಲೆ ಸುರಿದ ಕಾರನ್ನು ಸುಮ್ಮನೆ ಹಾಳು ಮಾಡಿಕೊಂಡೆನಲ್ಲಾ ಎಂದು ವಿಚಿತ್ರ

ದುಃಖವಾಗಿತ್ತು. ರಾತ್ರಿ ಎಲ್ಲರೂ ಮಲಗಿರುವ ವೇಳೆಯಲ್ಲಿ ಸದ್ದಿಲ್ಲದೆ ಎದ್ದು ನನ್ನ ಅಪಾರ್ಟ್‌ಮೆಂಟಿನ ಕಾರು ನಿಲ್ದಾಣಕ್ಕೆ ಬಂದೆ. ನನ್ನ ಕಾರಿನ ಗಾಯ ದೀಪದ ಬೆಳಕಿಗೆ ಫಳಫಳನೆ ಹೊಳೆಯುತ್ತಿತ್ತು. ದೃಷ್ಟಿಬೊಟ್ಟು ಗಲ್ಲಕ್ಕೆಲ್ಲಾ ಸವರಿದಷ್ಟು ದೊಡ್ಡದಿತ್ತು. ಕಾರಿನ ಮುಂದೆ ಕುಳಿತೆ. ಯಾಕೋ ನನ್ನ ಕಾರು ತುಂಬಾ ದುಃಖದಲ್ಲಿದೆಯೆಂದು ಭಾಸವಾಯ್ತು. "ಸಾರಿ" ಎಂದು ಮೆತ್ತಗೆ ಉಸುರಿದೆ. ವಾಪಾಸು ನನ್ನ ಮನೆಗೆ ಹೋಗಬೇಕೆಂದು ಮೆಟ್ಟಿಲು ಹತ್ತುವಾಗ ಪಕ್ಕದ ಮನೆಯವರ ಕಾರು ಕಣ್ಣಿಗೆ ಬಿತ್ತು. ಹತ್ತಿರ ಹೋದೆ. ಸರಿಯಾಗಿ ಹೆಡ್‌ಲೈಟಿನ ಬಳಿ ಇಷ್ಟಗಲ ಗಾಯವಾಗಿದ್ದು ಕಂಡಿತು. ವಿಚಿತ್ರ ಖುಷಿಯಾಗಿಬಿಟ್ಟಿತು. ಅದರ ಬಾಜೂ ನಿಲ್ಲಿಸಿದ್ದ ಮೇಲಿನ ಮನೆಯವರ ಕಾರನ್ನು ನೋಡಿದೆ. ಕುಂಡೆಗೆ ಕಾಲಿನಿಂದ ಒದ್ದಂತೆ ಹಿಂಭಾಗಕ್ಕೆ ಪೊಚ್ಚು ಬಿದ್ದಿತ್ತು. ಇನ್ನಷ್ಟು ಖುಷಿಯಾಯ್ತು. ಒಂದೊಂದಾಗಿ ಕಾರನ್ನು ಗಮನಿಸುತ್ತಾ ಬಂದೆ. ಎಲ್ಲಾ ಕಾರುಗಳಿಗೂ ಗಾಯವಾಗಿತ್ತು. ಈವರೆಗೆ ನನ್ನೊಳಗೆ ಹಬ್ಬಿದ್ದ ಅಪರಾಧಿಭಾವ ಇಲ್ಲದಂತಾಗಿ ವಿಚಿತ್ರ ಖುಷಿಯಿಂದ ಶಿಳ್ಳೆ ಹಾಕಿದೆ.

ಆದರೆ ಪೆಂಟ್‌ಹೌಸ್‌ನಲ್ಲಿರುವ ವ್ಯಕ್ತಿಯ ಹೊಸ ಸ್ಕೋಡಾ ಕಾರಿಗೆ ಮಾತ್ರ ಏನೂ ಆಗಿರಲಿಲ್ಲ. ಹೊಟ್ಟೆಯಲ್ಲಿ ಸಂಕಟವಾಯ್ತು. ಅದು ಹೇಗೆ ಸಾಧ್ಯ ಎನ್ನುವ ಛಲದಿಂದ ಇಡೀ ಕಾರನ್ನು ಪರೀಕ್ಷಿಸಿದೆ. ಊಹೂಂ! ಒಂದೂ ಗಾಯವಿರಲಿಲ್ಲ. "ಬೋಳಿಮಗ, ಡ್ರೈವರ್‍ನ ಇಟ್ಟುಕೊಂಡಿದಾನೆ ಅಂತ ಕಾಣುತ್ತೆ" ಎಂದು ಅಸಮಾಧಾನದಿಂದ ಕುದಿಯಲಾರಂಭಿಸಿದೆ. ಕೈಯಲ್ಲಿದ್ದ ರೂಮಿನ ಕೀಲಿಯಿಂದ ನಾನೇ ಗೀರಿಬಿಡಲೇ ಎಂಬ ದುಷ್ಟ ಆಲೋಚನೆಯೂ ಸುಳಿದುಹೋಯ್ತು. ಆದರೆ ಧೈರ್ಯ ಬರಲಿಲ್ಲ. "ಭಗವಂತ, ಅವನನ್ನು ಗುಂಪಿನಿಂದ ದೂರವಿಡಬೇಡ ತಂದೆ" ಎಂದು ಪ್ರಾರ್ಥಿಸಿ ಮನೆಗೆ ಹೋದೆ.

ಭಗವಂತ ನನ್ನ ಮೊರೆಯನ್ನು ಆಲಿಸಿದ. ಎರಡು ದಿನದ ನಂತರ ಸಿಕ್ಕ ಪೆಂಟ್‌ಹೌಸಿನವನು "ಫೋರ್ತ್ ಬ್ಲಾಕಿನಲ್ಲಿ ಪಾರ್ಕ್ ಮಾಡಿದ್ದಾಗ, ಕಳ್ಳ ನನ್ನಮಗ ಯಾವನೋ ಕಾರಿಗೆ ಗೀಟು ಹಾಕಿದಾನೆ ನೋಡ್ರಿ" ಎಂದು ಸಿಟ್ಟಿನಿಂದ ಸಂಕಟವನ್ನು ಹೊರಹಾಕಿದ. ನಾನು ಕಾರನ್ನು ಪರೀಕ್ಷಿಸಿದೆ. ಇಷ್ಟುದ್ದಾ ಗೀರು ಬಿದ್ದಿತ್ತು. ಖುಷಿಯಿಂದ ಹೃದಯ ಹಿಗ್ಗಿ ಹೀರೇಕಾಯಿಯಾಯ್ತು. "ಪ್ಚ...ಪ್ಚ... ಹೊಸಾ ಕಾರು" ಎಂದು ಅನುಕಂಪವನ್ನು ತೋರಿಸಿ "ಇರಲಿ ಬಿಡಿ, ದೃಷ್ಟಿಬೊಟ್ಟಿನಂಗೆ ಕಾಣ್ತದೆ" ಎಂದು ಸಮಾಧಾನ ಮಾಡಿದೆ. ಭಕ್ತರ ಮೊರೆಯನ್ನು ಕೇಳುವ ಭಗವಂತನ ಮೇಲೆ ಪ್ರೀತಿಯುಕ್ಕಿ ಬಂತು.

2ನೇ ಜನವರಿ 2005

‘ರಾಮೇಶ್ವರ’ದಲ್ಲೊಂದು ಪೋಲಿ ಸಿನಿಮಾ

ನನಗೆ ಚಿಕ್ಕಂದಿನಿಂದಲೂ ಸಿನಿಮಾ ಹುಚ್ಚು. ಮನೆಯಲ್ಲಿ ಅತ್ತು-ಕರೆದು ಹಠ ಮಾಡಿ ಸಿನಿಮಾಕ್ಕೆ ಅಪ್ಪನ ಬಳಿ ರೊಕ್ಕ ಕೇಳುತ್ತಿದ್ದೆ. ನವರಾತ್ರಿ ಹಬ್ಬದಲ್ಲಿ ಬನ್ನಿಯ ಜೊತೆ ಕೊಟ್ಟ ದಕ್ಷಿಣೆಯನ್ನು ಕಲೆ ಹಾಕಿ ಸಿನಿಮಾಕ್ಕೆ ನುಗ್ಗುತ್ತಿದ್ದೆ. ಶನಿವಾರದ ದಿನ ಅಮ್ಮಗೆ ಬೆಳಗಿನ ಶಾಲೆಯ ಸಮಯಕ್ಕೆ ಫಲಹಾರ ತಯಾರಿಸಲು ಸಮಯವಿಲ್ಲದೆ ಕೈಗೆ ಒಂದಿಷ್ಟು ಚಿಲ್ಲರೆ ತುರುಕಿ “ಹೋಟಲಿನಲ್ಲಿ ಏನಾದರೂ ಕೊಂಡು ತಿನ್ನಿರಿ” ಎಂದು ಹೇಳಿದರೆ, ಉಪವಾಸವಿದ್ದು ಆ ಚಿಲ್ಲರೆಯಲ್ಲಿ ಸಿನಿಮಾಕ್ಕೆ ಹೋಗುತ್ತಿದ್ದೆ. ಮುಂದೆ ನನ್ನ ಓದು ಮುಗಿದು, ಮದ್ರಾಸಿನಲ್ಲಿ ಸಾಫ್ಟ್‌ವೇರ್ ಉದ್ಯೋಗ ದೊರೆತ ಪತ್ರ ಕೈಗೆ ಸಿಕ್ಕ ತಕ್ಷಣ “ಇನ್ನು ಎಷ್ಟು ಬೇಕೋ ಅಷ್ಟು ಸಿನಿಮಾ ನೋಡಬಹುದು” ಅಂತ ಖುಷಿಯಾಗಿತ್ತು.

ಮದ್ರಾಸಿನಲ್ಲಿ ಬ್ರಹ್ಮಚಾರಿಗಳಿಗೆ ಸಂಸಾರಸ್ಥರ ಬಡಾವಣೆಯಲ್ಲಿ ಬಾಡಿಗೆ ಮನೆ ಸಿಗುವುದು ತುಂಬಾ ಕಷ್ಟ. ನಾನು ಮತ್ತು ನನ್ನಿಬ್ಬರು ಸಹೋದ್ಯೋಗಿಗಳು ಮನೆಗಾಗಿ ಹುಡುಕಿ ಹುಡುಕಿ ಬೇಸತ್ತು ಹೋಗಿದ್ದೆವು. ಕೊನೆಗೆ ಯಾರೋ ಪರಿಚಯದವರ ಶಿಫಾರಸ್ಸಿನೊಂದಿಗೆ ಒಂದು ಮನೆ ಸಿಕ್ಕಿತ್ತು. ಮನೆಯೊಡೆಯ ಮತ್ತು ಒಡತಿ, ನಾವು ಮೂವರನ್ನೂ ಕೂಡಿಸಿ ಅರ್ಧ ಗಂಟೆ ತಮಿಳಿನಲ್ಲಿ ನಾವು ಹೇಗೆ ಮರ್ಯಾದೆಯಿಂದ ಬದುಕಬೇಕೆಂದು ತಿಳಿ ಹೇಳಿದರು. ಸರಿಯೆಂದು ಗೋಣಲ್ಲಾಡಿಸಿದೆವು. ಮೂವರಿಗೂ ತಮಿಳು ಬರುತ್ತಿರಲಿಲ್ಲ!

ನನ್ನ ಸಹೋದ್ಯೋಗಿಗಳ ಹೆಸರು ಶ್ರೀನಿವಾಸುಲು ಮತ್ತು ಶಾಸ್ತ್ರಿ. ಇಬ್ಬರೂ ಆಂಧ್ರಪ್ರದೇಶದವರು. ಅವರಿಗೂ ನನ್ನಂತೆ ಸಿನಿಮಾ ಹುಚ್ಚಿತ್ತೆಂದು ಬೇರೆ ಹೇಳಬೇಕೆ? ವಾರಕ್ಕೆ ಐದು ಸಿನಿಮಾ ವನ್ನಾದರೂ ನೋಡದೆ ಬಿಡುತ್ತಿರಲಿಲ್ಲ. ವಾರಾಂತ್ಯದ ಮಾತು ಬಿಡಿ, ಕೆಲಸವಿದ್ದ ದಿನವೂ ಕಛೇರಿಯಿಂದ ಬಂದ ತಕ್ಷಣ ಗಬಗಬನೆ ಊಟ ಮಾಡಿದ್ದೇ ಎರಡನೆ ಆಟಕ್ಕೆ ಓಡುತ್ತಿದ್ದೆವು. ಬರೀ ಹಿಂದಿ, ಇಂಗ್ಲೀಷ್ ಸಿನಿಮಾ ಮಾತ್ರವಲ್ಲ, ತಮಿಳಿನ ಸಿನಿಮಾಗಳನ್ನು ನೋಡುತ್ತಿದ್ದೆವು. ಭಾಷೆ ಬರಲಿ ಬಿಡಲಿ, ಸಿನಿಮಾ ಥೇಟರಿನಲ್ಲಿ ಕುಳಿತು ಚಲಿಸುವ ಚಿತ್ರಗಳನ್ನು ನೋಡುವುದೇ ನಮಗೆ ಉಲ್ಲಾಸದಾಯಕವಾಗಿರುತ್ತಿತ್ತು. ದೂರ ದೂರದ ಥೇಟರುಗಳನ್ನು ಹುಡುಕಿಕೊಂಡು ಹೋಗಿ, ಬರುವಾಗ ಬಸ್ಸಿಲ್ಲದೆ ನಡೆದುಕೊಂಡು ಬರುತ್ತಿದ್ದೆವು.

ಒಮ್ಮೆ ಜಪಾನಿ ಭಾಷೆಯ ಸಿನಿಮಾವೊಂದು 'ರಾಮೇಶ್ವರ' ಎನ್ನುವ ಥೇಟರಿಗೆ ಬಂತು. ಆ ಸಿನಿಮಾದ ಬಗ್ಗೆ ನಾನು ತುಂಬಾ ಓದಿದ್ದೆ. ಸಾವಿನ ಅಂಚಿನಲ್ಲಿರುವ ವ್ಯಕ್ತಿ ತನ್ನ ಉಳಿದ ದಿನಗಳಲ್ಲಿ ಸಮಾಜಕ್ಕೆ ಸಹಾಯ ಮಾಡುವದಕ್ಕಾಗಿ ಪರಿಶ್ರಮಿಸುವ ಹೃದಯಸ್ಪರ್ಶಿ ಕತೆಯದು. 1950ರ ಸುಮಾರಿನಲ್ಲಿ ತೆಗೆದ ಕಪ್ಪು-ಬಿಳುಪಿನ ಚಿತ್ರವದು. ಅದರಲ್ಲಿ ಸಾವಿನಂಚಿನಲ್ಲಿರುವ ಮುದುಕ ನಿರ್ಜನವಾದ ಪಾರ್ಕಿನಲ್ಲಿ ಉಯ್ಯಾಲೆಯಲ್ಲಿ ಕುಳಿತು ಹಾಡುತ್ತ ಜೀಕುವ ದೃಶ್ಯ ಬಹು ಪ್ರಸಿದ್ಧಿ. ಆ ಸಿನಿಮಾಕ್ಕೆ ಹೋಗೋಣವೆಂದು ಗೆಳೆಯರಿಗೆ ಸಲಹೆಯಿತ್ತೆ. ಬರೀ ತೆಲುಗಿನ ಮಸಾಲೆ ಸಿನಿಮಾಗಳಲ್ಲಿಯೇ ಬೆಳೆದ ಆಂಧ್ರದ ಗೆಳೆಯರು ನಾನು ಹೇಳಿದ ಕತೆ ಕೇಳಿ ಬರಲು ಹಿಂದೇಟು ಹಾಕಿದರು. ಕಪ್ಪು-ಬಿಳುಪು ಸಿನಿಮಾ ಎಂದು ಗೊತ್ತಾದ ತಕ್ಷಣ "ದಾರುಣಂ..." ಎಂದು ರಾಗವೆಳೆದರು. ಕೊನೆಗೆ ನಾನೊಬ್ಬನೇ ಹೊರಡುತ್ತೀನೆಂದು ತಯಾರಾದಾಗ "ಮಿತ್ರದ್ರೋಹಂ ಚೇಯಕು..." ಎಂದು ತಾವೂ ಜೊತೆಗೂಡಿದರು.

ರಾತ್ರಿ ಎರಡನೆಯ ಆಟದ ಸಿನಿಮಾಕ್ಕೆ ಹೋಗಬೇಕಾದರೆ ನಮಗೊಂದು ಸಮಸ್ಯೆ ಎದುರಾಗುತ್ತಿತ್ತು. ಮದ್ರಾಸಿನಲ್ಲಿ ನೀರಿನ ಬರ ಎಲ್ಲರಿಗೂ ಗೊತ್ತಿದ್ದೇ ಅಲ್ಲವೆ? ಕುಡಿಯುವ ನೀರಿನ ಲಾರಿ ರಾತ್ರಿ ಹತ್ತಕ್ಕೆ ಬರುತ್ತಿತ್ತು. ನಮ್ಮ ರೇಶನ್ ಕಾರ್ಡನ್ನು ಒಯ್ದರೆ, ಅದರಲ್ಲಿ ಪೆನ್ನಿನಿಂದ 'ಟಿಕ್' ಮಾಡಿ, ಮನೆಗೊಂದರಂತೆ ಒಂದು ಕೊಡ ನೀರು ಕೊಡುತ್ತಿದ್ದರು. ತಪ್ಪಿಸಿಕೊಂಡರೆ ಮರುದಿನ ರಾತ್ರಿಯವರೆಗೆ ನೀರಿಲ್ಲ. ಆದಿತ್ಯವಾರ ವಾರದ ರಜ! ಆದ್ದರಿಂದ ನಮ್ಮ ಸ್ಟೀಲ್ ಕೊಡವನ್ನು ಹಿಡಿದುಕೊಂಡು ಮನೆಯೊಡೆಯನ ಮನೆಗೆ ಹೋದೆವು.

ಮನೆಯೊಡೆಯ ಮತ್ತು ಮನೆಯೊಡತಿಯ ಕಣ್ಣಲ್ಲಿ ಈಗಾಗಲೇ ನಾವು ಒಳ್ಳೆಯ ಹುಡುಗರೆಂಬ "ಇಂಪ್ರೆಶನ್" ಮೂಡಿಸಿದ್ದೆವು. ಬಾಡಿಗೆ ಮನೆಗೆ ಬಂದ ದಿನದಿಂದ ಒಮ್ಮೆಯೂ ತಪ್ಪಿಸದಂತೆ ಬೆಳಿಗ್ಗೆ ಆರಕ್ಕೆ "ಕೌಸಲ್ಯಾ ಸುಪ್ರಜ ರಾಮಾ..."

ಸುಪ್ರಭಾತದ ಕ್ಯಾಸೆಟ್ ಹಾಕಿ ಗೊರಕೆ ಹೊಡೆಯುತ್ತಿದ್ದೆವು. ಮೂವರೂ ಮೂಗಿನ ಮೇಲೆ ಕುಂಕುಮದ ಬಟ್ಟನ್ನು ಇಡುವದನ್ನು ಅಭ್ಯಾಸ ಮಾಡಿಕೊಂಡೆವು. ಆಗೊಮ್ಮೆ ಈಗೊಮ್ಮೆ ಗುಡಿಗಳಿಗೆ ನುಗ್ಗಿ ಬಂದು "ಮುರುಗನ್ ಪ್ರಸಾದ", "ತಿರುಪತಿ ಲಡ್ಡು" ಎಂದೆಲ್ಲಾ ಕೊಟ್ಟು "ನಲ್ಲ ಮಾಪಿಳ್ಳೆಗಳ್..." ಎಂಬ ಬಿರುದನ್ನು ಪಡೆದಿದ್ದವು. ತಮಿಳು ಸಿನಿಮಾಗಳನ್ನು ಹೇರಳವಾಗಿ ನೋಡಿದ್ದರಿಂದ ಹರುಕು ಮುರುಕು ತಮಿಳು ಕೂಡಾ ಬರುತ್ತಿತ್ತು.

ಮನೆಯೊಡೆಯ ಆಗಲೇ ಹಾಸಿಗೆ ಸೇರಿಯಾಗಿತ್ತು. ಮನೆಯೊಡತಿ ಅಳಿದುಳಿದ ಕೆಲಸಗಳಲ್ಲಿ ಮಗ್ನಳಾಗಿದ್ದಳು. ನಾವು ಕೊಡವನ್ನು ಕೊಟ್ಟು, ಸಿನಿಮಾಕ್ಕೆ ಹೋಗುವ ವಿಚಾರವನ್ನು ತಿಳಿಸಿದೆವು. ಅಷ್ಟಕ್ಕೇ ಸುಮ್ಮನಿರದೆ ಶ್ರೀನಿವಾಸುಲು "ರಾಮೇಶ್ವರ ಥೇಟರ್ ಎಲ್ಲಿ?" ಎಂದು ಕೇಳಿಬಿಟ್ಟ. ನಾವು ಒಮ್ಮೆಯೂ ಆ ಥೇಟರಿಗೆ ಹೋಗಿರಲಿಲ್ಲ. ರಾಮೇಶ್ವರದ ಹೆಸರು ಕೇಳುತ್ತಲೇ ಮನೆಯೊಡತಿ ಮುಖವನ್ನು ಸಿಂಡರಿಸಿಬಿಟ್ಟು "ಆಂಡವನೆ..." ಎಂದು ಉದ್ಗರಿಸಿದಳು. ನಮ್ಮೊಡನೆ ಮಾತನ್ನೂ ಆಡದೆ ಸೀದಾ ಕೋಣೆಗೆ ಹೋಗಿ, ಗಂಡನನ್ನು ಎಬ್ಬಿಸಿ "ಎಲ್ಲಾ ಮಾಪಿಳ್ಳೆಗಳಿಗೂ ಒಂದೇ ಕಲ್ಯಾಣ ಗುಣ. ನಾನೇನೋ ಇವು ಒಳ್ಳೇವು ಅಂದ್ಕೊಂಡಿದ್ದೆ. ರಾಮೇಶ್ವರಕ್ಕೆ ಹೋಗಲಿಕ್ಕೆ ಶುರು ಮಾಡಿವೆ" ಎಂದು ವಟಗುಟ್ಟಿದ್ದು ಕೇಳಿಸಿತು. ಮನೆ ಯೊಡೆಯ ಹೊರಬಂದ. "ರಾಮೇಶ್ವರ ವೇಂಡ. ಬೇರೆ ಥೇಟರ್‌ಗೆ ಪೋಂಗ" ಎಂದು ಶುರುವಿಟ್ಟ. ನನಗೆ ಕಿರಿಕಿರಿಯೆನ್ನಿಸಿತು. ಜಪಾನಿನ ಮಹತ್ವದ ಚಿತ್ರವದೆಂದು ವಿವರಿಸಲು ಹೆಣಗಾಡತೊಡಗಿದೆ. ಒಳಗೆ ಮನೆಯೊಡತಿ ಪಾತ್ರೆಗಳನ್ನು ದಬದಬನೆ ಬೀಳಿಸುತ್ತಾ, ಕುಕ್ಕುತ್ತಾ ಸದ್ದು ಮಾಡುತ್ತಿದ್ದಳು. ಬೇಸತ್ತ ಮನೆಯೊಡೆಯ ಕೊನೆಗೆ ರಾಮೇಶ್ವರದ ದಾರಿಯನ್ನು ಹೇಳಿ, ಬಾಗಿಲು ಹಾಕಿಕೊಂಡ. ಶಾಸ್ತ್ರಿ, ಶ್ರೀನಿವಾಸುಲು "ಅದು ಪೋಲಿ ಸಿನಿಮಾನಾ?" ಎಂದು ಶುರುವಿಟ್ಟರು. ಮೊದಲೇ ಕಪ್ಪು-ಬಿಳುಪು ಸಿನಿಮಾ, ಐವತ್ತರ ದಶಕದ್ದು ಬೇರೆ – ಪೋಲಿಯಾಗಿರಲು ಸಾಧ್ಯವೇ ಇಲ್ಲ ಎಂದು ಸಮರ್ಥಿಸಿಕೊಂಡೆ.

ಚಿತ್ರಮಂದಿರ ಕಿಕ್ಕಿರಿದು ತುಂಬಿತ್ತು. ಶ್ರೇಷ್ಠ ಚಿತ್ರವನ್ನು ನೋಡಲು ಅದೆಷ್ಟು ಜನ ಬಂದಿದ್ದಾರಲ್ಲಾ ಎಂದು ಖುಷಿಯಾಯ್ತು. "ಮದ್ರಾಸಿನ ಜನರಿಗೆ ಸದಭಿರುಚಿಯಿದೆ" ಎಂದು ಸ್ನೇಹಿತರ ಮುಂದೆ ಡೈಲಾಗ್ ಹೊಡೆದೆ. ಚಿತ್ರಮಂದಿರದಲ್ಲಿ ಅಂಟಿಸಿದ್ದ ಭಿತ್ತಿ ಚಿತ್ರಗಳೂ ನಾನು ಹೇಳುವ ಚಿತ್ರದ್ದೇ ಆಗಿದ್ದವು. ಸಾವಿನಂಚಿನಲ್ಲಿರುವ ಮುದುಕ ಹಾಡುತ್ತಾ ಉಯ್ಯಾಲೆ ತೂಗುತ್ತಿರುವ ದೃಶ್ಯ ಮತ್ತಿಷ್ಟು ಭರವಸೆಯನ್ನು ಕೊಟ್ಟಿತು.

ಸ್ವಲ್ಪ ಸಮಯದ ನಂತರ ಶಾಸ್ತ್ರಿ ಅಪಸ್ವರ ಎತ್ತಿದ. "ಇಷ್ಟೊಂದು ಗುಂಪಿನಾಗೆ ಒಕ್ಕೇ ಒಕ್ಕ ಅಮ್ಮಾಯಿ ಕೂಡಾ ಲೇದು" ಅಂತ ವೇದಾಂತಿಯಂತೆ ನುಡಿದ. ಅವನ ಮಾತಿನಲ್ಲಿ ಸತ್ಯವಿತ್ತು. ಜೊತೆಗೆ ಅಲ್ಲಿ ಸೇರಿದ ಗುಂಪೆಲ್ಲಾ ರಿಕ್ಷಾ ತುಳಿಯುವವರು, ಪಡ್ಡೆ

ಹುಡುಗರು, ಬರೀ ಪಂಚೆ ಕಟ್ಟಿಕೊಂಡು ಬೀಡಿ ಸೇದುವವರೇ ತುಂಬಿದ್ದರು. ಸಾರಾಯಿ ವಾಸನೆ ಗಪ್ಪೆಂದು ಮೂಗಿಗೆ ಹೊಡೆಯುತ್ತಿತ್ತು. ಯಾಕೋ ನನಗೂ ಅನುಮಾನ ಶುರುವಾಯ್ತು. ಆದರೆ ಬಂದದ್ದಂತೂ ಆಗಿದೆ. ಟಿಕೆಟ್‌ಗೆ ಹಣ ತೆತ್ತಿದ್ದೂ ಆಗಿದೆ. ಅದೇನಾದರೂ ಆಗಿರಲಿ, ಸಿನಿಮಾ ನೋಡಿಯೇ ಹೋಗುವದೆಂದು ನಿರ್ಧರಿಸಿದೆ.

ಸಿನಿಮಾ ಶುರುವಾಯ್ತು. ಅದೇ ಸಾಯುವ ಮುದುಕನ ಚಿತ್ರವದು. ನಿಧಾನಗತಿಯಲ್ಲಿ ಬದುಕಿನ ಲಯದ ಬಗ್ಗೆ ಮಾತನಾಡುವ ಚಿತ್ರದಲ್ಲಿ ಪೋಲಿ ದೃಶ್ಯಗಳು ಬರಲಿಕ್ಕೆ ಸಾಧ್ಯವೇ ಇಲ್ಲವೆಂದು ಖಡಾಖಂಡಿತವಾಗಿ ಮನಸ್ಸು ಹೇಳಿತು. ಆದರೆ ಸಿನಿಮಾ ಶುರುವಾಗಿ ಹದಿನೈದು ನಿಮಿಷವಾದರೂ ಯಾರೂ ಒಳಗೆ ಬಂದು ಕುಳಿತುಕೊಳ್ಳದಿದ್ದದ್ದು ನಮಗೆ ಅಚ್ಚರಿಯನ್ನುಂಟುಮಾಡಿತು. ಸುಮಾರು ಒಂದು ತಾಸು ಕಳೆದ ನಂತರ ಜನ ಗುಂಪುಗುಂಪಾಗಿ ಬರಲಾರಂಭಿಸಿದರು. ಥೇಟರಿನಲ್ಲಿದ್ದ ಆಸನದ ಮಿತಿಯ ಎರಡರಷ್ಟು ಜನ ಜಮಾಯಿಸಿದರು. ಯಾರಿಗೂ ನಡೆಯುತ್ತಿರುವ ಸಿನಿಮಾದ ಬಗ್ಗೆ ಆಸಕ್ತಿಯಿಲ್ಲದೆ ಗದ್ದಲ ಮಾಡುತ್ತಿದ್ದರು. ನೆಲದ ಮೇಲೆ, ಕಂಬಿಯ ಮೇಲೆಲ್ಲಾ ಜನರು ಕುಳಿತುಬಿಟ್ಟಿದ್ದರು.

ಸಾಯುವ ಮುದುಕ ಜೋಕಾಲಿಯ ಮೇಲೆ ಕುಳಿತುಕೊಂಡ. "ಈಗಲೇ ಆ ಹಾಡು" ಎಂದು ಗೆಳೆಯರಿಬ್ಬರಿಗೆ ಹೇಳಿ ಕುರ್ಚಿಯಂಚಿಗೆ ಸರಿದು ಕುಳಿತುಕೊಂಡೆ. ಅದೇನು ದುರಾದೃಷ್ಟವೋ ಕಾಣೆ, ತಕ್ಷಣ ಸಿನಿಮಾ ನಿಂತುಹೋಯ್ತು! ಜನರೆಲ್ಲಾ ಕೇಕೆ ಹಾಕಿ ಗದ್ದಲವೆಬ್ಬಿಸಿ ಹರ್ಷದಿಂದ ಕೂಗಾಡಲಾರಂಭಿಸಿದರು. "ಬೋಳಿಮಕ್ಕಳು, ಒಳ್ಳೆ ಸೀನಿಗೆ ಕೈ ಕೊಟ್ಟರು" ಅಂತ ನಾನು ನನ್ನ ಕೋಪವನ್ನು ತೋಡಿಕೊಂಡೆ. ಆದರೆ ಕೆಲವೇ ನಿಮಿಷಗಳಲ್ಲಿ ಸಿನಿಮಾ ಶುರುವಾಯ್ತು. ಉಕ್ಕುವ ಹಾಲಿಗೆ ನೀರು ಹಾಕಿದಂತೆ ಜನ ಸುಮ್ಮನಾಯ್ತು.

ಶುರುವಾದ ಸಿನಿಮಾ ಬಣ್ಣದಲ್ಲಿತ್ತು!! ಜಪಾನು ಹೋಗಿ ಯಾವುದೋ ಕೇರಳದ ಸಮುದ್ರ ತೀರ ಬಂತು. ಮೈಕೈ ತುಂಬಿಕೊಂಡ ಭಾರತೀಯ ಹೆಣ್ಣೊಬ್ಬಳು ಹತ್ತು ನಿಮಿಷ ಸ್ನಾನ ಮಾಡಿದಳು. ಎಲ್ಲಿಂದಲೋ ಮೈಯೆಲ್ಲಾ ರೋಮ ತುಂಬಿಕೊಂಡ ಧಡಿಯನೊಬ್ಬ ಬೀಡಿ ಸೇದುತ್ತ ಬಂದು, ಅವಳನ್ನು ಎತ್ತಿಕೊಂಡು ಹತ್ತಿರದ ಗುಡಿಸಲಿಗೆ ಒಯ್ದ. ಅವಳು ವಯ್ಯಾರದಿಂದ ಅವನೆಡೆಗೆ ಮಾದಕ ನೋಟ ಬೀರಿದಳು. ಮುಂದೆ ಅರ್ಧ ಗಂಟೆ ಮಾತಿಲ್ಲದೆ ಬರಿಯ ನರಳಾಟದ ಸದ್ದಿನಲ್ಲಿ ನಡೆದ ಕಾಮಕೇಳಿಯನ್ನು ನಾನಿಲ್ಲಿ ಹೇಳಲಾರೆ.

ಬಿಟ್ಟ ಬಾಯಿ ಬಿಟ್ಟಂತೆ ನಾವು ದೃಶ್ಯಗಳನ್ನು ಉಗುಳು ನುಂಗುತ್ತಾ ನೋಡಿದೆವು. "ಏನೋ ಇದು" ಅಂತ ನಾನು ಗೆಳೆಯರ ಮುಂದೆ ಪಿಸುಗುಟ್ಟಿದರೆ, "ಡಿಸ್ಟರ್ಬ್ ಚೇಯಕು..." ಎಂದು ಗದರಿಕೊಂಡರು. ದೇಹದ ಗುಪ್ತ ಭಾಗಗಳನ್ನು ಸೆವೆಂಟಿ

ಎಂ.ಎಂ. ಪರದೆಯಲ್ಲಿ ನೋಡಿದಾಗ ಎದೆಬಡಿತ ಹೆಚ್ಚಾಗಿ, ಉಸಿರು ಬಿಸಿಯಾಗಿತ್ತು. ಅರ್ಧ ಗಂಟೆಯ ದೃಶ್ಯವೈಭವ ಮುಗಿದ ಮೇಲೆ ಮತ್ತೆ ಸಿನಿಮಾ ನಿಂತುಹೋಯ್ತು. ಜನರೆಲ್ಲಾ ಉತ್ಸಾಹದಿಂದ ಚಪ್ಪಾಳೆ ತಟ್ಟಿ ತಮ್ಮ ಹರ್ಷವನ್ನು ವ್ಯಕ್ತಪಡಿಸಿದರು. ನಂತರ ಲೈಟುಗಳೆಲ್ಲಾ ಹತ್ತಿಕೊಂಡು ಥೇಟರು ಜಗಮಗವಾಯ್ತು. ಜನರೆಲ್ಲಾ ಮನೆಗೆ ಹೊರಟುಹೋದರು. ಕಡೆಗೆ ಥೇಟರಿನಲ್ಲಿ ಉಳಿದದ್ದು ನಾವು ಮೂವರೇ! "ನಾವೂ ಹೋಗೋಣ" ಎಂದು ಶಾಸ್ತ್ರಿ ಮತ್ತು ಶ್ರೀನಿವಾಸುಲು ಶುರುವಿಟ್ಟರು. "ಇನ್ನೂ ಹಾಡು ಮುಗಿದಿಲ್ಲ. ನಾನಂತೂ ಬರಂಗಿಲ್ಲ" ಅಂತ ಪಟ್ಟು ಹಿಡಿದೆ. ಸಾವಿರದ ನಾಲ್ಕುನೂರು ಆಸನಗಳ ಆ ದೊಡ್ಡ ಥೇಟರಿನಲ್ಲಿ ನಾವು ಮೂವರೇ ಕುಳಿತಿದ್ದೆವು!

ಸ್ವಲ್ಪ ಸಮಯದ ನಂತರ ಗೇಟ್‌ಕೀಪರ್ ಎಲ್ಲಾ ದೀಪಗಳನ್ನು ಆರಿಸಲು ಶುರುವಿಟ್ಟ. ನಾನು ಅವನನ್ನು ಕೂಗಿ ಕರೆದೆ. ನಾವು ಇನ್ನೂ ಉಳಿದಿರುವುದು ಅವನಿಗೆ ಅಚ್ಚರಿ. "ಪೂರ್ತಿ ಸಿನಿಮಾ ನೋಡದೆ ಹೋಗಂಗಿಲ್ಲ" ಅಂತ ಹೇಳಿಬಿಟ್ಟೆ. ಅವನಿಗೆ ಏನು ಹೇಳಬೇಕೋ ತೋಚದೆ ಮ್ಯಾನೇಜರರನ್ನು ಕರೆದುಕೊಂಡು ಬಂದ. ಮ್ಯಾನೇಜರ್ ಇಂತಹ ವಿಚಿತ್ರ ಸನ್ನಿವೇಶವನ್ನು ಹಿಂದೆ ಎದುರಿಸಿಯೇ ಇರಲಿಲ್ಲವೆಂದು ಹೇಳಲಾರಂಭಿಸಿದ. "ಬರೀ ಮೂವರಿಗೆ ಪ್ರೊಜೆಕ್ಟರ್ ಓಡಿಸೋದು ಗಿಟ್ಟಂಗಿಲ್ಲ" ಎಂದು ಅಲವತ್ತುಕೊಂಡ. ನಾನು ಒಪ್ಪಲಿಲ್ಲ. ಪೋಲಿ ಸಿನಿಮಾ ತೋರಿಸಿದ್ದನ್ನು ಪೋಲೀಸರಿಗೆ ಹೇಳಿ, ಎಲ್ಲಾ ಪತ್ರಿಕೆಗಳಲ್ಲಿ ಹಾಕಿಸುತ್ತೇನೆಂದು ಬೆದರಿಸಿದೆ. "ಅವರಿಗೆಲ್ಲಾ ಅದು ಗೊತ್ತಿದೆ ಸಾರ್. ರಾಮೇಶ್ವರ ಅಂದರೆ ಎಲ್ಲರೂ ಅರ್ಥ ಮಾಡಿಕೊಳ್ತಾರೆ" ಎಂದು ನಿರಾತಂಕವಾಗಿ ಉತ್ತರಿಸಿದ. ಅವನು ನಿರಾಕರಿಸಿದಂತೆಲ್ಲಾ ನನ್ನ ಹಠವೂ ಹೆಚ್ಚಾಗಿ, ಕೊನೆಗೆ ಸಿನಿಮಾ ಮುಂದುವರಿಸಲು ಒಪ್ಪಿಕೊಂಡ.

ಜಪಾನಿ ಸಿನಿಮಾ ಮುಂದುವರೆಯಿತು. ಸಾಯುವ ಮುದುಕ ಹಾಡಲು ಶುರುವಿಟ್ಟ. ನಂಬಿದರೆ ನಂಬಿ, ಬಿಟ್ಟರೆ ಬಿಡಿ – ನನಗೇ ಆ ಹಾಡು ಮಹಾ ಗೋಳೆನ್ನಿಸಿಬಿಟ್ಟಿತು. ವಾದ್ಯಮೇಳವೂ ಇಲ್ಲದೆ ನಿಧಾನಕ್ಕೆ ಹಾಡು ಹೇಳುತ್ತಾ ಜೀಕುವ ಆ ಮುದುಕ ತಲೆಕೆಟ್ಟವನೆನ್ನಿಸಿಬಿಟ್ಟಿತು. ಪಕ್ಕಕ್ಕೆ ಕೂತ ಗೆಳೆಯರಿಬ್ಬರೂ "ಇದನ್ನೇನು ನೋಡ್ತಿಯಲೇ. ಇನ್ನೂ ಒಮ್ಮೆಯೂ ಹುಡುಗಿ ಮೈ ಮುಟ್ಟಿಲ್ಲ ನೀನು, ಸಾಯೋವರ ಸಿನಿಮಾ ನೋಡ್ತಿದೀಯಲ್ಲ" ಎನ್ನುತ್ತಾ ಕಿರಿಕಿರಿ ಕೊಡಲಾರಂಭಿಸಿದರು. ಐದು ನಿಮಿಷಕ್ಕೂ ಹೆಚ್ಚು ಕಾಲ ನನಗೆ ಆ ಸಿನಿಮಾ ನೋಡಲು ಆಗಲಿಲ್ಲ. ನಾವೇ ಎದ್ದು ಹೋಗಿ ಮ್ಯಾನೇಜರನ್ನು ಕಂಡು ನಿಲ್ಲಿಸಲು ಹೇಳಿದೆವು. "ನಾನು ಆಗಲೇ ಹೇಳಿದೆ ಸಾರ್, ಬೋರ್ ಹೊಡಿತದೆ ಅಂದ್ರೂ ನೀವು ಕೇಳಲಿಲ್ಲ" ಅಂತ ತನ್ನ ವಿಜಯದ ಮಾತುಗಳನ್ನು ಉದುರಿಸಿದ.

ಮನೆಗೆ ನಡೆದು ಹೋಗುವಾಗ ಮೌನವಾಗಿದ್ದ ನನ್ನನ್ನು ಗೆಳೆಯರಿಬ್ಬರೂ ಮನಃಪೂರ್ವಕವಾಗಿ ರೇಗಿಸಿದರು. ಇಂಥಾ ಒಳ್ಳೆಯ ಜಪಾನಿ ಸಿನಿಮಾ ತೋರಿಸಿದ್ದಕ್ಕೆ ಥ್ಯಾಂಕ್ಸ್ ಎಂದು ಬಾರಿ ಬಾರಿ ಕೈ ಕುಲುಕಿದರು. ಇನ್ನು ಮುಂದೆ ಎಲ್ಲಾ ಜಪಾನಿ ಸಿನಿಮಾಗಳನ್ನು ನೋಡೋಣ ಎಂದು ಹಾಸ್ಯ ಮಾಡಿದರು. ಸಾಯೋದರೊಳಗೆ ಒಮ್ಮೆಯಾದರೂ ರಾಮೇಶ್ವರಕ್ಕೆ ಹೋಗಬೇಕು ಅಂತ ನಮ್ಮಜ್ಜಿ ಹೇಳ್ತಿದ್ದಿದ್ದು ಈಗ ಅರ್ಥವಾಗ್ತಿದೆ ಎಂದು ಶಾಸ್ತ್ರಿ ಹೇಳಿದ.

ಮರುದಿನ ಬೆಳಿಗ್ಗೆ ಮನೆಯೊಡೆಯ ನೀರಿನ ಕೊಡ ತಂದುಕೊಟ್ಟು "ರಾಮೇಶ್ವರ ಹೆಂಗಿತ್ತು?" ಎಂದು ವ್ಯಂಗ್ಯ ನಗೆಯನ್ನು ತುಳುಕಿಸಿ ಕೇಳಿದ. ನಾನು ಮತ್ತು ಶ್ರೀನಿವಾಸುಲು ಏನೆಂದು ಉತ್ತರಿಸುವದೆಂದು ತಡಕಾಡುತ್ತಿದ್ದರೆ, ಶಾಸ್ತ್ರಿ ತನ್ನ ಮಾತಿನ ಚಕಮಕಿ ಶುರುಮಾಡಿಬಿಟ್ಟ. "ಭಾಳ ಚೆನ್ನಾಗಿತ್ತು ಅಂಕಲ್! ಶಿವ-ಪಾರ್ವತಿ ಮಹಿಮೆಯ ಅದ್ಭುತ ಚಿತ್ರ" ಎಂದು ಹೊಗಳಲು ಶುರುವಿಟ್ಟ. "ಜಪಾನಿ ಸಿನಿಮಾ ಅಂದ್ರಲ್ಲಪ್ಪ" ಎಂದು ಮನೆಯೊಡೆಯ ಅನುಮಾನಿಸಿದ. ಶಾಸ್ತ್ರಿ ಅದಕ್ಕೂ ತಯಾರಾಗಿದ್ದ. "ಹೂಂ, ಜಪಾನಿ ಸಿನಿಮಾನೇ! ಆದರೆ ಅದರಾಗೂ ಶಿವ-ಪಾರ್ವತಿ ಮಹಿಮೇನಾ ಚಂದಾಗಿ ತೋರಿಸಾರೆ. ಜಪಾನಿನಾಗೆ ಒಬ್ಬ ಕಾರು ತಯಾರಿಸೋ ವರ್ತಕ ಒಬ್ಬ ಸಮುರಾಯಿಯಿಂದ ತುಂಬಾ ನಷ್ಟಕ್ಕೆ ಒಳಗಾಗ್ತಾನೆ. ದಬ್ಬಾಳಿಕೆಯಿಂದ ಅವನು ಇವನ ಕಾರು ತಯಾರಿಸುವ ಕಂಪನಿ ಕಿತ್ತುಗೊಳ್ತಾನೆ. ಪಾಪ, ಆತ ಎಷ್ಟೇ ಬೇಡಿಕೊಂಡರೂ ಕೇಳಲ್ಲ. ದಿಕ್ಕು ತೋಚದ ವರ್ತಕ ಜಪಾನಿನ ಎಲ್ಲಾ ದೇವರನ್ನೂ ಪೂಜೆ ಮಾಡ್ತಾನೆ. ಯಾರೂ ಸಹಾಯ ಮಾಡಂಗಿಲ್ಲ. ಕೊನೆಗೆ ಕನಸಿನಲ್ಲಿ ಸನ್ಯಾಸಿಯೊಬ್ಬ ಬಂದು ಶಿವ-ಪಾರ್ವತಿಯರನ್ನು ಪೂಜೆ ಮಾಡಲು ಹೇಳುತ್ತಾನೆ. ವರ್ತಕ ಅದನ್ನು ನಂಬಿ ಭಕ್ತಿಯಿಂದ ಪೂಜೆ ಮಾಡಲು ಶುರುವಿಡುತ್ತಾನೆ. ಕೈಲಾಸದಲ್ಲಿದ್ದ ಶಿವ-ಪಾರ್ವತಿಯರಿಗೆ ಅವನ ಕರೆ ಕೇಳಿಸುತ್ತದೆ. ಜಪಾನಿಗೆ ಹೊರಡಲು ಸಿದ್ಧರಾಗುತ್ತಾರೆ. ಮುರುಗನ್ ತನ್ನ ನವಿಲನ್ನು ಅಪ್ಪ-ಅಮ್ಮರಿಗೆ ಉಪಯೋಗಿಸಲು ಕೊಡುತ್ತಾನೆ. ಗಣೇಶ ಯಾವುದೇ ಕಷ್ಟದ ಸಂದರ್ಭದಲ್ಲಿ ಜ್ಞಾಪಿಸಿಕೊಳ್ಳಿ, ತಕ್ಷಣ ಪ್ರತ್ಯಕ್ಷನಾಗುತ್ತೇನೆ ಎಂದು ಹೇಳಿ ಕಳುಹಿಸುತ್ತಾನೆ. ಶಿವ-ಪಾರ್ವತಿಯರಿಬ್ಬರೂ ಭಕ್ತನಿಗೆ ಪ್ರತ್ಯಕ್ಷರಾಗಿ, ಅವನ ಫ್ಯಾಕ್ಟರಿ ಅವನಿಗೆ ಸಿಗುವಂತೆ ಮಾಡುತ್ತಾರೆ. ಸಿಟ್ಟಿಗೆದ್ದ ಸಮುರಾಯಿ ಶಿವನನ್ನೇ ಮಲ್ಲಯುದ್ಧಕ್ಕೆ ಆಹ್ವಾನಿಸುತ್ತಾನೆ. ಶಿವ ತನ್ನ ಮೂರನೇ ಕಣ್ಣನ್ನೇ ತೆಗೆಯಲು ಸಿದ್ಧವಾದಾಗ, ಪಾರ್ವತಿ ಬೇಡವೆಂದು ತಡೆದು ಗಣೇಶನನ್ನು ಸ್ಮರಿಸುತ್ತಾಳೆ. ಗಣೇಶ ಕ್ಷಣದಲ್ಲಿ ಪ್ರತ್ಯಕ್ಷನಾಗಿ ಮಲ್ಲಯುದ್ಧಕ್ಕೆ ಅಖಾಡಕ್ಕಿಳಿಯುತ್ತಾನೆ. ತನ್ನ ಸೊಂಡಲಿನಿಂದಲೇ ಸಮುರಾಯಿಯನ್ನು ಗರಗರ ತಿರುಗಿಸಿ ನೆಲಕ್ಕೆ ಅಪ್ಪಳಿಸುತ್ತಾನೆ. ಎಲ್ಲಾ ಸುಖಾಂತವಾಗಿ ಅವರು ಹಿಂತಿರುಗಲು

ತಯಾರಾದಾಗ ವರ್ತಕ ಅವರಿಗಾಗಿ ಒಂದು ಹೊಸ ಜಪಾನಿ ಕಾರನ್ನು ಉಡುಗೊರೆಯಾಗಿ ಕೊಡುತ್ತಾನೆ. ಕಾರಿನಲ್ಲಿ ಆಕಾಶ ಮಾರ್ಗದಲ್ಲಿ ಹಿಂತಿರುಗಿ ಬರುತ್ತಿರುವಾಗ ನಂದಿ ಅಡ್ಡ ಬರುತ್ತಾನೆ. 'ಆದಿದೈವ, ನಾನಿರುವಾಗ ನೀನು ಮತ್ತೊಂದು ವಾಹನವನ್ನು ಉಪಯೋಗಿಸಬಹುದೆ?' ಎಂದು ಮೊರೆಯಿಡುತ್ತಾನೆ. ಶಿವನಿಗೆ ತನ್ನ ತಪ್ಪು ಅರ್ಥವಾಗಿ ತಕ್ಷಣ ಆ ಕಾರನ್ನು ಬಿಟ್ಟು ನಂದಿಯನ್ನೇರುತ್ತಾನೆ. ವೇಗವಾಗಿ ನೆಲಕ್ಕಪ್ಪಳಿಸಿದ ಆ ಕಾರು ಒಂದು ದೊಡ್ಡ ಹೊಂಡವನ್ನು ಸೃಷ್ಟಿಸಿ ಅದರ ಮಧ್ಯೆ ಕಲ್ಲಿನ ಕಾರಾಗಿ ಸ್ಥಾಪನೆಗೊಳ್ಳುತ್ತದೆ. ವರ್ತಕ ಶಿವನ ವರ್ತನೆಯ ಮೂಲ ಉದ್ದೇಶವನ್ನು ಅರ್ಥ ಮಾಡಿಕೊಂಡು ಆ ಕಲ್ಲಿನ ಕಾರಿಗೆ ಗುಡಿಯೊಂದನ್ನು ಕಟ್ಟಿಸುತ್ತಾನೆ. ಹೊಂಡವನ್ನು ನಿರ್ಮಿಸಿ ಸ್ಥಾಪನೆಯಾದ್ದರಿಂದ ಆ ಕಾರಿಗೆ 'ಹೋಂಡಾ ಕಾರು' ಎಂದು ನಾಮಕರಣ ಮಾಡುತ್ತಾನೆ. ಮುಂದೆ ಅದೇ ಹೆಸರಿನಲ್ಲಿ ಸಾಕಷ್ಟು ಕಾರುಗಳನ್ನು ಉತ್ಪಾದಿಸಿ ಸುಖ-ಸಂತೋಷದಿಂದಿರುತ್ತಾನೆ" ಎಂದೆಲ್ಲಾ ಹೇಳಿಬಿಟ್ಟ.

ನಾವು ಬೆರಗಾಗಿ ಅವನು ಹೇಳುವದನ್ನೇ ಕೇಳುತ್ತಿದ್ದೆವು. ಮಾಲಿಕ ನಂಬಿದನೋ ಬಿಟ್ಟನೋ ಗೊತ್ತಿಲ್ಲ, ಹೆಚ್ಚು ಮಾತನಾಡದೆ ಹಿಂತಿರುಗಿಬಿಟ್ಟ. ಆ ದಿನವೆಲ್ಲಾ ಶಾಸ್ತ್ರಿಯ ಮಾತಿನ ಚಮತ್ಕಾರಕ್ಕೆ ನಾವೆಲ್ಲರೂ ನಕ್ಕಿದ್ದೇ ನಕ್ಕಿದ್ದು. ಚೆನ್ನಾಗಿ ಮೋಡಿ ಮಾಡಿದೆವೆಂದು ಹೆಮ್ಮೆಯಿಂದ ಬೀಗಿದೆವು. ಆದರೆ ರಾತ್ರಿ ಸರಿಯಾಗಿ ಒಂಬತ್ತಕ್ಕೆ ನಾವು ಕಣ್ಣು-ಕಣ್ಣು ಬಿಡುವ ಸಂಗತಿಯೊಂದು ಜರುಗಿತು!

ಊಟ ಮುಗಿಸಿ ಕೈತೊಳೆದು ಹರಟೆ ಹೊಡೆಯಲು ಕುಳಿತಿದ್ದಾಗ, ಮನೆಯೊಡೆಯ ಪತ್ನಿಸಮೇತನಾಗಿ ತನ್ನ ಸ್ಟೀಲ್ ಕೊಡವನ್ನು ಹಿಡಿದುಕೊಂಡು ಬಂದ. ಹೆಂಡತಿ ಒಂಬತ್ತು ಗಜದ ಸೀರೆಯನ್ನು ಕಚ್ಚೆಹಾಕಿ ಉಟ್ಟು, ಘಮಘಮಿಸುವ ಮಲ್ಲಿಗೆಯ ಹೂವನ್ನು ತುರುಬಿನ ಸುತ್ತಲೂ ಸುತ್ತಿದ್ದಳು. ಕೊಡವನ್ನು ನಮ್ಮ ಕೈಗೆ ಕೊಟ್ಟು "ಈವತ್ತು ನಮಗೆ ನೀರು ನೀವು ಹಿಡಿದಿಟ್ಟಿರಿ. ನೀವು ಹೇಳಿದ ಶಿವ-ಪಾರ್ವತಿ ಕಥೇನ ನನ್ನಾಕಿಗೆ ಹೇಳಿದೆ. ಅವಳಿಗೆ ಭಾಳ ಇಷ್ಟ ಆಗಿಬಿಟ್ಟಿದೆ. ಸಣ್ಣ ಹುಡುಗರು ನೀವು ಇಷ್ಟೊಂದು ಭಕ್ತಿಯಿಂದ ದೇವರ ಸಿನಿಮಾ ನೋಡಿ ಬಂದ ಮೇಲೆ, ನಾವು ಹೋಗದೆ ಇದ್ದರೆ ಹೇಗೆ? ಶಿವ-ಪಾರ್ವತಿ ಜಪಾನಿ ಭಾಷೆ ಹೆಂಗೆ ಮಾತಾಡ್ತಾರೋ ನೋಡಬೇಕು ಅಂತ ಆಸೆ ಆಗಿದೆ. ಅದಕ್ಕೇ ಈವತ್ತು ನಾವು ರಾಮೇಶ್ವರಕ್ಕೆ ಹೋಗ್ತಿದೀವಿ" ಎಂದು ಪ್ರಾಮಾಣಿಕವಾಗಿ ಹೇಳಿದರು. ನಮಗೆ ಮೂರ್ಛೆ ತಪ್ಪುವದೊಂದು ಬಾಕಿ! ಅವರಿಬ್ಬರೂ ಮರೆಯಾಗುತ್ತಲೇ ಶಾಸ್ತ್ರಿಗೆ ಮೈ-ಮೂಳೆ ನೋಡದೆ ದಬದಬನೆ ಚಚ್ಚಿದೆವು.

ಈ ಘಟನೆ ನಡೆದು ಸುಮಾರು ಹತ್ತು ವರ್ಷಗಳಾಗಿವೆ. ಅದೇ ಜಪಾನಿ ಸಿನಿಮಾವನ್ನು ಮತ್ತೆ ಸಾಕಷ್ಟು ಬಾರಿ ನೋಡಿದ್ದೇನೆ. ಪ್ರತಿ ಬಾರಿ ನೋಡಿದಾಗಲೂ

ಸಾಯುವ ಮುದುಕನ ನೋವಿನ ಹಾಡು ನನ್ನ ಕಣ್ಣಲ್ಲಿ ನೀರು ತರಿಸಿದೆ. ಆದರೆ ಅಂದು ರಾಮೇಶ್ವರದಲ್ಲಿ ಮಾತ್ರ ಅದೇ ವ್ಯಕ್ತಿ ಆ ಹಾಡಿನ ದೃಶ್ಯದಲ್ಲಿ ಪೆಕರನಂತೆ ಕಂಡಿದ್ದು ಮಾತ್ರ ಸಾವಿನಷ್ಟೇ ಸತ್ಯ!

6ನೇ ಮಾರ್ಚ್ 2004

ಮುಸ್ಸಂಜೆ ಮುರಳಿ

ಬೆಂ ಗಳೂರು ನಗರಕ್ಕೆ ನಿವೃತ್ತರ ಸ್ವರ್ಗವೆಂದು ಹೇಳುವದಕ್ಕೆ ಈಗಂತೂ ಅಳುಕಾಗುತ್ತಿದೆ. ಮನೆ ಮುಂದಿನ ರಸ್ತೆ ದಾಟಲೂ ಸಾಧ್ಯವಿಲ್ಲದಂತೆ ವಾಹನಾಸುರರ ದಾಳಿ, ಹತ್ತುವದಿರಲಿ ಹತ್ತಿರ ಹೋಗಲೂ ಸಾಧ್ಯವಿಲ್ಲದ ಸಿಟಿಬಸ್ಗಳು, ಮೈಯೊಳಗಿನ ಶಕ್ತಿಯೆಲ್ಲವನ್ನೂ ಹೊರಹಾಕುವಂತೆ ಕೆಮ್ಮಬೇಕಾದ ಮಾಲಿನ್ಯ, ಮೈ ಮುಟ್ಟಲೂ ನೂರಾರು ರೂಪಾಯಿ ಕೀಳುವ ವೈದ್ಯಾಲಯಗಳು – ಬೆಂಗಳೂರು ನಿವೃತ್ತರನ್ನು ತನ್ನ ಗಡಿಯಿಂದ ತಳ್ಳಲು ಸಮರ್ಥ ಸಿದ್ಧತೆಗಳನ್ನು ಮಾಡಿಕೊಳ್ಳುತ್ತಿದೆ. ಆದರೆ ಹಿರಿಯರಿಲ್ಲದ ಊರಿದೆಯೆ? ಇಲ್ಲಿಯೇ ದಶಕಗಳ ಕಾಲ ಸೇವೆ ಸಲ್ಲಿಸಿ ನಿವೃತ್ತರಾದವರು, ತಮ್ಮ ಮಕ್ಕಳ ದೆಸೆಯಿಂದಾಗಿ ಈಗ ಈ ಇಳಿವಯಸ್ಸಿನಲ್ಲಿ ಇಲ್ಲಿಗೆ ಬಂದು ನಿಟ್ಟುಸಿರು ಬಿಡುತ್ತಿರುವವರು – ಎಲ್ಲರೂ ಇದ್ದಾರೆ. ತಮ್ಮ ಮುಸ್ಸಂಜೆಯ ಕ್ಷಣಗಳನ್ನು ತಮಗೆ ತೋಚಿದಂತೆ ಕಳೆಯುತ್ತಿದ್ದಾರೆ.

ತಿಪ್ಪೇಸ್ವಾಮಿಯವರದು ಒಂಟಿ ಬದುಕು. ಕಂದಾಯ ಇಲಾಖೆಯಲ್ಲಿ ಕೆಲಸ ಮಾಡಿ ನಿವೃತ್ತರಾಗಿ ಈಗಾಗಲೇ ಹತ್ತು ವರ್ಷಗಳಾಗಿವೆ. ಪತ್ನಿ ಐದಾರು ವರ್ಷಗಳ ಕೆಳಗೆ ತೀರಿಕೊಂಡಿದ್ದಾರೆ. ಮಗ ಸಾಫ್ಟ್ವೇರ್ ಕೆಲಸದಲ್ಲಿದ್ದಾನಾದರೂ ಸೊಸೆಗೆ ಇಷ್ಟವಿಲ್ಲದ ಕಾರಣ ದೂರದ ಕೋರಮಂಗಲದಲ್ಲಿ ಮನೆ ಮಾಡಿಕೊಂಡಿದ್ದಾನೆ.

ವರ್ಷಕ್ಕೊಮ್ಮೆ ಮುಖದರ್ಶನವಾದರೂ ಹೆಚ್ಚು. ಪಿಂಚಣಿ ಹಣದಲ್ಲಿ ಒಂದು ಪುಟ್ಟ ಗೂಡಿನಲ್ಲಿ ಬಾಡಿಗೆಗಿದ್ದಾರೆ. ಅಡಿಗೆ ಮಾಡಿಕೊಳ್ಳಲು ಬರುವದಿಲ್ಲ. ಹೋಟಲಿನೂಟ ದೇಹಕ್ಕೆ ಒಗ್ಗುವದಿಲ್ಲ. ದಿನವೂ ಬೆಳಿಗ್ಗೆ ಸ್ನಾನ ಮಾಡಿದ್ದೇ ಗುಡಿ ಗುಡಿ ತಿರುಗಲು ಹೋಗುತ್ತಾರೆ. ದಿನಕ್ಕೆ ಏನಿಲ್ಲವೆಂದರೂ ಇಪ್ಪತ್ತೈದು ಗುಡಿಗಳಿಗೆ ಹೋಗುತ್ತಾರೆ. ಗುಡಿಗಳಲ್ಲಿ ಕೊಟ್ಟ ಪ್ರಸಾದವೇ ಅವರ ಮಧ್ಯಾಹ್ನದ ಊಟವಾಗುತ್ತದೆ. ಕೆಲವು ಗುಡಿಗಳಲ್ಲಿ ದಿನವೂ ಪ್ರಸಾದಕ್ಕೆ ಬರುವ ಇವರನ್ನು ಕಡೆಗಣ್ಣಿಂದ ನೋಡಲು ಶುರು ಮಾಡಿದ ತಕ್ಷಣ ಆ ಗುಡಿಗೆ ಕೆಲವು ದಿನಗಳ ಕಾಲ ಹೋಗುವುದಿಲ್ಲ. ಮಧ್ಯಾಹ್ನ ನಿದ್ದೆ ಮಾಡಿ, ದರ್ಶಿನಿಯಲ್ಲಿ ಕಾಫಿ ಕುಡಿದದ್ದೇ ಬೋರ್ಡನ್ನೂ ಓದುವ ಶ್ರಮ ತೆಗೆದುಕೊಳ್ಳದೆ ಖಾಲಿಯಿದ್ದ ಸಿಟಿ ಬಸ್ ಹತ್ತಿ ಕುಳಿತುಬಿಡುತ್ತಾರೆ. ಕೆಲವೊಮ್ಮೆ ಬಸ್ಸಿನಲ್ಲಿ ಹಾಗೇ ನಿದ್ದೆ ಹೋಗಿ, ದಿಢೀರನೆ ಬಸ್ಸಿನ ಹಾರ್ನಿನ ಶಬ್ದಕ್ಕೆ ಬೆಚ್ಚಿ ಎದ್ದುಬಿಡುತ್ತಾರೆ. ಯಾವುದಾದರೂ ಹೊಸ ಬಡಾವಣೆ ಅನ್ನಿಸಿದ ಕಡೆ ಇಳಿದುಬಿಡುತ್ತಾರೆ.

ಇವರ ಗುರಿಯಿಲ್ಲದ ಬಸ್ ಪ್ರಯಾಣಕ್ಕೆ ವಿಚಿತ್ರ ಖಯಾಲಿ ಇದೆ. ತಾವು ತಿರುಗಾಡುವ ಬಡಾವಣೆಗಳ ಮನೆಗಳ ಹೆಸರುಗಳನ್ನೆಲ್ಲಾ ಒಂದು ಕಾಗದದಲ್ಲಿ ಬರೆದುಕೊಂಡು ಬಂದು, ರಾತ್ರಿ ಅತ್ಯಂತ ಆಸಕ್ತಿಯಿಂದ ಕಡತದಲ್ಲಿ ಬರೆದಿಡುತ್ತಾರೆ. ಆದರೆ ಆ ಕಾಯಕದಲ್ಲಿ ಒಂದು ಕಟ್ಟಳೆಯನ್ನು ತಪ್ಪದೆ ಪಾಲಿಸುತ್ತಾರೆ. ಬರೀ ಕನ್ನಡದಲ್ಲಿ ಬರೆದಿರುವ ಮನೆಯ ಹೆಸರುಗಳನ್ನು ಮಾತ್ರ ಬರೆದಿಡುತ್ತಾರೆ. "ನಾನು ಕನ್ನಡಾಭಿಮಾನಿ ಸಾರ್. ಸರ್ವೀಸಿನಲ್ಲಿದ್ದಾಗ ರಾಜ್ಯೋತ್ಸವಕ್ಕೆ ಓಡಾಡುತ್ತಿದ್ದೆ" ಎನ್ನುವಾಗ ಅವರ ಕಣ್ಣುಗಳು ಮಿಂಚುತ್ತವೆ. "ಹೊರಗಿನವರು ಬಂದು ನಮ್ಮೂರನ್ನ ಹಾಳು ಮಾಡಿಬಿಟ್ಟರು ನೋಡಿ" ಎಂದು ಪೇಚಾಡುತ್ತಾರೆ. ಯಾವ ಬಡಾವಣೆಯಲ್ಲಿ ಕನ್ನಡಿಗರು ಹೆಚ್ಚಿನ ಸಂಖ್ಯೆಯಲ್ಲಿದ್ದಾರೆಂದು ಇವರ ಕಡತಗಳು ಅಂಕಿ-ಸಂಖ್ಯೆಯ ಸಮೇತ ಹೇಳುತ್ತವೆ. ತಮ್ಮ ಬಡಾವಣೆಯಲ್ಲಿ ಓಡಾಡುವ ಬಸ್ಸಿನ ವೇಳೆಗಳನ್ನು ಕೇಳಿಕೊಂಡು, ಅದರ ವೇಳಾಪಟ್ಟಿಯನ್ನು ಕನ್ನಡದ ಅಂಕೆಗಳಲ್ಲಿ ಮುದ್ರಿಸಿ ಬೇಕೆಂದವರಿಗೆಲ್ಲಾ ಹಂಚುತ್ತಾರೆ. "ಅಷ್ಟೂ ಸಮಾಜ ಸೇವೆ ಮಾಡದಿದ್ದರೆ ಹೇಗೆ ಹೇಳಿ?" ಎಂದು ಕಳಕಳಿಯಿಂದ ಪ್ರಶ್ನಿಸುತ್ತಾರೆ. ರೋಗ ರುಜಿನಗಳಿಲ್ಲದೆ ಆರೋಗ್ಯ ಗಟ್ಟಿಯಾಗಿರುವುದು ತಮ್ಮ ಭಾಗ್ಯವೆಂದು ಭಾವಿಸುವ ತಿಪ್ಪೇಸ್ವಾಮಿ ಹಾಸಿಗೆ ಹಿಡಿದು ತಾವು ಮಲಗಿಬಿಟ್ಟರೆ ಹೇಗಪ್ಪಾ ಅಂತ ಭಯ ಬೀಳುತ್ತಾರೆ. ಆದರೆ ಹಿಂದೆಯೇ "ಇಷ್ಟೊಂದು ಗುಡಿಗಳಿಗೆ ಹೋಗ್ತೀನಿ. ಒಬ್ಬ ದೇವರೂ ಕಾಪಾಡಂಗಿಲ್ಲೇನು ಸಾರ್?" ಎಂದು ತಾವೇ ಸಮಾಧಾನವನ್ನು ಹೇಳಿಕೊಳ್ಳುತ್ತಾರೆ.

ಸಿದ್ಧಾಳರು ತಮ್ಮ ಪುಟ್ಟ ರೂಮನ್ನು ಬಿಟ್ಟು ಹೊರಗೆ ಬರುವುದೇ ಅಪರೂಪ. ಪುಸ್ತಕಗಳು ಜೊತೆಯಲ್ಲಿದ್ದರೆ ಬೇರೆ ಯಾವ ಪ್ರಪಂಚವೂ ಬೇಕಿಲ್ಲ. ಕೈಗೆ

ಸಿಕ್ಕ ಪುಸ್ತಕ, ಪತ್ರಿಕೆಗಳನ್ನೆಲ್ಲಾ ಓದುತ್ತಾರೆ. ಕನ್ನಡ, ಇಂಗ್ಲೀಷು, ಮರಾಠಿ – ಯಾವುದೇ ಭಾಷೆಯಾದರೂ ಅಡ್ಡಿಯಿಲ್ಲ. ನೂರಾರು ಪುಸ್ತಕಗಳನ್ನು ಕೊಂಡು ಮನೆಯಲ್ಲಿಡಬೇಕೆಂಬ ಆಸೆಯಾದರೂ ಜಾಗವಿಲ್ಲ. ಓದಿದ ಪುಸ್ತಕದ ವಿಷಯವನ್ನು ಯಾರೊಡನೆಯಾದರೂ ಹೇಳಿಕೊಳ್ಳುವ ಹಪಾಹಪಿಯಾದರೂ, ಕೇಳುಗರು ಯಾರೂ ಸಿಗುವದಿಲ್ಲ. ಕೆಲವೊಮ್ಮೆ ತಮ್ಮ ಪಾಡಿಗೆ ತಾವೇ ಹೇಳಿಕೊಂಡು ಬಿಡುತ್ತಾರೆ. ಲಹರಿ ಬಂದಾಗ ಕವನ ಬರೆಯುವುದು, ವಾಚಕರ ವಾಣಿಗೆ ಪತ್ರ ಬರೆಯುವುದು ಇವರ ಅತ್ಯಂತ ಖುಷಿಯ ಹವ್ಯಾಸ. ಬ್ಯಾಂಕೊಂದರಲ್ಲಿ ಗುಮಾಸ್ತರಾಗಿ ಸೇವೆ ಸಲ್ಲಿಸಿ ನಿವೃತ್ತರಾಗಿರುವ ಸಿದ್ಧಾಳರಿಗೆ ತಮ್ಮದೇ ಬ್ಯಾಂಕಿನ ಕಡೆ ಹೋಗಲು ಈಗ ಭಯ. ತಾವು ತಿಂಗಳುಗಟ್ಟಲೆ ಕಣ್ಣಲ್ಲಿ ನೀರು ಹಾಕಿಕೊಂಡು ಲೆಕ್ಕವನ್ನು ತಾಳೆ ಮಾಡುತ್ತಿದ್ದ ಕೆಲಸವನ್ನು ಈಗಿನವರು ಒಂದು ಬಟನ್ ಒತ್ತಿ ಕಂಪ್ಯೂಟರ್‌ನಲ್ಲಿ ಅಂದವಾಗಿ ವರದಿ ಮುದ್ರಿಸುವದನ್ನು ಕಂಡಾಗ ವಿಚಿತ್ರ ಸಂಕಟವಾಗುತ್ತದೆ. ಮನಸ್ಸು ಅಧ್ಯಾತ್ಮಕ್ಕೆ ಸಮರ್ಪಿಸಿಕೊಳ್ಳುತ್ತಿದೆಯಾದ ಕಾರಣ ಹೆಚ್ಚಾಗಿ ಅವೇ ಪುಸ್ತಕಗಳೇ ಅವರನ್ನು ಆಕರ್ಷಿಸುತ್ತವೆ. ಡಯಾಬಿಟೀಸ್ ಭೂತ ನಿತ್ಯ ಇನ್‌ಸುಲಿನ್ ಹವಿಸ್ಸಿಲ್ಲದಿದ್ದರೆ ಸುಮ್ಮನಿರುವದಿಲ್ಲ. ವೈದ್ಯರು ಬೆಳಗಿನ ವಿಹಾರ ಕಡ್ಡಾಯವೆಂದು ಹೇಳಿದ್ದಾರಾದರೂ ರಸ್ತೆಗಿಳಿಯಲೇ ಸಿದ್ಧಾಳರಿಗೆ ಬೇಸರ. "ಆಗಲೇ ಕೊನೆಯ ಕ್ಷಣಗಳನ್ನು ಎಣಿಸಲಿಕ್ಕೆ ಶುರು ಮಾಡಿದ್ದೀನಿ ಸಾರ್" ಎಂದು ವಿಷಾದದಲ್ಲಿ ಅವರು ಹೇಳುವಾಗ ಪಡಸಾಲೆಯಲ್ಲಿ ಕುಳಿತಿರುವ ಅವರಮ್ಮನ ಮುಖದಲ್ಲಿ ಮುಗುಳ್ನಗೆ ಮೂಡುತ್ತದೆ.

ಚಂದ್ರಶೇಖರರಿಗೆ ಬಾರಾತ್‌ನ ಮುಂದೆ ಡ್ಯಾನ್ಸ್ ಮಾಡಲು ಇನ್ನಿಲ್ಲದ ಹುರುಪು. ಅಂಚೆ ಇಲಾಖೆಯಲ್ಲಿ ಅಂಚೆಯಣ್ಣನಾಗಿ ಕೆಲಸ ಮಾಡಿ ನಿವೃತ್ತರಾಗಿರುವ ಚಂದ್ರಶೇಖರ್ ಈಗಲೂ ಹತ್ತು ಕಿಲೋಮೀಟರ್‌ಗಳಷ್ಟು ದೂರವನ್ನು ಬಸ್ಸಿಗೆ ದುಡ್ಡು ಸುರಿಯದೆ ನಡೆದುಬಿಡುತ್ತಾರೆ. ಬಂಧುಬಳಗದಲ್ಲಿ ಮನೆ ಕಟ್ಟುವ ಅಥವಾ ಮದುವೆ ಮಾಡುವ ಪ್ರಸಂಗ ಬಂದರಂತೂ ಇವರಿಗೆ ಇನ್ನಿಲ್ಲದ ಹುರುಪು. ತಾವೇ ಮುಂದೆ ನಿಂತು ಖುಷಿಯಿಂದ ಜವಾಬ್ದಾರಿಗಳನ್ನು ಹೆಗಲಿಗೇರಿಸಿಕೊಳ್ಳುತ್ತಾರೆ. ಪತ್ನಿಯ ಅಡಿಗೆಯನ್ನು ತುಂಬಾ ಮೆಚ್ಚಿಕೊಳ್ಳುವ ಚಂದ್ರಶೇಖರ್, ಮನೆಯಲ್ಲಿ ಅಡಿಗೆಯ ತಯಾರಿಯಲ್ಲಿಯೂ ಹುರುಪಿನಿಂದ ಸಹಾಯ ಮಾಡುತ್ತಾರೆ. ತಮ್ಮ ಪತ್ನಿ ಮಾಡುವ ರುಚಿಕಟ್ಟಾದ ಕೆಲವು ಖಾದ್ಯಗಳ ತಯಾರಿಯ ವಿಧಾನವನ್ನು ಪುಸ್ತಕದಲ್ಲಿ ಬರೆದಿಟ್ಟಿದ್ದಾರೆ. ಮೂವತ್ತು ವರ್ಷಗಳ ಕೆಳಗೆ ಪ್ರೇಮವಿವಾಹವನ್ನು ಮಾಡಿಕೊಂಡ ಚಂದ್ರಶೇಖರ್, ಈಗಲೂ ಮಗಳು ಅಳಿಯಂದಿರ ಜೊತೆಗೆ ಕ್ರಿಕೆಟ್ ಆಡಲು ತಯಾರು. ಭಾರಿ ಬಂಡವಾಳದ ಹಿಂದಿ ಸಿನಿಮಾಗಳು ಬಂದರೆ ಮೊದಲನೆ ದಿನ ಬೆಳಗಿನ ಆಟಕ್ಕೆ

ಮನೆಯಲ್ಲಿ ಸುಳಿವೂ ಕೊಡದೆ ನೋಡಿಕೊಂಡು ಬರುತ್ತಾರೆ. ಚೆನ್ನಾಗಿದೆಯೆನ್ನಿಸಿದರೆ ಹೆಂಡತಿ, ಮಕ್ಕಳನ್ನು ಮತ್ತೊಮ್ಮೆ ಕರೆದುಕೊಂಡು ಹೋಗುತ್ತಾರೆ. ಗಂಗಮ್ಮಗೆ ಹಾಕಿದ ಐದು ಪೈಸೆಯ ಲೆಕ್ಕವನ್ನೂ ಬಿಡದೆ ಕಡತದಲ್ಲಿ ಬರೆದಿಟ್ಟಿದ್ದಾರೆ. ಮದುವೆಯಾದ ಹೊಸತರಲ್ಲಿ ತಿಂಗಳ ದಿನಸಿಗೆ ಎಷ್ಟು ಖರ್ಚಾಗುತ್ತಿತ್ತು ಮತ್ತು ಈಗ ಹೇಗೆ ಅದು ಮುಗಿಲು ಮುಟ್ಟಿದೆಯೆಂಬುದನ್ನು ತಮ್ಮ ಪುಸ್ತಕದಲ್ಲಿ ತೋರಿಸುತ್ತಾರೆ. ದೀಪಾವಳಿ ಹಬ್ಬಕ್ಕೆ ತಾವೇ ಖುದ್ದಾಗಿ ನಿಂತು ಮನೆಗೆ ಬಣ್ಣ ಬಳಿಯುತ್ತಾರೆ.

ಕೋಟೇಶ್ವರರಾವ್ ಮನೆಯಲ್ಲಿ ಬರೀ ಮೌನ. ಸೇನೆಯಿಂದ ನಿವೃತ್ತಿ ಹೊಂದಿ ಬಂದಿರುವ ಅವರ ಜೊತೆ ಅವರ ಪತ್ನಿ ಮಾತನಾಡುವದಿಲ್ಲ. ಮದುವೆಗೆ ಮೊದಲು ಅವರು ಸೇನೆಯಲ್ಲಿ ಕೆಲಸಕ್ಕಿರುವ ಊರಿಗೇ ಹೆಂಡತಿಯನ್ನು ಕರೆದುಕೊಂಡು ಹೋಗುತ್ತೀನೆಂದು ಸುಳ್ಳು ಹೇಳಿ ಮದುವೆಯಾಗಿ, ನಿವೃತ್ತಿಯಾಗಿ ಬರುವವರೆಗೂ ಬರೀ ವರ್ಷಕ್ಕೊಮ್ಮೆ ಭೇಟಿ ಕೊಟ್ಟಿದ್ದಾರೆಂಬ ಸಿಟ್ಟು ಅವರ ಪತ್ನಿಗೆ ಹೋಗಿಲ್ಲ. ಮಗಳು ಹುಟ್ಟುವ ಮುಂಚೆಯೇ ಅವರೊಡನೆ ಮಾತನಾಡುವದಿಲ್ಲವೆಂದು ಶಪಥ ಮಾಡಿದ ಅವರ ಪತ್ನಿ ಈಗಲೂ ಅದನ್ನು ಮುರಿದಿಲ್ಲ. ಅವರಿಗೆ ತಮ್ಮ ಮನಃಶಕ್ತಿಯ ಬಗ್ಗೆ ಹೆಮ್ಮೆಯಿದೆ. ಖಾಸಗಿ ಕಂಪನಿಯಲ್ಲಿ ಗುಮಾಸ್ತರಾಗಿ ಕೆಲಸ ಮಾಡುತ್ತಾರೆ. ಮಗಳು ಮದುವೆಯಾಗಿ ಒಳ್ಳೆಯ ಮನೆ ಸೇರಿದ್ದಾಳೆ. ಈಗ ಮನೆಯಲ್ಲಿ ಇಬ್ಬರೂ ಬೇರೆ ಬೇರೆ ಕೋಣೆಗಳಲ್ಲಿ ಮಲಗುತ್ತಾರೆ. ಅಡಿಗೆಯನ್ನೂ ಬೇರೆ ಬೇರೆ ಮಾಡಿಕೊಳ್ಳುತ್ತಾರೆ. ಫೋನ್ ಸದ್ದು ಮಾಡಿದಾಗ ಅದನ್ನು ಎತ್ತಿಕೊಂಡು ತಮ್ಮದಲ್ಲವೆಂದು ಗೊತ್ತಾದ ತಕ್ಷಣ ರಿಸೀವರನ್ನು ಟೇಬಲಿಗೆ ಸಣ್ಣಗೆ ಸದ್ದು ಬರುವಂತೆ ಕುಟ್ಟಿ ತಮ್ಮ ಕೋಣೆಗೆ ಹೋಗಿಬಿಡುತ್ತಾರೆ. ಸೋಡಚೀಟಿ ಪಡೆಯಬಹುದಲ್ಲಾ ಎಂದರೆ "ಮನೆ ಮರ್ಯಾದೆ ಗತಿ ಏನು ಸಾರ್?" ಎಂದು ಪ್ರಾಮಾಣಿಕವಾಗಿ ಪ್ರಶ್ನಿಸುತ್ತಾರೆ.

ಕೋಟೇಶ್ವರರಾವ್ ಹುಡುಗ-ಹುಡುಗಿಯರಿಗೆ ಮದುವೆ ಹೊಂದಿಸಿಕೊಡುವ ಕೆಲಸವನ್ನು ಶ್ರದ್ಧೆಯಿಂದ ಮಾಡುತ್ತಾರೆ. "ಮದುವೆ ಮಾಡಿಸುವದಕ್ಕಿಂತ ಪುಣ್ಯ ಕಾರ್ಯ ಮತ್ತೊಂದಿಲ್ಲ ನೋಡಿ" ಎಂದು ಹೇಳುತ್ತಾರೆ. ಗಂಡು-ಹೆಣ್ಣುಗಳ ಜಾತಕಗಳನ್ನು ತಮ್ಮ ಕೈ ಚೀಲದಲ್ಲಿ ಹಾಕಿಕೊಂಡು ಊರೆಲ್ಲಾ ತಿರುಗಾಡುತ್ತಾರೆ. ಮದುವೆಯೊಂದು ಗಟ್ಟಿಯಾದರೆ ಅವರಿಗೆ ಧನ್ಯತೆಯ ಭಾವವೊಂದು ಮೂಡುತ್ತದೆ. ಮದುವೆ ಮಾಡಿಸಿಕೊಟ್ಟಿದ್ದಕ್ಕಾಗಿ ಹಣ ಸ್ವೀಕರಿಸುವುದಿಲ್ಲ. ಗಂಡಿನ ಮನೆಯವರಿಗಾಗಲಿ, ಹೆಣ್ಣಿನ ಮನೆಯವರಿಗಾಗಲಿ ಸುಳ್ಳು ಹೇಳುವದಿಲ್ಲ. ನಿಶ್ಚಿತಾರ್ಥ ಮತ್ತು ಮದುವೆ ಸಮಾರಂಭಕ್ಕೆ ಹೋಗಿ ತಪ್ಪದೆ ಊಟ ಮಾಡಿ ಬರುತ್ತಾರೆ. ಮನೆಯಲ್ಲಿ ತಮ್ಮ ಅಡಿಗೆ ಮಾಡಿಕೊಳ್ಳಲು ಬೇಸರವಾಗುತ್ತದಾದ್ದರಿಂದ ಜಾತಕ ಕೊಡಲು ಹೋದ ಮನೆಯಲ್ಲಿಯೇ ಕೇಳಿ ಊಟ ಮಾಡುತ್ತಾರೆ.

"ಆಗಲೇ ಎಂಬತ್ತು ಮದುವೆ ಮಾಡಿಸಿದೀನಿ. ನೂರಾ ಒಂದು ಆದ ಮೇಲೆ ತಿರುಪತಿಗೆ ಹೋಗಿ ಸ್ವಾಮಿಯ ಕಲ್ಯಾಣೋತ್ಸವ ಮಾಡಿಸಬೇಕು ಅಂತ ಆಸೆ ಇದೆ. ಆ ಏಡುಕೊಂಡಲವಾಡನ ಮನಸ್ಸಿನಲ್ಲಿ ಏನಿದೆಯೋ ಗೊತ್ತಿಲ್ಲ" ಎಂದು ಕೈ ಮುಗಿಯುತ್ತಾರೆ.

ತಮಿಳುನಾಡಿನ ಹಳ್ಳಿಯೊಂದರಿಂದ ಬೆಂಗಳೂರಿಗೆ ಬಂದಿರುವ ಸುಬ್ಬುಲಕ್ಷ್ಮಿಗೆ ಈ ನಗರವೆಂದರೆ ವಿಚಿತ್ರ ಭಯ. ವಯಸ್ಸಾಗಲೇ ಎಪ್ಪತ್ತು ದಾಟಿದೆ. ಮಗ ಸೊಸೆಯರಿಬ್ಬರೂ ಸಾಫ್ಟ್‌ವೇರ್ ಕೆಲಸದಲ್ಲಿದ್ದಾರೆ. ಬೆಳಿಗ್ಗೆ ಹೋದರೆ ರಾತ್ರಿಗೆ ಹಿಂತಿರುಗುತ್ತಾರೆ. ಮನೆಯ ಬಾಗಿಲನ್ನು ಬೇರೆ ಯಾರಿಗೂ ತೆಗೆಯಬಾರದೆಂದು ಕಟ್ಟಪ್ಪಣೆ ಮಾಡಿದ್ದಾರೆ. ನಾಲ್ಕು ಕೋಣೆಗಳ ಆ ದೊಡ್ಡ ಮನೆಯಲ್ಲಿ ಸುಬ್ಬುಲಕ್ಷ್ಮಿ ಒಬ್ಬರೇ ಇರುತ್ತಾರೆ. ತಮ್ಮ ಬಡಾವಣೆಯಲ್ಲಿಯೇ ಯಾರದೋ ಮನೆಗೆ ನುಗ್ಗಿದ ಪುಂಡರು ಹಿರಿಯರೊಬ್ಬರ ತಲೆ ಒಡೆದು ಸೀಳಿ ಹಣವನ್ನು ದೋಚಿಕೊಂಡು ಹೋದ ಸಂಗತಿಯನ್ನು ಕೇಳಿರುವ ಸುಬ್ಬುಲಕ್ಷ್ಮಿಗೆ, ಕಾಲಿಂಗ್ ಬೆಲ್ ಆದರೆ ಸಾಕು ಯಾರೋ ಕೊಲ್ಲಲು ಬಂದುಬಿಟ್ಟರೇನೋ ಎಂದು ನಡುಕ ಶುರುವಾಗುತ್ತದೆ. ಕನ್ನಡ ಭಾಷೆ ಬರುವದಿಲ್ಲವಾದ್ದರಿಂದ ಬಾಗಿಲ ಆಚೆ ನಿಂತವ ರೊಡನೆ ಮಾತನಾಡಲೂ ಗೊತ್ತಾಗುವದಿಲ್ಲ. ಹೊಸದಾಗಿ ಬಂದಾಗ ಬಚ್ಚಲು ಮನೆಗೆ ಹೋಗಿ ಚಿಲಕ ಹಾಕಿಕೊಂಡು, ಮತ್ತೆ ಅದನ್ನು ತೆಗೆಯಲು ಬರದೆ ಒದ್ದಾಡಿ ಸಾಯಂಕಾಲ ಸೊಸೆ ಬರುವವರೆಗೆ ಅಲ್ಲಿಯೇ ಕುಳಿತಿದ್ದ ಸಂಗತಿಯನ್ನು ನೆನಸಿಕೊಂಡರೆ ಈಗಲೂ ಬೆವರುತ್ತಾರೆ. ಈಗ ಬಚ್ಚಲು ಮನೆಗೆ ಹೋದಾಗ ಬಾಗಿಲನ್ನು ಸುಮ್ಮನೆ ಮುಂದಕ್ಕೆ ತಳ್ಳುತ್ತಾರೆ. ಅಂಗಳದಲ್ಲಿ ದೊಡ್ಡ ದೊಡ್ಡ ರಂಗೋಲಿಯನ್ನು ಹಾಕಲು ಇವರಿಗೆ ತುಂಬಾ ಇಷ್ಟ. ಊರಿಗೆ ಬಂದ ಹೊಸತರಲ್ಲಿ ನಸುಕಿಗೇ ಎದ್ದು ದೊಡ್ಡ ರಂಗೋಲಿ ಹಾಕುತ್ತಿದ್ದರಾದರೂ, ಕೆಲವೇ ಸಮಯದಲ್ಲಿ ರಾಶಿ ರಾಶಿ ವಾಹನಗಳು ಮನೆಯ ಮುಂದೆ ಓಡಾಡಿ ರಂಗೋಲಿಯನ್ನು ತಮ್ಮ ಚಕ್ರಗಳಿಗೆ ಅಂಟಿಸಿಕೊಂಡು ಹೋಗಿ ಬಿಡುತ್ತಿದ್ದುದನ್ನು ಕಂಡು ಈಗ ನಿಲ್ಲಿಸಿದ್ದಾರೆ. ಸುಬ್ಬುಲಕ್ಷ್ಮಿಗೆ ಕರ್ನಾಟಕ ಸಂಗೀತ ಗೊತ್ತಿದೆ. "ಆಕಿ ಹೆಸರಿಟ್ಟುಕೊಂಡ ಮೇಲೆ ಅಷ್ಟೂ ಗೊತ್ತಿಲ್ಲ ಅಂದರೆ ಹೆಂಗೆ ಹೇಳಪ್ಪಾ?" ಎಂದು ನಗುತ್ತಾರೆ. ಮೊಮ್ಮಗಳಿಗೆ ಸಾಯಂಕಾಲದ ಹೊತ್ತು ಕೂಡಿಸಿಕೊಂಡು ಹೇಳಿಕೊಡುತ್ತಾರೆ. ಆದರೆ ಹೋಂವರ್ಕ್‌ನಲ್ಲಿಯೇ ಸುಸ್ತಾಗುವ ಮೊಮ್ಮಗಳಿಗೆ ಎಲ್ಲಾ ಸಮಯದಲ್ಲೂ ಸಂಗೀತ ಕಲಿಯುವ ಆಸಕ್ತಿಯಿರುವದಿಲ್ಲ. ವಾರಾಂತ್ಯದಲ್ಲಿ ಮಗ–ಸೊಸೆಯರಿಬ್ಬರೂ ಕಾರಿನಲ್ಲಿ ಯಾವುದಾದರೂ ದೇವಸ್ಥಾನಕ್ಕೋ, ಪರಿಚಯದವರ ಮನೆಗೋ ಕರೆದುಕೊಂಡು ಹೋಗುತ್ತಾರೆ. ಇಬ್ಬರಿಗೂ ಅವರ ಮೇಲೆ ತುಂಬಾ ಪ್ರೀತಿ, ಗೌರವಗಳಿವೆ.

ಮಾಸ್ತರರಾಗಿ ಸೇವೆ ಸಲ್ಲಿಸಿ ನಿವೃತ್ತರಾಗಿರುವ ಕೇಶವಮೂರ್ತಿಯವರು, ಪ್ರಾವಿಡಂಟ್ ಫಂಡ್‌ನಿಂದ ಬಂದ ಹಣದಲ್ಲಿ ಐವತ್ತು ಸಾವಿರವನ್ನು ಕೊಟ್ಟು ಕಂಪ್ಯೂಟರ್ ಕೋರ್ಸೊಂದಕ್ಕೆ ಸೇರಿಕೊಂಡಿದ್ದಾರೆ. ಒಂದು ವರ್ಷದಲ್ಲಿ ಜಾವ ಪ್ರೋಗ್ರಾಂ ಮಾಡುವದನ್ನು ಕಲೆತು ಯಾವುದಾದರೂ ಬಹುರಾಷ್ಟ್ರೀಯ ಕಂಪನಿಯೊಂದರಲ್ಲಿ ಕೆಲಸಕ್ಕೆ ಸೇರಿ ಕೈ ತುಂಬ ಹಣ ಸಂಪಾದಿಸಬೇಕೆಂಬುದು ಇವರ ಆಕಾಂಕ್ಷೆ. ತೀರಿಸಲಾಗದೆ ಉಳಿದ ಸಾಲಗಳು ನಿದ್ದೆಗೆಡಿಸುತ್ತವೆ. ಹಗಲು ರಾತ್ರಿ ಕುಳಿತು ದಪ್ಪ ದಪ್ಪ ಪುಸ್ತಕಗಳನ್ನು ಓದುತ್ತಾರೆ. “ನನ್ನ ಕೈಕೆಳಗೆ ಕಲಿತ ದಡ್ಡ ಹುಡುಗರೂ ಲಕ್ಷಗಟ್ಟಲೆ ಸಂಬಳ ತೊಗೊಳ್ತಿದಾರಪ್ಪ. ಕಾರಿನಾಗೆ ಮನೆಗೆ ಬಂದು ಅಮೆರಿಕಾಕ್ಕೆ ಹೋಗಿ ಬಂದ ಸುದ್ದಿ ಹೇಳಿ, ಸಕ್ಕರೆ ಇಲ್ಲದಂಗೆ ಕಾಫಿ ಮಾಡಿಸ್ಕೊಂಡು ಕುಡಿದು ಹೋಗ್ತಾರೆ. ನಾನಿಲ್ಲಿ ಬಾಡಿಗೆ ಮನೆಗಳನ್ನು ಬದಲಾಯಿಸುತ್ತಾ ಒದ್ದಾಡುತ್ತಿದ್ದೇನೆ. ಈ ಹುಡುಗರಿಗೆ ವಿದ್ಯಾ ಹೇಳಿಕೊಟ್ಟ ನಂಗೆ ಕಂಪ್ಯೂಟರ್ ಕಲೀಲಿಕ್ಕೆ ಆಗಂಗಿಲ್ಲೇನು ಹೇಳು? ಅಷ್ಟಕ್ಕೂ ನಿಮ್ಮ ಕಂಪನಿಗಳಾಗೆ ಕೆಲಸ ಕೊಡಲಿಕ್ಕೆ ವಯಸ್ಸೇನೂ ನೋಡಂಗಿಲ್ಲಂತಲ್ಲ. ಹೌದಲ್ಲೋ?” ಎಂದು ಆಸೆಯ ಕಣ್ಣಿನಲ್ಲಿ ಕೇಳುತ್ತಾರೆ. ಮನೆಗೊಂದು ಕಂಪ್ಯೂಟರ್ ಕೊಂಡು ಇಂಟರ್‌ನೆಟ್ ಹಾಕಿಸಿಕೊಂಡಿದ್ದಾರೆ. ಜಾವ ಸಾಫ್ಟ್‌ವೇರನ್ನು ಲೋಡ್ ಮಾಡಿಕೊಂಡು, ಕೋರ್ಸ್‌ನಲ್ಲಿ ಕೊಟ್ಟ ಹೋಂವರ್ಕನ್ನು ತಪ್ಪದೆ ಮಾಡುತ್ತಾರೆ. ನಿಮ್ಮ ಮೊಮ್ಮಕ್ಕಳ ವಯಸ್ಸಿನ ಹುಡುಗರ ಜೊತೆಗೆ ಕುಳಿತು ಕಲಿಯುವದಕ್ಕೆ ಸಂಕೋಚವಾಗುತ್ತದೆಯೆ ಎಂದು ಕೇಳಿದ್ದಕ್ಕೆ “ಯಾಕಪ್ಪ ಆಗಬೇಕು ನಾಚಿಕಿ? ನಾನೇನು ಕಳ್ಳತನ ಮಾಡ್ತಿದೀನ ಇಲ್ಲಾ ಯಾರಿಗನ್ನಾ ಮೋಸ ಮಾಡ್ತಿದೀನಾ? ಕಲಿಯೋದಕ್ಕೆ ವಯಸ್ಸಿನ ಮಿತಿ ಇಲ್ಲ, ತಿಳ್ಕೋ. ಒಂದೇ ವರ್ಷದಾಗೆ ಕಲಿತು ಸಂಪಾದಿಸಿ ತೋರಿಸಿಕೊಡ್ತೀನಿ ನೋಡ್ತಿರು” ಎಂದು ಸಿಟ್ಟಾದರು.

ಅವರಿಗೆ ಜಾವ ಕಲಿಸಿಕೊಡುತ್ತಿರುವ ಶಿಕ್ಷಕಿಯನ್ನು ಕಂಡು ಅವರ ಕಲಿಯುವಿಕೆಯ ಬಗ್ಗೆ ಕೇಳಿದಾಗ “ತುಂಬಾ ಕಷ್ಟ ಪಡ್ತಾರೆ ಸಾರ್. ಈ ವಯಸ್ಸಿನಾಗೆ ಆಬ್ಜೆಕ್ಟ್ ಓರಿಯಂಟಡ್ ಪ್ರೋಗ್ರಾಮಿಂಗ್ ಅರ್ಥ ಆಗೋದು ಕಷ್ಟ ನೋಡ್ರಿ. ಹದಿನೈದು ದಿನದಿಂದ ಡೈನಮಿಕ್ ಬೈಂಡಿಂಗ್ ಬಗ್ಗೆ ಹೇಳಿಕೊಟ್ಟೀನಿ, ಇನ್ನೂ ಅವರಿಗೆ ತಿಳೀವಲ್ಲದು. ಗಾಳಿ ಜೋಡಿ ಗುದ್ದಾಡಿದಂಗೆ ಕಾಣ್ತಾರೆ. ಹೋಗಲಿ ಕಾಲ್‌ಸೆಂಟರ್ ಟ್ರೇನಿಂಗಿಗಾದರೂ ಸೇರಿಕೊಳ್ಳಿ ಎಂದು ಹೇಳೋಣವೆನ್ನಿಸುತ್ತೆ. ಆದರೆ ಈ ವಯಸ್ಸಿನಲ್ಲಿ ರಾತ್ರಿ ಪಾಳಿಯಲ್ಲಿ ಕೆಲಸ ಮಾಡಲು ಅವರಿಗೆ ಸಾಧ್ಯವಾ ಹೇಳಿ?” ಎಂದು ಪೇಚಾಡಿದರು.

ಮರಿಸ್ವಾಮಿಗೆ ಈಗ ವಯಸ್ಸು ಎಂಬತ್ತೈದು. ಆದರೆ ನಿವೃತ್ತಿಯ ಮಾತೇ ಇಲ್ಲ. ಬೆಳಿಗ್ಗೆ ನಾಲ್ಕಕ್ಕೆದ್ದು, ದಿನಪತ್ರಿಕೆಗಳನ್ನು ವಿಂಗಡಿಸಿ, ನೂರಾ ಐವತ್ತು ಮನೆಗಳಲ್ಲಿ

ಕಾಫಿ ಸಮಯಕ್ಕೆ ಮುಂಚೆ ಹಂಚುತ್ತಾರೆ. ಆ ನಸುಕಿನಲ್ಲೂ ಎದೆ ನಡುಗಿಸುವಂತೆ ನುಗ್ಗುವ ವಾಹನಗಳ ಎದುರಾಗಿ ಸೈಕಲ್ಲನ್ನು ತುಳಿಯುವ ಧೈರ್ಯವಿಲ್ಲದ ಕಾರಣ ತಳ್ಳಿಕೊಂಡೇ ಹೋಗುತ್ತಾರೆ. ದಿನಪತ್ರಿಕೆ ಕೊಡುವುದು ತಪ್ಪುತ್ತದೆನ್ನುವ ಕಾರಣಕ್ಕಾಗಿ ಇವರು ಸುಮಾರು ವರ್ಷಗಳಿಂದ ಬೆಂಗಳೂರನ್ನು ಬಿಟ್ಟು ಹೊರಗೆ ಹೋಗಿಲ್ಲ. ಲೆಕ್ಕ ತಪ್ಪದೆ ಎಲ್ಲಾ ಮನೆಗಳಿಗೂ ದಿನಪತ್ರಿಕೆ ಹಾಕುತ್ತಾರಾದರೂ ಕೆಲವು ಮನೆಯವರು ತಿಂಗಳ ಕೊನೆಯಲ್ಲಿ ಮನೆ ಖಾಲಿ ಮಾಡಿ ಹಣವನ್ನು ಕೊಡದೆ ಎಲ್ಲಿಗೋ ದೂರ ಹೋಗಿಬಿಟ್ಟಾಗ ಇವರಿಗೆ ಬೇಸರವಾಗುತ್ತದೆ. ಸುಮಾರು ಇಪ್ಪತ್ತು ಬಗೆಯ ದಿನಪತ್ರಿಕೆಗಳನ್ನು ಹಂಚುವ ಇವರು ಯಾವುದೇ ಒಂದು ದಿನಪತ್ರಿಕೆಯನ್ನೂ ಓದುವದಿಲ್ಲ. "ಎಲ್ಲಾ ಮನೆಗೆ ಹಂಚೋದರೊಳಗೇ ಸಾಕಾಗಿ ಬಿಡ್ತದೆ. ಅದನ್ನೆಲ್ಲಾ ಓದಬೇಕು ಅನ್ನಿಸಲ್ಲ" ಎಂದು ಸಂಕೋಚದಿಂದಲೇ ಹೇಳುತ್ತಾರೆ.

ಮಧ್ಯಾಹ್ನ ಊಟ ಮಾಡಿ ಸ್ವಲ್ಪ ನಿದ್ದೆ ಮುಗಿಸಿದ್ದೇ ಸೈಕಲ್ಲಿನ ಮೇಲೆ ಬೆತ್ತದ ಪುಟ್ಟಿಗಳಲ್ಲಿ ಬಣ್ಣ ಬಣ್ಣದ ಕೋಳಿ ಮರಿಗಳನ್ನು ಇಟ್ಟುಕೊಂಡು ಮಾರಲು ಹೋಗುತ್ತಾರೆ. ಕೆಂಪು, ಹಸಿರು, ನೀಲಿ ಬಣ್ಣಗಳನ್ನು ಬಳಿದುಕೊಂಡ ಈ ಪುಟ್ಟ ಮರಿಗಳು ಕೀಚ್, ಕೀಚ್ ಎಂದು ಒಂದೇ ರೀತಿ ಸದ್ದು ಮಾಡುತ್ತಿರುತ್ತವೆ. ಅವುಗಳ ಸದ್ದು ವಾಹನಗಳ ಕಿರುಚಾಟದ ಮಧ್ಯೆ ಟ್ರಾಫಿಕ್ ಬಳಿ ಪಕ್ಕಕ್ಕೆ ಬಂದು ನಿಂತ ಸ್ಕೂಟರ್ ಸವಾರನಿಗೂ ಕೇಳಿಸುವದಿಲ್ಲ. ಈ ವಯಸ್ಸಿನಲ್ಲಿ ಯಾಕಜ್ಜ ಇಷ್ಟು ಕಷ್ಟ ಪಡ್ತೀಯ ಎಂದರೆ ಮರಿಸ್ವಾಮಿ ನಕ್ಕು ಬಿಡುತ್ತಾರೆ. "ಮಗಗೆ ಒಳ್ಳೆ ಕೆಲಸ ಇಲ್ಲ. ಅಷ್ಟಕ್ಕೂ ಮನೆಯಲ್ಲಿ ಸುಮ್ಮನೆ ಕೂತು ಏನು ಮಾಡೋದು ಹೇಳಿ?" ಎಂದು ಪ್ರಶ್ನಿಸುತ್ತಾರೆ. ಒಂದು ಮಾಸಿದ ಬಿಳಿ ಲುಂಗಿ, ಚೌಕಳಿ ಅಂಗಿ, ಕುರುಚಲು ಗಡ್ಡದ ಮರಿಸ್ವಾಮಿ ಕಾಲಿಗೆ ಚಪ್ಪಲಿಯನ್ನೂ ಧರಿಸುವದಿಲ್ಲ. "ಎಲ್ಲಿಯಾದರೂ ಮರೆತು ಕಳಕೊಂಡುಬಿಡ್ತೀನಿ. ಅದಕ್ಕೇಯ..." ಎನ್ನುತ್ತಾರೆ.

ಬಳಕೆಯಲ್ಲಿಲ್ಲದ ಸಾಫ್ಟ್‌ವೇರ್‌ಗಳಂತೆ, ಗೊತ್ತಿಲ್ಲದ ಸಿನಿಮಾದ ಕಟ್ಟಾದ ರೀಲುಗಳಂತೆ ಎಲ್ಲೆಲ್ಲೂ ನಮ್ಮ ಹಿರಿಯರು ಬೆಂಗಳೂರಿನಲ್ಲಿ ಕಾಣಿಸುತ್ತಾರೆ. ಪಬ್, ಡಿಸ್ಕೋ, ಥೀಮ್ ಪಾರ್ಕ್, ಫ್ಲೈ ಓವರ್, ವಿಮಾನ ನಿಲ್ದಾಣವೆಂದು ಬಡಬಡಿಸುತ್ತಿರುವ ನಾವು ಅವರು ನೆಮ್ಮದಿಯಿಂದ ಹೊತ್ತು ಕಳೆಯಲು ಅವಕಾಶ ಮಾಡಿಕೊಡುವ ಯಾವುದಾದರೂ ಯೋಜನೆಯನ್ನು ಮಾಡಿದ್ದೇವೆಯೆ?

6ನೇ ಡಿಸೆಂಬರ್ 2004

ತತ್ತಿ ಇಡದ ಹಕ್ಕಿಗಳ ತಂಗುದಾಣದಲ್ಲಿ

ರಾತ್ರಿ ಹನ್ನೆರಡರ ಸಮಯ. ನಗರವೆಲ್ಲಾ ದಣಿದು ಮಲಗಿದ ಹೊತ್ತು. ಊರಿಂದ ಹೊರಹಾಕಿದಂತಿರುವ ವಿಮಾನ ನಿಲ್ದಾಣ ಮಾತ್ರ ನಿಶಾಚರನಂತೆ ತನ್ನ ಕಾರ್ಯ ಚಟುವಟಿಕೆಗಳನ್ನು ಸಂಭ್ರಮದಿಂದ ಶುರು ಮಾಡಿದೆ. ಅರಮನೆಯೇ ರೆಕ್ಕೆ ಕಟ್ಟಿಕೊಂಡು ಹಾರಾಡುವಂತೆ ವಿಮಾನಗಳು ಜಂಬದಿಂದ ಆಕಾಶ–ಭೂಮಿಯ ಮಧ್ಯೆ ಕೋ ಕೋ ಆಟವನ್ನು ಮುಂದುವರೆಸಿವೆ.

ಪೂರ್ತಿ ಒಂದಿಬ್ಬರು ಕುಳಿತುಬಿಡುವಂತಹ ಅಳತೆಯುಳ್ಳ ಎರಡು ದೊಡ್ಡ ಸೂಟ್‌ಕೇಸ್‌ಗಳನ್ನು ಹಿಡಿದು ನಿಂತ ದಪ್ಪನೆಯ ಮಹಿಳೆಯೊಬ್ಬಳು ಕೌಂಟರಿನಲ್ಲಿ ಕುಳಿತಿರುವ ಎಳೆಯ ಹುಡುಗಿಯೊಂದಿಗೆ ಜಗಳ ಹಚ್ಚಿಕೊಂಡಿದ್ದಾಳೆ. ಅರವತ್ತೈದು ಕೆ.ಜಿ.ಗಿಂತಲೂ ಹೆಚ್ಚಿನ ಭಾರದ ಲಗೇಜನ್ನು ಅನುಮತಿಸಲಾಗುವದಿಲ್ಲವೆಂದು ಆ ಹುಡುಗಿ ಅತ್ಯಂತ ಸಹಾನುಭೂತಿಯಿಂದ ತಿಳಿಸಿಕೊಡುತ್ತಿದ್ದಾಳೆ. ಅದನ್ನು ಕಿವಿಗೆ ಹಾಕಿಕೊಳ್ಳಲೇ ಸಿದ್ಧವಿಲ್ಲದ ಮಹಿಳೆ "ಅಮೆರಿಕಾದ ವಿಮಾನಗಳೇ ಎದುರು ಮಾತನಾಡದೆ ಈ ಸೂಟ್‌ಕೇಸ್‌ಗಳನ್ನು ಸೇರಿಸಿ ಕೊಂಡಿವೆ. ನಿನ್ನದೇನು?" ಎಂದು ಜಗಳ ಕಾಯುತ್ತಿದ್ದಾಳೆ. ಅವಳ ಹಿಂದೆ ಸಾಲಿನಲ್ಲಿ ನಿಂತ ನೂರಾರು ಜನರು ಆ ನಿದ್ದೆಗೆಟ್ಟ ಪರಿಸ್ಥಿತಿಯಲ್ಲಿ ಈ ಕಿರಿಕಿರಿಯಿಂದ ಬೇಸರಗೊಂಡಿದ್ದಾರೆ. ಏನೋ

ಹಿತನುಡಿಯನ್ನು ಹೇಳಲು ಹೋಗಿ "ಮೈಂಡ್ ಯುವರ್ ಬಿಜಿನೆಸ್" ಎಂದು ಬೈಯಿಸಿಕೊಂಡಿದ್ದಾರೆ. ಬಿಜಿನೆಸ್ ಕ್ಲಾಸ್‌ನಲ್ಲಿ ಪ್ರಯಾಣ ಮಾಡುವವರಿಗೆ ವಿಶೇಷ ಕೌಂಟರ್ ಉಂಟು. ಅಲ್ಲಿ ಗಲಾಟೆ ಇಲ್ಲ.

ಅಪರೂಪಕ್ಕೆ ಆಫೀಸಿನ ಕೆಲಸದ ಮೇಲೆ ಬೇರೆ ದೇಶಕ್ಕೆ ಪ್ರಯಾಣ ಮಾಡುವ ಅದೃಷ್ಟವನ್ನು ಪಡೆದ ಯುವಕನೊಬ್ಬ ತನ್ನ ಹ್ಯಾಂಡ್‌ಬ್ಯಾಗ್‌ಗೆ ಹಾಕಲೆಂದು ಕೊಟ್ಟ ಟ್ಯಾಗನ್ನು ಹೇಗೆ ಹಾಕಬೇಕೆಂದು ತಿಳಿಯದೆ ಒದ್ದಾಡುತ್ತಿದ್ದಾನೆ. ಹಾಕದಿದ್ದರೆ ವಿಮಾನದಲ್ಲಿ ಸೇರಿಸುತ್ತಾರೋ ಇಲ್ಲವೋ ಎಂಬ ಸಣ್ಣ ಅನುಮಾನವೂ ಹೊಕ್ಕಿದೆ. ಹತ್ತಿರದಲ್ಲಿಯೇ ನಿಂತಿರುವ ಮತ್ತೊಬ್ಬ ಟ್ಯಾಗ್ ಹಾಕುತ್ತಿರುವದನ್ನು ಕಂಡು ಅವನ ಇನ್ನಷ್ಟು ಹತ್ತಿರಕ್ಕೆ ಹೋಗಿದ್ದಾನೆ. ಅಷ್ಟೊಂದು ಹತ್ತಿರಕ್ಕೆ ಪರಕೀಯನೊಬ್ಬ ಬಂದಿದ್ದು ಎಳ್ಳಷ್ಟೂ ಸಹಿಸದ ಆ ವ್ಯಕ್ತಿ ಏನೋ ಗೊಣಗುತ್ತಾ ದೂರ ಹೋಗಿದ್ದಾನೆ.

ಮುದುಕರೊಬ್ಬರು ಕೈಯಲ್ಲಿ ಚಿಕ್ಕ ಪೊಟ್ಟಣವೊಂದನ್ನು ಹಿಡಿದುಕೊಂಡು "ಶಿಕಾಗೋಕ್ಕೆ ಹೋಗ್ತಾ ಇದೀರಾ?" ಎಂದು ಅವರಿವರನ್ನು ಕೇಳುತ್ತಿದ್ದಾರೆ. "ನನ್ನ ಮಗಳಿಗೆ ಕೊಡಬೇಕಿದು. ಹೋಮಿಯೋಪತಿ ಮೆಡಿಸಿನ್. ತುಂಬಾ ಅರ್ಜೆಂಟ್. ನಿಲ್ದಾಣಕ್ಕೆ ಬರ್ತಾರೆ..." ಎಂದು ಹೇಳಿ ಕೈಯಲ್ಲಿದ್ದ ಪೊಟ್ಟಣವನ್ನು ಬಿಚ್ಚಿ ಎಂತೆಂತಹದೋ ಬಿಳಿಯ ಮಾತ್ರೆಗಳ ಸೀಸೆಗಳನ್ನು ತೋರಿಸುತ್ತಿದ್ದಾರೆ. ಆ ಮಾತ್ರೆಗಳು ಯಾವುದೋ ಮಾದಕ ಗುಳಿಗೆಗಳಂತೆ ಕಂಡು, ಕೇಳಿದವರು ಮುಖ ತಿರುಗಿಸುತ್ತಾರೆ. ಮುದುಕರು ಮತ್ತೊಬ್ಬರನ್ನು ಹುಡುಕಿಕೊಂಡು ಹೊರಟಿದ್ದಾರೆ.

ಕಾಫಿ ವೆಂಡಿಂಗ್ ಮಷಿನ್ ಬಳಿ ಕುಳಿತ ಹೆಂಗಸಿಗೆ ನಿದ್ದೆಯಿಂದ ಕಣ್ಣು ಎಳೆಯುತ್ತಿವೆ. ಅಷ್ಟರಲ್ಲಿ ಯಾರೋ ಬಂದು ಕಾಫಿ ಕೇಳಿದ್ದಾರೆ. ಲೋಟಕ್ಕೆ ಕಾಫಿ ಸುರಿದ ಮೇಲೆ "ನೊ ಶುಗರ್" ಎಂದು ಹೇಳಿದ್ದಾರೆ. ಕಿರಿಕಿರಿಯೆನ್ನಿಸಿದೆ. ಆದರೆ ಕಾಫಿ ಕೇಳಿದವನು ವಿದೇಶಿಯಾದ ಕಾರಣ ಮುಖದಲ್ಲಿ ನಗು ಹೊಮ್ಮಿಸಿ "ನೋ ಪ್ರಾಬ್ಲಂ" ಎಂದು ಹೇಳಿ ಮತ್ತೊಂದು ಕಪ್ಪಿಗೆ ಕಾಫಿ ಸುರಿಯತೊಡಗಿದ್ದಾಳೆ. ಅವಳು ರಾತ್ರಿಯ ಪಾಳಿಗೆ ಅಲಂಕಾರ ಮಾಡಿಕೊಂಡು ಹೋಗುವ ಈ ಕೆಲಸ ತನಗಿಷ್ಟವಿಲ್ಲವೆಂದು ಅವಳ ಗಂಡ ಆ ದಿನ ಜಗಳವಾಡಿದ್ದು ಮನದಲ್ಲಿ ರಿಂಗಣಿಸುತ್ತಿದೆ.

ಅತ್ತ ಯಾವುದೋ ವಿಮಾನವೊಂದು ನೆಲಕ್ಕಿಳಿದಿದೆ. ಪೂರ್ತಿ ನಿಂತ ಮೇಲೆ ಕ್ಯಾಪ್ಟನ್ ತನ್ನ ಪರ್ಸನ್ನು ಹೊರತೆಗೆದು ಅದರಲ್ಲಿದ್ದ ದೇವರ ಚಿಕ್ಕ ಪಟಕ್ಕೆ ಕೈ ಮುಗಿದಿದ್ದಾನೆ. ಅದನ್ನು ಗಮನಿಸಿದ ಗಗನಸಖಿಯೊಬ್ಬಳು ಅವನೆಡೆ ನೋಡಿ ನಕ್ಕು, ಕಣ್ಣಲ್ಲಿಯೇ 'ಥ್ಯಾಂಕ್ಸ್' ಹೇಳಿ, ಕೆಳಗಿಳಿಯುವವರಿಗೆ ಕೈ ಮುಗಿಯಲು ಹೋಗುತ್ತಿದ್ದಾಳೆ. ಇನ್ನು ಸ್ವಲ್ಪೇ ಸಮಯದಲ್ಲಿ ಮನೆಗೆ ಹೋಗಿ ನಿದ್ದೆ ಮಾಡಬಹುದೆಂಬ ಖುಷಿ ಅವಳ ಮುಖದಲ್ಲಿ ಕಾಣುತ್ತಿದೆ. ಗುಮಾಸ್ತನೊಬ್ಬ ವಿಮಾನ ಬಂದು ಸೇರಿದ

ವಿಷಯವನ್ನು ಕಂಪ್ಯೂಟರ್‌ಗೆ ಸೇರಿಸಿದ್ದಾನೆ. ಆ ವಿಷಯ ಇಂಟರ್‌ನೆಟ್‌ನಲ್ಲಿ ಬಿತ್ತರಗೊಂಡು, ಕ್ಯಾಲಿಫೋರ್ನಿಯಾದ ಆಫೀಸಿನಲ್ಲಿ ಕೆಲಸ ಮಾಡುತ್ತಿರುವ ಯುವಕನಿಗೆ ಇ-ಮೇಲ್‌ನಲ್ಲಿ ತಲುಪಿ, ಅವನು ಬಳ್ಳಾರಿಯ ಅವನಕ್ಕನ ಮನೆಗೆ ಫೋನ್ ಮಾಡಿ "ಅಮ್ಮ-ಅಪ್ಪ ಭಾರತಕ್ಕೆ ಬಂದಾಯ್ತು" ಎಂದಿದ್ದಾನೆ. ಅವನಪ್ಪ ಸದ್ಯಕ್ಕೆ ವಿಮಾನದಲ್ಲಿ ತಲೆಯ ಮೇಲಿನ ಲಗೇಜ್ ಕಪಾಟುಗಳಿಂದ ತಮ್ಮ ಕೈ ಚೀಲವನ್ನು ಇಳಿಸಿಕೊಳ್ಳುತ್ತಿದ್ದಾರೆ.

ತೋಳಿಲ್ಲದ ರವಿಕೆ ತೊಟ್ಟು, ಹಣೆಗೆ ಇಷ್ಟಗಲ ಕುಂಕುಮವಿಟ್ಟ, ರೇಷ್ಮೆ ಸೀರೆಯುಟ್ಟ ಅವಳು ಅವಸರದಿಂದ ವಿಮಾನವಿಳಿದಿದ್ದಾಳೆ. ಹೊರಗಡೆ ಆಗಮನದ ಹಾಲಿನಲ್ಲಿ ಅವಳ ಗಂಡ ಮತ್ತು ಮಗ ಅವಳಿಗಾಗಿ ಕಾಯುತ್ತಿದ್ದಾರೆ. ದಡ ದಡ ಹೆಜ್ಜೆಗಳನ್ನಿಟ್ಟುಕೊಂಡು ಬಂದು ದೂರದ ಮೂಲೆಗೆ ಹೋಗಿದ್ದೇ ಸಿಗರೇಟನ್ನು ಹಚ್ಚಿದ್ದಾಳೆ. ಮಗು ಸಿಹಿತಿಂಡಿಯನ್ನು ಗಬಗಬನೆ ತಿನ್ನುವಂತೆ ಸಿಗರೇಟನ್ನು ಎಳೆದು, ಅದು ಆರುವ ಮೊದಲೇ ಮತ್ತೊಂದನ್ನು ಹಚ್ಚಿದ್ದಾಳೆ. ಮತ್ತಿಬ್ಬರು ಗಂಡಸರು ಅಲ್ಲಿಗೆ ಸಿಗರೇಟು ಸೇದಲು ಬಂದವರು ಇವಳೊಡನೆ ನಗು ವಿನಿಮಯ ಮಾಡಿಕೊಂಡಿದ್ದಾರೆ.

ಇಪ್ಪತ್ತೆರದ ಆ ಯುವಕ ಹುರುಪಿನಲ್ಲಿದ್ದಾನೆ. ವಿಮಾನ ಇಳಿದ ತಕ್ಷಣ ಆಗಲೇ ಮೊಬೈಲ್‌ನಲ್ಲಿ ಅವಳೊಡನೆ ಮಾತನಾಡಿದ್ದಾನೆ. ಹೊರಗೆ ತನ್ನ ಅಪ್ಪ-ಅಮ್ಮರ ಜೊತೆ ಅವಳು ಕಾಯುತ್ತಿದ್ದಾಳೆ. ಬರೀ ಇಂಟರ್‌ನೆಟ್‌ನಲ್ಲಿ ಮಾತನಾಡಿಯೇ ಮದುವೆ ಸಿದ್ಧವಾಗಿಬಿಟ್ಟಿದೆ. "ನಾನು ಅವಳನ್ನು ನೋಡದೆಯೇ ಹೇಗೆ ಒಪ್ಪಿಕೊಳ್ಳಲಿ..." ಎಂದು ಗೊಣಗಾಡುತ್ತಲೇ ಇ-ಮೇಲ್‌ನಲ್ಲಿ ಒಪ್ಪಿಗೆ ಕೊಟ್ಟಿದ್ದಾನೆ. ಶೌಚಾಲಯಕ್ಕೆ ಹೋಗಿ ಮೈ ಕೈ ತೊಳೆದುಕೊಂಡು, ಹೊಸ ಬಟ್ಟೆ ಹಾಕಿಕೊಂಡು, ಹೀಥ್ರೋ ವಿಮಾನ ನಿಲ್ದಾಣದಲ್ಲಿ ಕೊಂಡ ಭಾರಿ ಬೆಲೆಯ ಸುಗಂಧವನ್ನು ಮೈಗೆ ಲೇಪಿಸಿಕೊಳ್ಳುತ್ತಿದ್ದಾನೆ. ಅದೇ ಸಮಯಕ್ಕೆ ಎಲ್ಲರೂ ಇಳಿದು ಖಾಲಿಯಾದ ವಿಮಾನದ ಶೌಚಗಳ ಕಕ್ಕಸನ್ನು ಒಂದಿಬ್ಬರು ಹೆಂಗಸರು ತೊಳೆಯುತ್ತಿದ್ದಾರೆ.

ವಿಮಾನವೊಂದು ಹಾರಲು ಸಿದ್ಧವಾಗಿಬಿಟ್ಟಿದೆ. ಒಬ್ಬೇ ಒಬ್ಬ ವ್ಯಕ್ತಿಯಿಂದಾಗಿ ಹಾರದೆ ತುದಿಗಾಲಿನಲ್ಲಿ ನಿಲ್ಲುವಂತಾಗಿದೆ. "ಕೋಮಲ್ ಕುಲಕರ್ಣಿ ಎಲ್ಲಿದ್ದರೂ ಬರಬೇಕು" ಎಂದು ಧ್ವನಿವರ್ಧಕಗಳು ಕೂಗಿಕೊಳ್ಳುತ್ತಿವೆ. ವಾಕಿ-ಟಾಕಿ ಹಿಡಿದುಕೊಂಡ ವಿಮಾನ ಕಂಪನಿಯ ಸಿಬ್ಬಂದಿಗಳು "ಕೋಮಲ್ ಕುಲಕರ್ಣಿ.." ಎಂದು ಮಾತನಾಡುತ್ತಲೇ ಇದ್ದಾರೆ. ಅವರಿವರ ಬಳಿ ಹೋಗಿ "ನೀವಾ, ನೀವಾ..." ಎಂದು ಕೇಳುತ್ತಿದ್ದಾರೆ. ಕೊನೆಗೆ ಒಬ್ಬ ಚುರುಕಾದ ಸಿಬ್ಬಂದಿ ಹುಡುಗಿಯೊಬ್ಬಳು ಕೋಮಲ್ ಕುಲಕರ್ಣಿಯನ್ನು ಪತ್ತೆಹಚ್ಚಿದ್ದಾಳೆ. ಎಂಬತ್ತರ ಮುದುಕರವರು.

ಮಗ ಟಿಕೇಟ್ ತೆಗೆಸಿಕೊಟ್ಟು ಮೂಲೆಯೊಂದರಲ್ಲಿ ಕೂಡಿಸಿಬಿಟ್ಟು ಎಲ್ಲಿಗೋ ಹೋಗಿಬಿಟ್ಟಿದ್ದಾನೆ. ಸಿಬ್ಬಂದಿ ಹುಡುಗಿ "ಅಷ್ಟೂ ಗೊತ್ತಾಗಲ್ಲವಾ..." ಎಂದು ಬಯ್ಯುತ್ತಿದ್ದಾಳೆ. "ಇಂಗ್ಲೀಷ್ ಬರಲ್ಲಮ್ಮ..." ಎಂದು ಅವರು ಕ್ಷಮೆ ಕೇಳುತ್ತಿದ್ದಾರೆ. "ಎಷ್ಟೊಂದು ಜನ ನಿಮಗಾಗಿ ಕಾಯ್ತಾ ಇದ್ದಾರೆ ಗೊತ್ತಾ..." ಎಂದು ಬೈದ ಅವಳು, ವಾಕಿ-ಟಾಕಿಯಲ್ಲಿ ಕೋಮಲ್ ಕುಲಕರ್ಣಿ ಸಿಕ್ಕ ಸುದ್ದಿಯನ್ನು ಸಿಡುಕಿನಿಂದಲೇ ಬಿತ್ತರಿಸುತ್ತಿದ್ದಾಳೆ. ಓಡು ನಡಿಗೆಯಲ್ಲಿ ಅವಳನ್ನು ಹಿಂಬಾಲಿಸುತ್ತಾ ಹೋಗುವಾಗ ಹಾದಿಯಲ್ಲಿ ಮತ್ತೊಬ್ಬ ಮುದುಕರು ನೆಮ್ಮದಿಯಿಂದ ನೆಲದ ಮೇಲೆ ಮಂಡಿಯೂರಿ ಕುಳಿತು ತಲೆಗೆ ಟೊಪ್ಪಿಗೆಯನ್ನಿಟ್ಟುಕೊಂಡು ನಮಾಜ್ ಮಾಡುತ್ತಿದ್ದಾರೆ.

ಅಡ್ಡಸೆರಗನ್ನು ಹಾಕಿಕೊಂಡ ಗುಜರಾತಿ ವಿಧವೆಯೊಬ್ಬಳು ಒಂದೇ ಸಮನೆ ಕಣ್ಣೀರು ಹಾಕುತ್ತಿದ್ದಾಳೆ. ಅವಳ ಮಗ ದೂರದ ಲಂಡನ್ನಿನಲ್ಲಿ ಕಾರಿನ ಅಪಘಾತದಲ್ಲಿ ಮಡಿದಿದ್ದಾನೆ. ಹತ್ತಿರದಲ್ಲಿ ಕುಳಿತವರು ಸಮಾಧಾನ ಮಾಡುತ್ತಿದ್ದಾರೆ ಮತ್ತು ಜೊತೆಗೆ ಸದ್ದು ಮಾಡಬೇಡವೆಂದು ಸೂಕ್ಷ್ಮವಾಗಿ ಹೇಳುತ್ತಿದ್ದಾರೆ. ಅವಳನ್ನು ವಿಮಾನದಲ್ಲಿ ಹತ್ತಿಸಿ ಅವರೆಲ್ಲರೂ ವಾಪಾಸು ಹೋಗುತ್ತಾರೆ. ಅವಳಿಗೆ ಇದು ಪ್ರಥಮ ವಿಮಾನ ಪ್ರಯಾಣ. ಇಲ್ಲಿಯವರೆಗೆ ಮಗನೇ ಪ್ರತಿವರ್ಷವೂ ತಪ್ಪದೆ ತಾಯಿಯ ಬಳಿ ಬಂದು-ಹೋಗಿ ಮಾಡಿದ್ದಾನೆ. ಫ್ರಾಂಕ್‌ಫರ್ಟ್‌ನಲ್ಲಿ ಇಳಿದು ಮತ್ತೊಂದು ವಿಮಾನ ಹತ್ತುವುದು ಹೇಗೆಂದು ಅವಳಿಗೆ ಪಕ್ಕಕ್ಕೆ ಕುಳಿತ ಬಂಧುವೊಬ್ಬರು ಪದೇಪದೆ ಹೇಳುತ್ತಿದ್ದಾರೆ. ಆ ಸಂಗತಿ ಆ ದುಃಖದಲ್ಲಿಯೂ ಅವಳಿಗೆ ಹೆದರಿಕೆಯನ್ನುಂಟುಮಾಡಿದೆ.

ಹಸಿರು ದ್ವಾರದ ಮೂಲಕ ಹೋಗಲು ಪ್ರಯತ್ನಿಸಿದರೂ ಕಸ್ಟಮ್ಸ್ ಅಧಿಕಾರಿ ಹಿಡಿದುಬಿಟ್ಟಿದ್ದಾನೆ. ಎರಡು ಹ್ಯಾಂಡಿ ಕ್ಯಾಮೆರಾ, ಒಂದು ಲ್ಯಾಪ್‌ಟಾಪ್, ಒಂದು ಡಿವಿಡಿ ಪ್ಲೇಯರ್, ನಾಲ್ಕು ಬಾಟಲಿ ವಿಸ್ಕಿ ಸೂಟ್‌ಕೇಸಿನಲ್ಲಿವೆ. ಅಧಿಕಾರಿ ಮುಲಾಜಿಲ್ಲದೆ ಎಂಟು ನೂರು ಡಾಲರ್ ಶುಲ್ಕ ವಿಧಿಸಿದ್ದಾನೆ. ಇವನು ಗೋಗರೆಯುತ್ತಿದ್ದಾನೆ. ಕಡೆಗೆ ಇನ್ನೂರು ಡಾಲರನ್ನು ಮೇಜಿನ ಕೆಳಗೆ ತೆಗೆದುಕೊಂಡ ಅಧಿಕಾರಿ ಹೊರಗೆ ಬಿಟ್ಟಿದ್ದಾನೆ. ಬೆವರಿಳಿಸಿಕೊಳ್ಳುತ್ತಾ ಅವನು ನಿರ್ಗಮನದ ಬಾಗಿಲ ಬಳಿ ಬಂದಿದ್ದೇ, ಯಾವುದೋ ಬಟ್ಟೆ ಮಾರಾಟದ ಅಂಗಡಿಯ ಸುಂದರ ಯುವತಿಯೊಬ್ಬಳು "ಭಾರತಕ್ಕೆ ಸ್ವಾಗತ" ಎಂದು ನಳನಳಿಸುವ ಗುಲಾಬಿ ಹೂ ಕೊಟ್ಟಿದ್ದಾಳೆ. ಹಿಂದೆಂದೂ ನೋಡಿರದ ವ್ಯಕ್ತಿಗಳ ಹೆಸರಿನ ಬೋರ್ಡನ್ನು ಹಿಡಿದುಕೊಂಡ ಕಾರಿನ ಚಾಲಕರು 'ಇವನೇನಾ?' ಎಂದು ಆಸೆಯ ಕಣ್ಣಿಂದ ಇವನೆಡೆ ನೋಡುತ್ತಿದ್ದಾರೆ.

ವಿದೇಶಿಯವನೊಬ್ಬ ಶೌಚಾಲಯದಲ್ಲಿ ಹೊಟ್ಟೆ ಭಾರವನ್ನು ಇಳಿಸಿಕೊಂಡ ಮೇಲೆ ಟಾಯ್ಲೆಟ್ ಪೇಪರ್ ಇಲ್ಲದ್ದು ನೋಡಿ ಕಂಗಾಲಾಗಿದ್ದಾನೆ. ಅದಕ್ಕೆ

ಬದಲು ಒಂದು ಪ್ಲಾಸ್ಟಿಕ್ ಮಗ್ಗನ್ನು ನಲ್ಲಿಯ ಕೆಳಗೆ ಇಟ್ಟಿದ್ದಾರೆ. ಸ್ವಚ್ಛಗೊಳ್ಳಲು ನೀರನ್ನು ಹೇಗೆ ಉಪಯೋಗಿಸಬೇಕೆಂದು ಅವನಿಗೆ ಗೊತ್ತಿಲ್ಲ. ಹೇಗೋ ಪ್ರಯತ್ನ ಮಾಡಲು ಹೋಗಿ ಮೈಮೇಲೆಲ್ಲಾ ನೀರು ಚೆಲ್ಲಿಕೊಂಡಿದ್ದಾನೆ. ಮತ್ತೊಬ್ಬ ವಿದೇಶಿ ಪಾಸ್‌ಪೋರ್ಟ್ ಮಾತ್ರ ಹಿಡಿದುಕೊಂಡು ಭಾರತದಲ್ಲಿ ಇಳಿದುಬಿಟ್ಟಿದ್ದಾನೆ. ಹೊರಗೆ ಅವನಿಗಾಗಿ ಪಂಚತಾರಾ ಹೋಟಲಿನ ಕಾರೊಂದು ಕಾಯುತ್ತಿದೆ. ವೀಸಾ ಇಲ್ಲದೆಯೇ ಬಂದುಬಿಟ್ಟಿದ್ದಾನೆ. ಇಮ್ಮಿಗ್ರೇಷನ್ ಅಧಿಕಾರಿ ವೀಸಾ ಇಲ್ಲದೆ ಬಿಡುವುದಿಲ್ಲವೆಂದು ಪಟ್ಟು ಹಿಡಿದಿದ್ದಾನೆ. ಯಾವುದೋ ಅರ್ಥವಾಗದ ಭಾಷೆಯಲ್ಲಿ ಏನೋ ವಿವರಿಸುತ್ತಿದ್ದಾನೆ. ಇವರು ಇಂಗ್ಲೀಷಿನಲ್ಲಿ ಹೇಳುತ್ತಿರುವುದು ಅವನಿಗೆ ತಿಳಿಯುತ್ತಿಲ್ಲ. ಅವನನ್ನು ಬಂದ ವಿಮಾನದಲ್ಲಿಯೇ ಹತ್ತಿಸಿ ವಾಪಾಸು ಕಳುಹಿಸುವ ವ್ಯವಸ್ಥೆ ನಡೆಯುತ್ತಿದೆ.

ಎರಡು ವರ್ಷ ಜರ್ಮನಿಯಲ್ಲಿದ್ದು ಬಂದ ಹುಡುಗನೊಬ್ಬ ವಿಮಾನವಿಳಿದು ಹೊರಬಂದಿದ್ದೇ ಲಗೇಜ್ ಸಮೇತವಾಗಿ ಸೀದಾ ಹತ್ತಿರದ ದರ್ಶಿನಿ ಹೋಟೇಲಿಗೆ ಹೊಕ್ಕಿದ್ದಾನೆ. ಇಡ್ಲಿ, ವಡೆ, ದೋಸೆಗಳನ್ನು ತರಿಸಿಕೊಂಡು ಗಬಗಬನೆ ತಿನ್ನುತ್ತಿದ್ದಾನೆ. ಖಾರ ಗಂಟಲಿಗೆ ಹತ್ತಿದೆ. ಲೋಟದಲ್ಲಿ ಮಾಣಿ ತಂದಿಟ್ಟ ನೀರು ಅಲ್ಲೇ ಇದೆ. “ಮಿನರಲ್ ವಾಟರ್” ಬೇಕೆಂದು ಕೇಳುತ್ತಿದ್ದಾನೆ.

ಯಾವತ್ತೂ ವಿಮಾನದಲ್ಲಿ ಹಾರಾಡದ ದೊಡ್ಡ ಗುಂಪೊಂದು ವಿಮಾನದ ಸುತ್ತ ಮುತ್ತ ಅತ್ಯಂತ ತ್ವರಿತವಾಗಿ ಕೆಲಸ ಮಾಡುತ್ತಿದೆ. ಕನ್ವೆಯರ್ ಬೆಲ್ಟಿನ ಮೇಲೆ ಬಂದ ಸಾಮಾನುಗಳನ್ನು ವಿಮಾನಕ್ಕೆ ಸೇರಿಸುತ್ತಿದೆ. ದಣಿದು ಬಂದ ಅತಿಥಿಗೆ ನೀರು ಕೊಡುವಂತೆ, ವಿಮಾನಗಳಿಗೆ ಇಂಧನ ತುಂಬುತ್ತಿದೆ. ರುಚಿ-ರುಚಿಯಾದ ತಿಂಡಿ-ತಿನಿಸುಗಳನ್ನು ವಿಮಾನದಲ್ಲಿ ಸೇರಿಸಿ, ಉಂಡು ಬಿಟ್ಟ ಎಂಜಲು ಪಾತ್ರೆಗಳನ್ನು ತೊಳೆಯುವ ಮನೆಗೆ ಸಾಗಿಸುತ್ತಿದೆ. ಕೈಯಲ್ಲಿ ಬಾವುಟ ಹಿಡಿದು ರನ್‌ವೇನಲ್ಲಿ ಸಾಗುತ್ತಿರುವ ವಿಮಾನಗಳಿಗೆ ಮಾರ್ಗದರ್ಶನ ಮಾಡುತ್ತಿದೆ. ವಿಮಾನದಿಂದಿಳಿದ ಜನರನ್ನು ಬಸ್ಸುಗಳಲ್ಲಿ ಕರೆದುಕೊಂಡು ಬಂದು ನಿಲ್ದಾಣದಲ್ಲಿ ಬಿಟ್ಟು ಹೋಗುತ್ತಿದೆ. ವಿಮಾನ ಹತ್ತುವ ಮುಂಚೆ ಜನರನ್ನು ಮುಟ್ಟಿ ಮುಟ್ಟಿ ಯಾವುದೇ ಅಪಾಯವಿಲ್ಲವೆಂದು ಪ್ರಮಾಣೀಕರಿಸುತ್ತಿದೆ. ಷೂಗಳು ಮಾಡಿದ ಕೊಳೆಯನ್ನು ಮತ್ತೆ ಮತ್ತೆ ಸ್ವಚ್ಛ ಮಾಡುತ್ತಿದೆ.

ನವದಂಪತಿಗಳು ವಿದೇಶಕ್ಕೆ ಹೊರಡಲು ಸುಂದರವಾಗಿ ಅಲಂಕಾರ ಮಾಡಿಕೊಂಡು ಬಂದಿದ್ದಾರೆ. ಅವರನ್ನು ಕಳುಹಿಸಲು ದೊಡ್ಡ ಹಿಂಡೇ ಬಂದಿದೆ. ಹುಡುಗಿಯ ಕಾಲ್ಗುಣ ಒಳ್ಳೆಯದು. ಮದುವೆಯಾದ ಮೂರೇ ತಿಂಗಳಿಗೆ ವಿದೇಶ ಪ್ರಯಾಣ. ಸೆಕ್ಯೂರಿಟಿ ದಾಟಿ ಕಣ್ಮರೆಯಾಗುವವರೆಗೂ ಕೈ ಬೀಸುತ್ತಲೇ ಇದ್ದಾರೆ. ಅಪ್ಪ-ಅಮ್ಮನ ಕಣ್ಣಲ್ಲಿ ನೀರು. “ಫೋನ್ ಮಾಡು” ಎಂದು ಹೇಳಿದ ಮಾತು ಅವಳಿಗೆ

ಕೇಳಿಸಿಲ್ಲ. ಆದರೂ ತೇವಗೊಂಡ ಕಣ್ಣಲ್ಲಿ ಗೋಣಲ್ಲಾಡಿಸಿದ್ದಾಳೆ. ಅದೇ ದುಃಖದಲ್ಲಿ ಒಳಗೆ ಹೋದವಳಿಗೆ ಖ್ಯಾತ ಸಿನಿಮಾ ತಾರೆಯೊಂದು ಅಲ್ಲಿ ಕುಳಿತಿರುವುದು ಕಂಡಿದ್ದೇ ಮನಸ್ಸು ಉಲ್ಲಾಸಗೊಂಡಿದೆ. ಅವಳು ಉಪಯೋಗಿಸಿ ಬಿಟ್ಟ ಟ್ರಾಲಿ ಹೊರಗೆ ಅನಾಥವಾಗಿ ಬಿದ್ದಿದೆ.

ಕುಳಿತುಕೊಳ್ಳಲು ಒಂದೂ ಕುರ್ಚಿ ಸಿಗದೆ, ನೆಲದ ಮೇಲೇ ಕುಳಿತು ತನ್ನ ಲ್ಯಾಪ್‌ಟಾಪ್‌ನಲ್ಲಿ ಇ–ಮೇಲ್ ಕಳುಹಿಸುತ್ತಿರುವವನಿಗೆ ಇದು ಒಲ್ಲದ ಪಯಣ. 'ಹೋಗಲೇಬೇಕು' ಎಂದು ಕಂಪನಿಯವರು ಒತ್ತಾಯಿಸಿದ್ದಾರೆ. ಮನೆಯಲ್ಲಿ ಮಗನಿಗೆ ಹುಷಾರಿಲ್ಲ. ಹೆಂಡತಿಯೂ ಕೆಲಸ ಮಾಡುತ್ತಾಳೆ. ಈ ದಿನ ಯಾರೂ ನಿಲ್ದಾಣಕ್ಕೆ ಬಂದಿಲ್ಲ. ಆಗಲೇ ಅವನ ಮೂರು ಪಾಸ್‌ಪೋರ್ಟ್‌ಗಳು ತುಂಬಿಹೋಗಿವೆ. ಯಾಕೋ ತಬ್ಬಲಿತನದ ಭಾವದಲ್ಲಿ ಅವನು ಒಳಗೇ ದುಃಖಿತನಾಗಿದ್ದಾನೆ. ವಿಮಾನ ನಾಲ್ಕು ತಾಸು ತಡವಾಗಿ ಹೊರಡಲಿದೆ. ಆಗಾಗ ನಿಲ್ದಾಣದಲ್ಲಿ ಸಿಗುವ 'ಅವಳಿ'ಗಾಗಿ ಕಣ್ಣುಗಳು ಹುಡುಕಾಟ ನಡೆಸಿವೆ.

ಅವನು ಟೊಂಕಪಟ್ಟಿ ಹಾಕಲು ಬರದೆ ಒದ್ದಾಡುತ್ತಿದ್ದಾನೆ. ಪಕ್ಕದವನು ಓರೆಗಣ್ಣಲ್ಲಿ ನೋಡುತ್ತಾ ವಿಮಾನದಲ್ಲಿ ನೋಡಬಹುದಾದ ಸಿನಿಮಾಗಳ ಪಟ್ಟಿಯನ್ನು ಗಮನಿಸುತ್ತಿದ್ದಾನೆ. ನಿಂತ ಕೆಲವೇ ಗಂಟೆಗಳಲ್ಲಿ ಅದು ಹೇಗೋ ಸೊಳ್ಳೆಗಳು ವಿಮಾನದೊಳಗೆ ನುಗ್ಗಿವೆ. "ದಯವಿಟ್ಟು ನಿಮ್ಮ ಮೊಬೈಲ್ ಫೋನುಗಳನ್ನು ಸ್ವಿಚ್ ಆಫ್ ಮಾಡಿ" ಕಳಕಳಿಯ ಪ್ರಾರ್ಥನೆ. ಎಪ್ಪತ್ತರ ಮುದುಕನೊಬ್ಬ ಆಗಲೇ ಗಗನಸಖಿಯ ಸೊಂಟವನ್ನು ಚಿವುಟಿ ಬೈಯಿಸಿಕೊಂಡಿದ್ದಾನೆ. ವಿಚಿತ್ರ ವಾತಾವರಣಕ್ಕೆ ಕಂಗಾಲಾದ ಮಗುವೊಂದು ಒಂದೇ ಸವನೆ ಉಸುರುಗಟ್ಟಿ ಅಳುತ್ತಿದೆ. ತಲೆಯ ಮೇಲಿನ ಲಗೇಜಿಡುವ ಕವಾಟುಗಳಲ್ಲಿ ಬೇರೆಯವರು ತಮ್ಮ ವಸ್ತುವನ್ನು ಇಟ್ಟಿದ್ದಕ್ಕಾಗಿ ಜಗಳವಾಗುತ್ತಿದೆ. ತಮ್ಮ ಹೊಸ ನಾಮಾಂಕಿತವನ್ನು ಅಂಟಿಸಿಕೊಂಡ ಲಗೇಜುಗಳು ಗಾಳಿ–ಬೆಳಕಿಲ್ಲದ ಕೂಪದಲ್ಲಿ ಅಪರಿಚಿತ ಲಗೇಜುಗಳ ಪಕ್ಕದಲ್ಲಿ ಮಾತಿಲ್ಲದೆ ಕುಳಿತುಬಿಟ್ಟಿವೆ. ಯಾವುದೋ ಸೂಟ್‌ಕೇಸೊಂದರಲ್ಲಿ ಸೇರಿಕೊಂಡ ಯಾರದೋ ಮನೆಯ ಜಿರಲೆಯೊಂದು ನಿಧಾನಕ್ಕೆ ಹೊರಬಂದಿದೆ. ವೀಸಾ, ಪಾಸ್‌ಪೋರ್ಟಿಲ್ಲದೆ ಯಾವುದೋ ಕಾಣದ ದೇಶವೊಂದರ ಮನೆಯನ್ನು ಸೇರಲಿದೆ.

ಬುರ್ರೋ ಎಂದು ಸದ್ದು ಮಾಡುತ್ತಾ ವಿಮಾನ ರನ್ವೇ ಕಡೆಗೆ ತನ್ನ ದೈತ್ಯ ದೇಹವನ್ನು ಎಳೆದುಕೊಂಡು ಹೊರಟಿದೆ. ನಿಧಾನಕ್ಕೆ ಅದು ವೇಗವನ್ನು ಗಳಿಸಿಕೊಳ್ಳುತ್ತಿದೆ. ಜನರ ಸದ್ದು ಗದ್ದಲಗಳು ಕಡಿಮೆಯಾಗುತ್ತಿವೆ. ವೇಗ ಮತ್ತಷ್ಟು ಗಳಿಸಿಕೊಂಡು, ಹಾರೇಬಿಟ್ಟಿದೆ. ದೇಹವೆಲ್ಲಾ ಹಗುರವಾದಂತಾಗಿ, ಹತ್ತಾರು ಬಾರಿ ಪ್ರಯಾಣಿಸಿದವನ ಮನದಲ್ಲೂ ಸಾವಿನ ಭಯವೊಂದು ಸುಳಿದು ಹೋಗಿದೆ.

ಇಲ್ಲ, ಏನೂ ಆಗಿಲ್ಲ. ಧೈರ್ಯದಿಂದ ವಿಮಾನವೀಗ ಹಕ್ಕಿಗಳನ್ನು ನಾಚಿಸುವಂತೆ ಹಾರಾಡುತ್ತಿದೆ. ಅಂಡಜವಾಹನನು ಅಸೂಯೆಯಿಂದೊಮ್ಮೆ ಇದರತ್ತ ನೋಡಿದ್ದಾನೆ.

ಎಲ್ಲಾ ಹಕ್ಕಿಗಳ ಹಿರಿಯಣ್ಣನಾದ ಈ ದೈತ್ಯ ಹಕ್ಕಿ, ಯಾವುದೇ ಪುಟ್ಟ ಜೀವಂತ ಹಕ್ಕಿಯ ಸ್ಪರ್ಶಕ್ಕೂ ಹೆದರುತ್ತದೆಂಬ ಅದರ ಟೊಳ್ಳುತನ ಉಳಿದ ಹಕ್ಕಿಗಳಿಗೆ ಗೊತ್ತಿಲ್ಲ. ಅದು ಗೊತ್ತಿರುವ ದುಷ್ಟ ಮಾನವನ ಕಣ್ಣು ವಿಮಾನದ ಮೇಲೆ ಬೀಳದಿರಲಿ. ವಿಮಾನ ಪ್ರಯಾಣ 'ಇಮಾನ' ಪ್ರಯಾಣವಾಗದಿರಲಿ.

19ನೇ ಜೂನ್ 2005

ಅಮೆರಿಕಾದಲ್ಲೊಂದು ದನದ ಪೇರಿ

ನಾನೀಗ ಅಮೆರಿಕಾಕ್ಕೆ ಬಂದಿರುವುದು ಕಾನ್‌ಸಾಸ್ ಪಟ್ಟಣಕ್ಕೆ. ಭಾರತದ ಮೂರು ಪಟ್ಟು ದೊಡ್ಡದಾದ ಈ ಅಮೆರಿಕಾದ ಮಧ್ಯಭಾಗದಲ್ಲಿ ಈ ನಗರವಿದೆ. ಈ ಪ್ರದೇಶಕ್ಕೆ ಹಾರ್ಟ್‌ಲ್ಯಾಂಡ್ ಎನ್ನುತ್ತಾರೆ. ವ್ಯವಸಾಯ ಇಲ್ಲಿಯ ಮುಖ್ಯ ಉದ್ಯೋಗ. ಕಣ್ಣು ಹಾಯಿಸುವಷ್ಟು ಉದ್ದಗಲಕ್ಕೆ ಹಸಿರು ಕಾಣಿಸುತ್ತದೆ.

ಅಮೆರಿಕಾದಲ್ಲಿಯೇ ನೆಲೆಗೊಂಡಿರುವ ನನ್ನ ಹತ್ತಾರು ಗೆಳೆಯರಿಗೆ ತುಂಬಾ ನಿರಾಶೆಯಾಗಿದೆ. "ಪಶ್ಚಿಮ ತೀರಕ್ಕೋ ಇಲ್ಲಾ ಪೂರ್ವ ತೀರಕ್ಕೋ ಸಾಫ್ಟ್‌ವೇರ್ ಜನರು ಬಂದಿದ್ದು ಕಂಡಿದ್ದೇವೆ. ಇದೇನಿದು ನೀನು ಕಾನ್‌ಸಾಸ್‌ಗೆ ಬಂದಿರುವುದು? ಅಮೆರಿಕಾದಲ್ಲಿಯೇ ಅತ್ಯಂತ ಹಿಂದುಳಿದ ರಾಜ್ಯವದು" ಎಂದು ನನ್ನನ್ನು ಆರೋಪಿಸಿದರು. ನಾನೇನು ಮಾಡಬಲ್ಲೆ? ನನ್ನ ಕಂಪನಿಗೆ ಗಿರಾಕಿ ಸಿಕ್ಕಿರುವುದೇ ಅಲ್ಲಿ. ಬರೀ ನಾಲ್ಕಾರು ವಾರಗಳ ಸಲುವಾಗಿ ಬಂದಿರುವೆನಾದ್ದರಿಂದ ಅಮೆರಿಕಾದ ಯಾವ ಭಾಗವಾದರೇನು ಎಂಬುದು ನನ್ನ ತರ್ಕ. ಇಲ್ಲಿರುವದನ್ನೇ ನೋಡಿಕೊಂಡು ಹೋದರಾಯ್ತೆಂದು ನನ್ನ ಸಮಾಧಾನ.

ನನ್ನ ಗೆಳೆಯರು ಹೇಳಿದಂತೆ ಹುಡುಕಿದರೂ ಒಂದೂ ಭಾರತೀಯ ಮುಖಗಳು ನನಗಿನ್ನೂ ಇಲ್ಲಿ ಸಿಕ್ಕಿಲ್ಲ. ನನ್ನ ಸಹೋದ್ಯೋಗಿಗಳೆಲ್ಲರೂ ಅಮೆರಿಕನ್ನರೇ ಆಗಿದ್ದಾರೆ. ಆದರೆ 'ಹಿಂದುಳಿದ ರಾಜ್ಯ' ಎಂಬ ಕಾರಣದಿಂದಲೋ ಏನೋ, ಎಲ್ಲರೂ ಸ್ನೇಹಮಯಿಗಳಾಗಿದ್ದಾರೆ. ನನ್ನನ್ನು ಅತ್ಯಂತ ಪ್ರೀತಿಯಿಂದ ಮಾತನಾಡಿಸುತ್ತಿದ್ದಾರೆ. ನನ್ನ ವಾಸದ ಬಗ್ಗೆ ಕಳಕಳಿಯಿಂದ ವಿಚಾರಿಸಿಕೊಳ್ಳುತ್ತಾರೆ.

ವಾರಾಂತ್ಯಕ್ಕೆ ನಾನು ಎಲ್ಲಿಗೆ ಹೋಗಬೇಕೆಂದು ಸಾಕಷ್ಟು ಸಲಹೆಗಳನ್ನು ಕೊಡುತ್ತಾರೆ. ಮೊದಲ ವಾರಾಂತ್ಯಕ್ಕೆ ಯಾವುದೋ ಗಲ್ಲಿಗೆ ಹೋಗಬೇಕೆಂದೂ, ಅಲ್ಲಿ ಕಾಲೇಜಿನ ಹುಡುಗ ಹುಡುಗಿಯರು ಕುಡಿದು ಕುಣಿದು ಕುಪ್ಪಳಿಸುತ್ತಾರೆಂದು ಹೇಳಿದರು. ಮೂವತ್ತು ದಾಟಿದ ನನಗೆ ಯಾಕೋ ಆ ಪಡ್ಡೆ ಹುಡುಗರ

ಗುಂಪಿನಲ್ಲಿ ಹೋಗುವದಕ್ಕೆ ಸಂಕೋಚವಾಯ್ತು. ಯಾವುಯಾವುದೋ ಶಾಪಿಂಗ್ ಮಾಲ್‌ಗಳನ್ನು ಸುತ್ತಿಬಿಟ್ಟೆ. ಸೋಮವಾರ ನಾನು ಆಫೀಸಿಗೆ ಹೋದ ತಕ್ಷಣ ಅವರು "ಹೋಗಿದ್ದೆಯ?" ಎಂದು ಕೇಳಿದಾಗ ಪೆಚ್ಚು ನಗೆ ನಕ್ಕು ಏನೇನೋ ಸಬೂಬುಗಳನ್ನು ಕೊಟ್ಟು ಜಾರಿಕೊಂಡೆ. ಆದರೆ ಈ ವಾರಾಂತ್ಯಕ್ಕೂ ಮತ್ತೊಂದು ಸಲಹೆಯನ್ನು ತೆಗೆದುಕೊಂಡು ಬಂದರು. ಕಾನ್‌ಸಾಸ್ ಪಟ್ಟಣದಿಂದ ಕೊಂಚ ದೂರದಲ್ಲಿ ದನಗಳನ್ನು ರಸ್ತೆಗಳಲ್ಲಿ ಓಡಿಸಿಕೊಂಡು ಹೋಗುತ್ತಾರೆಂದೂ, ಅದನ್ನು ನಾನು ತಪ್ಪಿಸಿಕೊಳ್ಳಬಾರದೆಂದು ಹೇಳಿ, ಹೋಗುವದಕ್ಕೆ ಎಲ್ಲಾ ಮಾರ್ಗದರ್ಶನಗಳನ್ನು ಕೊಟ್ಟರು. ಈ ಬಾರಿ ಮತ್ತೆ ಹೋಗದಿದ್ದರೆ ಮನಸ್ಸಿಗೆಲ್ಲಿ ಬೇಸರ ಮಾಡಿಕೊಳ್ಳುತ್ತಾರೋ ಎಂಬ ಅಂಜಿಕೆಯಲ್ಲಿಯೇ ಅಲ್ಲಿಗೆ ಹೋದೆ.

ಸುಮಾರು ಹದಿನೈದು ಸಾವಿರ ಜನ ಸೇರಿದ್ದರು! ಅಷ್ಟೊಂದು ಜನರು ಸೇರಿದ್ದು ನೋಡಿ ನನಗೂ ಉತ್ಸಾಹ ಮೂಡಿತು. ಗಂಡಸರು, ಹೆಂಗಸರು, ಮಕ್ಕಳು, ಮರಿಗಳು, ಮುದುಕರು, ಯುವಕರು - ಎಲ್ಲರೂ ಉತ್ಸಾಹದಿಂದ ಅಲ್ಲಿ ಸೇರಿದ್ದರು. ಬಗೆ ಬಗೆಯ ಉಡುಪುಗಳನ್ನು ಧರಿಸಿದ್ದರು. ತಲೆಗೆ ತರೇವಾರಿ ಟೊಪ್ಪಿಗೆಗಳನ್ನು ಹಾಕಿಕೊಂಡು "ಕೌ ಬಾಯ್" ಎನ್ನುವಂತೆ ನಡೆದುಕೊಳ್ಳುತ್ತಿದ್ದರು. ರಸ್ತೆಯಲ್ಲಿ ಓಡಿಸಿಕೊಂಡು ಹೋಗಬೇಕಾದ ದನಗಳನ್ನು ಅಲ್ಲಿಯೇ ಒಂದು ಕೃತಕ ದೊಡ್ಡಿಯನ್ನು ನಿರ್ಮಿಸಿ ಅದರೊಳಗೆ ಬಂಧಿಸಿದ್ದರು. ಅವುಗಳ ಸುತ್ತಲೂ ಜನರು ತಮ್ಮ ಮಕ್ಕಳ ಜೊತೆ ನಿಂತಿದ್ದರು. ಕ್ಯಾಮೆರಾಗಳಿಂದ ಅವುಗಳ ಫೋಟೋಗಳನ್ನು ತೆಗೆದುಕೊಂಡರು. ಮಕ್ಕಳ ಕೈಯಲ್ಲಿ ಹಸುಗಳನ್ನು ಮೃದುವಾಗಿ ಮುಟ್ಟಿಸಿದರು. ಆ ಮೃದುತ್ವಕ್ಕೆ ಪುಳಕಗೊಂಡ ಮಕ್ಕಳು ಖುಷಿಯಿಂದ ಕೇಕೆ ಹಾಕುತ್ತಿದ್ದವು. ಹಿರಿಯರೂ ಅವುಗಳನ್ನು ಮುಟ್ಟಿ ಹಿಗ್ಗಿದರು. ಆ ದನಗಳು ತಮ್ಮ ಸೆಗಣಿ, ಗಂಜಲಗಳಿಂದ ಆ ಜಾಗ ವನ್ನೆಲ್ಲಾ ಗಬ್ಬೆಬ್ಬಿಸಿದ್ದವು. ಕೆಲವರು ಆ ಗಲೀಜನ್ನು ಕ್ಯಾಮೆರಾದಲ್ಲಿ ಕ್ಲಿಕ್ಕಿಸಿದರು! ಅಷ್ಟೊಂದು ಜನಸಂದಣಿಯನ್ನು ಕಂಡರಿಯದ ದನಗಳು ಕಕ್ಕಾಬಿಕ್ಕಿಯಾಗಿದ್ದವು.

ದೂರದರ್ಶನ, ರೇಡಿಯೋ, ವಾರ್ತಾಪತ್ರಿಕೆ, ಇಂಟರ್‌ನೆಟ್ ಪತ್ರಿಕೆಯ ಪ್ರತಿನಿಧಿಗಳೆಲ್ಲಾ ಬಂದಿದ್ದರು. ನಿರಂತರವಾಗಿ ಅಲ್ಲಿ ನಡೆಯುತ್ತಿರುವ ವರದಿಯನ್ನು ಬಿತ್ತರಿಸುತ್ತಿದ್ದರು. ಜನರೆಲ್ಲಾ ಪುಟ್ಟ ರೇಡಿಯೋ ಕಿವಿಗೆ ಇಟ್ಟುಕೊಂಡು ಆ ವರದಿಯನ್ನು ಆಲಿಸುತ್ತಿದ್ದರು. ಮನೆಯಿಂದ ಪುಟ್ಟ ಪುಟ್ಟ ಕುರ್ಚಿಗಳನ್ನು ತಂದುಕೊಂಡು ಅವನ್ನು ಹಾಕಿಕೊಂಡು ರಸ್ತೆಯುದ್ದಕ್ಕೂ ಕುಳಿತಿದ್ದರು. ಆ ರಸ್ತೆಯಲ್ಲಿ ವಾಹನ ಸಂಚಾರವನ್ನು ಸ್ಥಗಿತಗೊಳಿಸಲಾಗಿತ್ತು. ನೂರಾರು ಪೋಲೀಸರು ಮೈಕೈಗೆಲ್ಲಾ ಬಂದೂಕುಗಳನ್ನು, ವಾಕಿಟಾಕಿಗಳನ್ನು ಸಿಗಿಸಿಕೊಂಡು ಸಿದ್ಧವಾಗಿದ್ದರು. ರಸ್ತೆಯ ಎರಡೂ ಬದಿ ಹಗ್ಗವನ್ನು ಹಾಕಿ, ಅದನ್ನು ದಾಟಿ ಜನರು ಬರಬಾರದೆಂದು ಹೇಳುತ್ತಿದ್ದರು.

ಒಂದಿಪ್ಪತ್ತು ಮಂದಿ ತಮ್ಮ ಕುದುರೆಯ ಮೇಲೆ ಬಂದಿದ್ದರು. ಅವರೇ ಆ ದನಗಳನ್ನು ಓಡಿಸಿಕೊಂಡು ಹೋಗುತ್ತಾರೆಂದು ಗೊತ್ತಾಯಿತು. ಹವ್ಯಾಸಿ ಕುದುರೆ ಸವಾರರು, ಹಳ್ಳಿಗರು, ಸೆಲಬ್ರಿಟಿಗಳು – ಎಲ್ಲರೂ ಕುದುರೆಯನ್ನೇರಿದ್ದರು. ಕುದುರೆ ನಡೆಸಲು ಗೊತ್ತಿಲ್ಲದವರಿಗಾಗಿ ಸಾರೋಟುಗಳು ಸಿದ್ಧವಾಗಿದ್ದವು. ಕೆಲವರು ತಮ್ಮ ಹಳೆಯ ಕಾಲದ ಪುಟ್ಟಮ್ಮ ಕಾರಿನಲ್ಲಿ ದನಗಳನ್ನು ಹಿಂಬಾಲಿಸಲು ಸಿದ್ಧರಿದ್ದರು.

ಸರಿಯಾಗಿ ಹನ್ನೊಂದಕ್ಕೆ ಸರಿಯಾಗಿ ಎಲ್ಲರೂ ತಯಾರಾಗಿ "ರೆಡಿ, ಸ್ಟಡಿ, ಗೋ" ಎಂದು ಕಿರುಚಿ ಕೃತಕ ದೊಡ್ಡಿಯ ಬಾಗಿಲನ್ನು ತೆರೆದರು. ಆದರೆ ದನಗಳಿಗೆ ಅದೇನು ಮಾಡಬೇಕೋ ತೋಚದಂತಾಗಿದ್ದರಿಂದ ಅಲ್ಲಿಂದ ಹೊರಬರದೆ ನೆಮ್ಮದಿಯಾಗಿ ಸೆಗಣಿ, ಗಂಜಲಗಳನ್ನು ಹಾಕುತ್ತಾ ನಿಂತ ಜಾಗದಲ್ಲಿಯೇ ನಿಂತುಬಿಟ್ಟವು. ಜನರಿಗೂ ಏನು ಮಾಡಬೇಕೆಂದು ತೋಚದಂತಾಯ್ತು. ಮತ್ತೊಮ್ಮೆ 'ಗೋ' ಎಂದು ಕಿರುಚಿದರು. ಊಹೂ! ಅವು ಜಪ್ಪಯ್ಯ ಎಂದರೂ ಕದಲಲಿಲ್ಲ. ಹಾಗೇ ಐದು ನಿಮಿಷ ಕಳೆಯಿತು. ಕಡೆಗೆ ಡ್ರಂ ಒಂದನ್ನು ತೆಗೆದುಕೊಂಡು ಬಂದಿದ್ದ ವಾದ್ಯಗಾರನೊಬ್ಬ ದೊಡ್ಡಿಯ ಹಿಂಭಾಗಕ್ಕೆ ಹೋಗಿ ದಬದಬನೆ ಬಾರಿಸಿಬಿಟ್ಟ. ದಿಗಿಲುಗೊಂಡ ದನಗಳು ಒಂದೊಂದಾಗಿ ದೊಡ್ಡಿಯನ್ನು ಬಿಟ್ಟು ಹೊರಬಂದವು. ದನಗಳೆಲ್ಲಾ ರಸ್ತೆಗೆ ಬರಲಾರಂಭಿಸಿದ್ದು ನೋಡಿ ಜನರೆಲ್ಲಾ ಕೇಕೆ ಹಾಕಿ, ಚಪ್ಪಾಳೆ ತಟ್ಟಿ ತಮ್ಮ ಸಂತೋಷವನ್ನು ವ್ಯಕ್ತಪಡಿಸಿದರು.

ಮುಂದೆ ಹತ್ತು ಕುದುರೆ ಸವಾರರು, ಅವರ ಹಿಂದೆ ನೂರು ದನಗಳು, ಅವುಗಳ ಹಿಂದೆ ಮತ್ತೊಂದಿಷ್ಟು ಕುದುರೆ ಸವಾರರು, ಸಾರೋಟುಗಳು ಹೊರಟವು. ಮದುವೆಯ ಮೆರವಣಿಗೆಯ ರೀತಿಯಲ್ಲಿ ಪೇರಿ ಹೊರಟಿತು. ನನಗೋ ನಿರಾಸೆಯಾಯ್ತು. "ಅವುಗಳನ್ನು ಓಡಿಸಿಕೊಂಡು ಹೋಗಲ್ವಾ?" ಎಂದು ಅಲ್ಲಿದ್ದವನೊಬ್ಬನನ್ನು ಕೇಳಿದೆ. ನನ್ನ ದುರಾದೃಷ್ಟಕ್ಕೆ ಅವನು ಸಾಕುಪ್ರಾಣಿಗಳ ಅಭಿವೃದ್ಧಿಯ ಸಂಘಕ್ಕೆ ಸೇರಿದವನು. "ಅವುಗಳನ್ನು ಹಾಗೆ ಓಡಿಸುವುದು ಮೃಗೀಯ ಪ್ರವೃತ್ತಿ. ಪ್ರೀತಿಯಿಂದ ನಡೆಸಿಕೊಂಡು ಹೋಗುವದಷ್ಟೇ ಈ ಕಾರ್ಯಕ್ರಮದ ಉದ್ದೇಶ" ಎಂದು ನನ್ನನ್ನು ದುರುಗುಟ್ಟಿಕೊಂಡು ನೋಡಿದ. ತೆಪ್ಪಗೆ ಅಲ್ಲಿಂದ ಜಾಗ ಖಾಲಿ ಮಾಡಿದೆ.

ಪೇರಿ ಹೊರಟಲ್ಲೆಲ್ಲಾ ಜನರು ಸಂತೋಷದಿಂದ ದನಗಳ ಕಡೆಗೆ ಕೈಯಾಡಿಸಿದರು. ಮಕ್ಕಳನ್ನು ಹೆಗಲ ಮೇಲೆ ಕೂಡಿಸಿಕೊಂಡು ದನಗಳನ್ನು ತೋರಿಸಿದರು. ಮೊಬೈಲ್ ಫೋನಿನ ಕ್ಯಾಮೆರಾದಲ್ಲಿ ದನಗಳನ್ನು ಸೆರೆ ಹಿಡಿದು ತಮ್ಮ ಪ್ರಿಯರಿಗೆ ರವಾನಿಸಿ, ವರದಿಯನ್ನು ಕೊಟ್ಟರು. ವೀಡಿಯೋ ಕ್ಯಾಮೆರಾಗಳಲ್ಲಿ ಪೇರಿಯನ್ನು ಸೆರೆ ಹಿಡಿದರು. ವಾದ್ಯಗಾರರು ಖುಷಿಯಿಂದ ಬ್ಯಾಂಡ್ ಬಾರಿಸಿದರು. ಛದ್ಮ ವೇಷಗಳನ್ನು ಧರಿಸಿದವರು ಕುಣಿಯುತ್ತಾ ಪೇರಿಯ ಜೊತೆ ಸಾಗಿದರು. ಪೇರಿಯ

ಹಿಂದಕ್ಕೆ ಸೊಗಸಾಗಿ ಬಟ್ಟೆಗಳನ್ನು ಧರಿಸಿದ್ದ ಮಕ್ಕಳು ಪುಟ್ಟ ಪುಟ್ಟ ರಥಗಳಲ್ಲಿ ತಮ್ಮ ಗೊಂಬೆಗಳನ್ನು ಮಲಗಿಸಿಕೊಂಡು, ಅವನ್ನು ಎಳೆಯುತ್ತಾ ಸಾಗುತ್ತಿದ್ದರು. ಹಾಗೆ ಸಾಗುವಾಗ ಚಾಕೊಲೇಟ್, ಪೆಪ್ಪರಮೆಂಟ್‌ಗಳನ್ನು ದಾರಿಯುದ್ದಕ್ಕೂ ತೂರುತ್ತಾ ಸಾಗಿದರು. ಪ್ರೇಕ್ಷಕರಲ್ಲಿದ್ದ ಮಕ್ಕಳು, ದೊಡ್ಡವರು ಎಲ್ಲರೂ ಚಾಕಲೇಟ್‌ಗಳನ್ನು ಬಾಚಿಕೊಂಡರು. ತಮ್ಮ ಮಕ್ಕಳಿಗೆ ಆರಿಸಿಕೊಟ್ಟರು. ಪೇರಿ ಮುಂದೆ ಸಾಗಿದ ಕೆಲವೇ ಕ್ಷಣಗಳಲ್ಲಿ ಸುಸಜ್ಜಿತವಾದ ರಸ್ತೆ ಸ್ವಚ್ಛಗೊಳಿಸುವ ಯಂತ್ರವೊಂದು ಬಂದು ಸೆಗಣಿ, ಗಂಜಲುಗಳನ್ನೆಲ್ಲಾ ನಿಮಿಷಾರ್ಧದಲ್ಲಿ ತೊಳೆದು ಸ್ವಚ್ಛ ಮಾಡಿಬಿಟ್ಟಿತು.

ಪೇರಿ ರಸ್ತೆಯ ಆ ಕೊನೆಗೆ ಮುಗಿಯಿತು. ಜನರೆಲ್ಲಾ ಮತ್ತೊಮ್ಮೆ ಚಪ್ಪಾಳೆ ತಟ್ಟಿ ತಮ್ಮ ಹರ್ಷವನ್ನು ವ್ಯಕ್ತಪಡಿಸಿದರು. ಈಗ ದನಗಳನ್ನೆಲ್ಲಾ ದೊಡ್ಡ ದೊಡ್ಡ ಲಾರಿಗೆ ತುಂಬಿದರು. ಕುದುರೆಗಳನ್ನೂ ದೊಡ್ಡ ದೊಡ್ಡ ಲಾರಿಗೆ ತುಂಬಿದರು. ಲಾರಿಗಳು ಯಾವುದೋ ದಿಕ್ಕಿನಲ್ಲಿ ಹೊರಟು ಮಾಯವಾದವು. ಕುದುರೆ ಸವಾರಿ ಮಾಡಿದವರೆಲ್ಲಾ ತಮ್ಮ ಕಾರಿನ ಕೀಲಿಗಳನ್ನು ಹೊರತೆಗೆದು ಪಾರ್ಕಿಂಗ್ ಕಡೆಗೆ ಹೊರಟರು.

ಈ ಹೊತ್ತಿಗಾಗಲೇ ಊಟದ ಹೊತ್ತಾಗಿತ್ತು. ಅಲ್ಲಿಯೇ ಮೈದಾನದಲ್ಲಿ ಊಟ ಕೊಡುವ ಸ್ಟಾಲ್‌ಗಳು ತೆರೆದುಕೊಂಡಿದ್ದವು. ಜನರೆಲ್ಲಾ ಅಲ್ಲಿಗೆ ನುಗ್ಗಿದರು. ಪ್ರತಿಯೊಂದು ಸ್ಟಾಲ್‌ನ ಮುಂದೂ ದೊಡ್ಡ ಕ್ಯೂ ಇತ್ತು. ಹದಿನೈದು ಸಾವಿರ ಜನರ ಊಟವೆಂದರೆ ತಮಾಷೆಯೆ? ನಾನೂ ಒಂದು ಕ್ಯೂನಲ್ಲಿ ನಿಂತುಕೊಂಡೆ. ಎಷ್ಟೇ ಚಿಕ್ಕ ಕ್ಯೂ ಹುಡುಕಿ ನಿಂತರೂ ನನ್ನ ಸರದಿ ಬಂದಾಗ ಅರ್ಧ ಗಂಟೆಯಾಯ್ತು. "ಏನಾದರೂ ವೆಜಿಟೇರಿಯನ್ ಇದ್ದರೆ ಕೊಡಪ್ಪ" ಎಂದು ಯಥಾಪ್ರಕಾರ ಅಲವತ್ತುಕೊಂಡೆ. ಅಂಗಡಿಯವ ನಕ್ಕುಬಿಟ್ಟ. "ಈವತ್ತು ದನಗಳನ್ನು ಓಡಿಸಿಕೊಂಡು ಬಂದಿದ್ದೇವೆ. ದನದ ಮಾಂಸದ ಹೊರತಾಗಿ ಬೇರೇನೂ ಇಲ್ಲ" ಎಂದ. "ಇಲ್ಲಿರೋ ಇಷ್ಟೂ ಜನ ದನದ ಮಾಂಸ ತಿನ್ನುತ್ತಿದ್ದಾರಾ?" ಎಂದೆ. "ಮತ್ತೆ? ಕ್ರಿಸ್‌ಮಸ್ ಹಬ್ಬದ ಕೇಕಿದ್ದಂತೆ ಈವತ್ತು ದನದ ಮಾಂಸ" ಎಂದು ಹೇಳಿದ. "ನಿನಗೇನು ಕೊಡಲಿ?" ಎಂದು ಕೇಳಿದ. "ಏನೂ ಬೇಡ" ಎಂದು ಹೇಳಿ ನಕ್ಕು ಮೈದಾನದಿಂದ ಹೊರಬಂದೆ. ರಸ್ತೆಯಲ್ಲಿ ನಿಂತು ಒಮ್ಮೆ ಜನರ ಗುಂಪಿನತ್ತ ಕಣ್ಣಾಡಿಸಿದೆ. ಎಲ್ಲರೂ ಸಂತೋಷದಿಂದ ತಿನ್ನುತಿದ್ದರು. ಏನಿಲ್ಲವೆಂದರೂ ನೂರಾರು ದನಗಳ ಆಹುತಿ ಯಾಗಿರಬಹುದಲ್ಲವೆ? ಎಂದೆನ್ನಿಸಿ ಮೈ ಜುಂ ಅಂತು. ಹಾಗೆಲ್ಲಾ ಮತ್ತೊಬ್ಬರ ಆಹಾರ ಕ್ರಮದ ಬಗ್ಗೆ ವಕ್ರವಾಗಿ ಆಲೋಚಿಸಬಾರದು ಎಂದು ಮನಸ್ಸಿನಲ್ಲಿ ತಿದ್ದಿಕೊಂಡು ಸಸ್ಯಾಹಾರವನ್ನು ಹುಡುಕಿಕೊಂಡು ಹೊರಟೆ.

12ನೇ ಜೂನ್ 2004

ಓದಿ ಓದಿ ಮರುಳಾಗಿ!

ಛಂದ ಪುಸ್ತಕ ಬಹುಮಾನ

ಹೊಸ ಕತೆಗಾರರನ್ನು ಗುರುತಿಸುವ ಸಲುವಾಗಿ ನಮ್ಮ ಪ್ರಕಾಶನ ಸಂಸ್ಥೆಯು ಕಳೆದ ಹದಿಮೂರು ವರ್ಷಗಳಿಂದ ಕತೆಗಳ ಹಸ್ತಪ್ರತಿ ಸ್ಪರ್ಧೆಯನ್ನು ನಡೆಸುತ್ತಾ ಬಂದಿದೆ. ಈವರೆಗೆ ಒಂದೂ ಕಥಾಸಂಕಲನವನ್ನು ಪ್ರಕಟಿಸದವರು ಈ ಸ್ಪರ್ಧೆಯಲ್ಲಿ ಭಾಗವಹಿಸಬಹುದು. ಇತರ ಪ್ರಕಾರಗಳಲ್ಲಿ ಒಂದೆರಡು ಪುಸ್ತಕಗಳನ್ನು ಪ್ರಕಟ ಮಾಡಿದವರೂ ಇದರಲ್ಲಿ ಭಾಗವಹಿಸುವ ಅವಕಾಶವಿರುತ್ತದೆ. ಮೊದಲ ಸುತ್ತಿನ ಆಯ್ಕೆಯನ್ನು ಪ್ರಕಾಶನದ ಸದಸ್ಯರು ಮಾಡಿ, ಕೊನೆಯ ಆಯ್ಕೆಗಾಗಿ ಸುಮಾರು ಹತ್ತು ಹಸ್ತಪ್ರತಿಗಳನ್ನು ನಾಡಿನ ಹಿರಿಯ ಸಾಹಿತಿಗಳಿಗೆ ಒಪ್ಪಿಸುತ್ತಾರೆ. ಆಯ್ಕೆಯಾದ ಹಸ್ತಪ್ರತಿಯನ್ನು ಪುಸ್ತಕ ರೂಪದಲ್ಲಿ ಪ್ರಕಟಿಸಿ, ಪ್ರಶಸ್ತಿ ಪತ್ರ, ಫಲಕ ಹಾಗೂ ಮೂವತ್ತು ಸಾವಿರ ರೂಪಾಯಿ ಬಹುಮಾನವನ್ನು ನೀಡಲಾಗುತ್ತದೆ. ಈವರೆಗೂ ಈ ಪ್ರಶಸ್ತಿಯಲ್ಲಿ ಬಹುಮಾನ ಪಡೆದವರ ವಿವರಗಳ ಪಟ್ಟಿಯನ್ನು ಮುಂದಿನ ಪುಟದಲ್ಲಿ ನೀಡಿದ್ದೇವೆ.

ಇವರಲ್ಲಿ ಮೌನೇಶ ಬಡಿಗೇರ, ಶಾಂತಿ ಕೆ ಅಪ್ಪಣ್ಣ, ಪದ್ಮನಾಭ ಭಟ್ ಶೇವ್ಕಾರ ಮತ್ತು ಸ್ವಾಮಿ ಪೊನ್ನಾಚಿ ಅವರಿಗೆ ಕೇಂದ್ರ ಸಾಹಿತ್ಯ ಅಕಾದೆಮಿಯ ಯುವ ಪುರಸ್ಕಾರ ದೊರೆತಿದೆ. ವಿನಯಾ, ಶಾಂತಿ ಕೆ ಅಪ್ಪಣ್ಣ ಮತ್ತು ಪದ್ಮನಾಭ ಭಟ್ ಶೇವ್ಕಾರರ ಪುಸ್ತಕಗಳಿಗೆ ಕರ್ನಾಟಕ ಸಾಹಿತ್ಯ ಅಕಾಡೆಮಿಯ ಪುಸ್ತಕ ಬಹುಮಾನ ಅಥವಾ ದತ್ತಿ ಬಹುಮಾನಗಳು ಸಂದಿವೆ. ಇನ್ನೂ ಹಲವಾರು ನಾಡಿನ ಪ್ರಮುಖ ಪ್ರಶಸ್ತಿ ಮತ್ತು ಬಹುಮಾನಗಳೂ ಈ ಕೃತಿಗಳಿಗೆ ಲಭ್ಯವಾಗಿವೆ.

ನೀವು ಈ ಸ್ಪರ್ಧೆಯಲ್ಲಿ ಭಾಗವಹಿಸಬೇಕೆ? ಹಾಗಿದ್ದರೆ ನಮ್ಮ ಮುಂದಿನ ವರ್ಷದ ಸ್ಪರ್ಧೆಯ ಆಹ್ವಾನವನ್ನು ಖ್ಯಾತ ಕನ್ನಡ ನಿಯತಕಾಲಿಕಗಳಲ್ಲಿ ಅಥವಾ ಸಾಮಾಜಿಕ ಜಾಲತಾಣಗಳಲ್ಲಿ ನಿರೀಕ್ಷಿಸಿರಿ. ಹೆಚ್ಚಿನ ವಿವರಗಳಿಗೆ 98444 22782 ಗೆ ಸಂದೇಶ ಕಳುಹಿಸಿರಿ.

ಕತೆಗಾರರು	ಕಥಾಸಂಕಲನ	ತೀರ್ಪುಗಾರರು
ಸುನಂದಾ ಪ್ರಕಾಶ ಕಡಮೆ	ಪುಟ್ಟ ಪಾದದ ಗುರುತು	ಅಶೋಕ ಹೆಗಡೆ/ ಸುಮಂಗಲಾ
ಅಲಕ ತೀರ್ಥಹಳ್ಳಿ	ಈ ಕತೆಗಳ ಸಹವಾಸವೇ ಸಾಕು	ಕೇಶವ ಮಳಗಿ/ ಸುಮಂಗಲಾ
ಲೋಕೇಶ ಅಗಸನಕಟ್ಟೆ	ಹಟ್ಟಿಯೆಂಬ ಭೂಮಿಯ ತುಣುಕು	ಬೊಳುವಾರು ಮಹಮದ್ ಕುಂಞಿ
ವಿನಯಾ	ಊರ ಒಳಗಣ ಬಯಲು	ನೇಮಿಚಂದ್ರ
ಸಂದೀಪ ನಾಯಕ	ಗೋಡೆಗೆ ಬರೆದ ನವಿಲು	ಅಮರೇಶ ನುಗಡೋಣಿ
ಕಣಾದ ರಾಘವ	ಮೊದಲ ಮಳೆಯ ಮಣ್ಣು	ಕೆ. ಸತ್ಯನಾರಾಯಣ
ಬಸವಣ್ಣೆಪ್ಪಾ ಕಂಬಾರ	ಆಟಿಕೆ	ಕುಂ. ವೀರಭದ್ರಪ್ಪ
ಮೌನೇಶ ಬಡಿಗೇರ	ಮಾಯಾಕೋಲಾಹಲ	ಓ.ಎಲ್. ನಾಗಭೂಷಣಸ್ವಾಮಿ
ಪದ್ಮನಾಭ ಭಟ್ ಶೇವ್ಕಾರ	ಕೇಪಿನ ಡಬ್ಬಿ	ಎಂ. ಎಸ್. ಆಶಾದೇವಿ
ಶಾಂತಿ ಕೆ ಅಪ್ಪಣ್ಣ	ಮನಸು ಅಭಿಸಾರಿಕೆ	ಎಚ್.ಎಸ್. ರಾಘವೇಂದ್ರ ರಾವ್
ದಯಾನಂದ	ದೇವರು ಕಚ್ಚಿದ ಸೇಬು	ನಾ. ಡಿಸೋಜಾ
ಸ್ವಾಮಿ ಪೊನ್ನಾಚಿ	ಧೂಪದ ಮಕ್ಕಳು	ಎಂ. ಎಸ್. ಶ್ರೀರಾಮ್
ಶಶಿ ತರೀಕೆರೆ	ಡುಮಿಂಗ	ಲಲಿತಾ ಸಿದ್ಧಬಸವಯ್ಯ
ಛಾಯಾ ಭಟ್	ಬಯಲರಸಿ ಹೊರಟವಳು	ತಾರಿಣಿ ಶುಭದಾಯಿನಿ

ಛಂದ ಪುಸ್ತಕ ಬಹುಮಾನ

ಪುಟ್ಟ ಪಾದದ ಗುರುತು – ಸುನಂದಾ ಪ್ರಕಾಶ ಕಡಮೆ – ₹ 120
ಈ ಕತೆಗಳ ಸಹವಾಸವೇ ಸಾಕು – ಅಲಕ ತೀರ್ಥಹಳ್ಳಿ – ₹ 60
ಹಟ್ಟಿಯೆಂಬ ಭೂಮಿಯ ತುಣುಕು – ಲೋಕೇಶ ಅಗಸನಕಟ್ಟೆ – ₹ 180
ಗೋಡೆಗೆ ಬರೆದ ನವಿಲು – ಸಂದೀಪ ನಾಯಕ – ₹ 60
ಮೊದಲ ಮಳೆಯ ಮಣ್ಣು – ಕಣಾದ ರಾಘವ – ₹ 140
ಆಟಿಕೆ – ಬಸವಣ್ಣೆಪ್ಪಾ ಕಂಬಾರ – ₹ 100
ಮಾಯಾಕೋಲಾಹಲ – ಮೌನೇಶ ಬಡಿಗೇರ – ₹ 140
ಕೇಪಿನ ಡಬ್ಬಿ – ಪದ್ಮನಾಭ ಭಟ್, ಶೇವ್ಕಾರ – ₹ 150
ಮನಸು ಅಭಿಸಾರಿಕೆ – ಶಾಂತಿ ಕೆ ಅಪ್ಪಣ್ಣ – ₹ 230
ದೇವರು ಕಚ್ಚಿದ ಸೇಬು – ದಯಾನಂದ – ₹ 120
ಧೂಪದ ಮಕ್ಕಳು – ಸ್ವಾಮಿ ಪೊನ್ನಾಚಿ – ₹ 120
ಡುಮಿಂಗ – ಶಶಿ ತರೀಕೆರೆ – ₹ 130
ಬಯಲರಸಿ ಹೊರಟವಳು – ಛಾಯಾ ಭಟ್ – ₹ 120
ಮಾಕೋನ ಏಕಾಂತ – ಕಾವ್ಯಾ ಕಡಮೆ – ₹ 130

ಕಥಾಸಂಕಲನ

ಶಕುಂತಲಾ – ಗುರುಪ್ರಸಾದ್ ಕಾಗಿನೆಲೆ – ₹ 80
ಜುಮುರು ಮಳೆ – ಸುಮಂಗಲಾ – ₹ 160
ಶಾಲಭಂಜಿಕೆ – ಡಾ. ಕೆ. ಎನ್. ಗಣೇಶಯ್ಯ – ₹ 130 (6ನೆಯ ಮುದ್ರಣ)
ಕಾರಂತಜ್ಜನಿಗೊಂದು ಪತ್ರ – ಸಚ್ಚಿದಾನಂದ ಹೆಗಡೆ – ₹ 150
ಹಕೂನ ಮಟಾಟ – ನಾಗರಾಜ ವಸ್ತಾರೆ – ₹ 80
ಕಾಲಿಟ್ಟಲ್ಲಿ ಕಾಲುದಾರಿ – ಸುಮಂಗಲಾ – ₹ 80
ಹುಲಿರಾಯ – ಕೀರ್ತಿರಾಜ್ – ₹ 80
ನಿರವಯವ – ನಾಗರಾಜ ವಸ್ತಾರೆ – ₹ 125
ಹನ್ನೊಂದನೇ ಅಡ್ಡರಸ್ತೆ – ಸುಮಂಗಲಾ – ₹ 170
ಗಾಳಿಗೆ ಮೆತ್ತಿದ ಬಣ್ಣ – ಕರ್ಕಿ ಕೃಷ್ಣಮೂರ್ತಿ – ₹ 120
ಕನ್ನಡಿ ಹರಳು – ಪದ್ಮನಾಭ ಭಟ್, ಶೇವ್ಕಾರ – ₹ 130
ಒಂದು ಚಿಟಿಕೆ ಮಣ್ಣು – ಲಕ್ಷ್ಮಣ ಬಾದಾಮಿ – ₹ 130
ಬಂಡಲ್ ಕತೆಗಳು – ಎಸ್ ಸುರೇಂದ್ರನಾಥ್ – ₹ 160
ದೇವರ ರಜಾ – ಗುರುಪ್ರಸಾದ್ ಕಾಗಿನೆಲೆ – ₹ 150

ಕಟ್ಟು ಕತೆಗಳು – ಎಸ್ ಸುರೇಂದ್ರನಾಥ್ – ₹ 210
ಮಡಿಲು (ನೀಳ್ಗತೆ) – ನಾಗರಾಜ ವಸ್ತಾರೆ – ₹ 15
ತಿರಾಮಿಸು – ಶಶಿ ತರೀಕೆರೆ – ₹ 210

ಪ್ರಬಂಧ

ಪೂರ್ವ ಪಶ್ಚಿಮ – ಎಂ. ಆರ್. ದತ್ತಾತ್ರಿ – ₹ 80
ರಾಗಿಮುದ್ದೆ – ರಘುನಾಥ ಚ. ಹ. – ₹ 120
ಕುಟ್ಟವಲಕ್ಕಿ / ಗೊಜ್ಜವಲಕ್ಕಿ – ಪ್ರಶಾಂತ ಆಡೂರ – ₹ 140 / ₹ 140
ಕಿಲಿಮಂಜಾರೋ – ಪ್ರಶಾಂತ್ ಬೀಚಿ – ₹ 80
ಮಿಸಳ್ ಭಾಜಿ – ಭಾರತಿ ಬಿ ವಿ – ₹ 190
ನೀ ಮಾಯೆಯೊಳಗೋ... – ವಿಕ್ರಮ ಹತ್ವಾರ – ₹ 120
ಸಾವೆಂಬ ಲಹರಿ – ಗುರುಪ್ರಸಾದ ಕಾಗಿನೆಲೆ – ₹ 140
ವೈದ್ಯ, ಮತ್ತೊಬ್ಬ – ಗುರುಪ್ರಸಾದ ಕಾಗಿನೆಲೆ – ₹ 120
ಅಪ್ಪನ ರ್‍ಯಾಲೀಸ್ ಸೈಕಲ್ – ದರ್ಶನ್ ಜಯಣ್ಣ – ₹ 110

ಅನುವಾದ

ದಿ ಚಾಯ್ಸ್ – ಈಡಿತ್ ಎವಾ ಎಗರ್ (ಜಯಶ್ರೀ ಭಟ್) – ₹ 280
ದೇಹವೇ ದೇಶ – ಗರಿಮಾ ಶ್ರೀವಾಸ್ತವ (ವಿಕ್ರಮ ವಿಸಾಜಿ) – ₹ 250
ಪರ್ಸೆಪೊಲಿಸ್– ಮಾರ್ಜಾನ್ ಸತ್ರಪಿ (ಪ್ರೀತಿ ನಾಗರಾಜ) – ₹ 395
ಗಾಳಿ ಪಳಗಿಸಿದ ಬಾಲಕ – ವಿಲಿಯಂ ಕಾಂಕ್ವಾಂಬಾ (ಕರುಣಾ ಬಿ ಎಸ್) – ₹ 180
ಅಮೋಸ್ ಫಾರ್ಚೂನ್ – ಎಲಿಝಬೆತ್ ಯೇಟ್ಸ್ (ಜಯಶ್ರೀ ಭಟ್) – ₹ 100
ನವ ಜೀವಗಳು – ವಿಲಿಯಂ ಡಾಲ್ರಿಂಪಲ್ (ನವೀನ ಗಂಗೋತ್ರಿ) – ₹ 250
ಮೈಕೆಲ್ ಕೆ – ಜೆ.ಎಂ. ಕುಟ್‌ಸೀ (ಸುನಿಲ್ ರಾವ್) – ₹ 170
ಲೇರಿಯೊಂಕ – ಹೆನ್ರಿ ಆರ್. ಓಲೆ ಕುಲೆಟ್ (ಪ್ರಶಾಂತ ಬೀಚಿ) – ₹ 140
ಅರೆಶತಮಾನದ ಮೌನ – ಯಾನ್ ರಫ್–ಓ'ಹರ್ನ್ (ಅರುಣ್) – ₹ 190
ಪರ್ವತದಲ್ಲಿ ಪವಾಡ – ನ್ಯಾಂಡೊ ಪರಾಡೊ (ಸಂಯುಕ್ತಾ ಪುಲಿಗಲ್) – ₹ 320
ಚಂದಿರ ಬೇಕೆಂದವನು – ಮಿಮಿ ಬೇರ್ಡ್ (ಪ್ರಜ್ಞಾ ಶಾಸ್ತ್ರಿ) – ₹ 180
ಬಂಡೂಲ – ವಿಕಿ ಕಾನ್‌ಸ್ಟಂಟೇನ್ ಕ್ರುಕ್ (ರಾಜ್ಯಶ್ರೀ ಕುಳಮರ್ವ) – ₹ 425
ರೆಬೆಲ್ ಸುಲ್ತಾನರು – ಮನು ಎಸ್ ಪಿಳ್ಳೈ (ಸಂಯುಕ್ತಾ ಪುಲಿಗಲ್) – ₹ 420
ಫಾಲೋಯಿಂಗ್ ಫಿಶ್ – ಸಮಂತ್ ಸುಬ್ರಮಣಿಯನ್ (ಸಹನಾ ಹೆಗಡೆ) – ₹ 280
ಜಗವ ಚುಂಬಿಸು – ಸುಬ್ರೊತೋ ಬಾಗ್ಚಿ (ವಂದನಾ ಪಿ ಸಿ) – ₹ 190
ಪರ್ದಾ ಅಂಡ್ ಪಾಲಿಗಮಿ – ಇಕ್ಬಾಲುನ್ನೀಸಾ ಹುಸೇನ್ (ದಾದಾಪೀರ್) – ₹ 380
ವಾಡಿವಾಸಲ್ – ಚಿ. ಸು. ಚೆಲ್ಲಪ್ಪ (ಸತ್ಯಕಿ) – ₹ 70
ನಾಲ್ಕನೇ ಎಕರೆ – ಶ್ರೀರಮಣ (ಅಜಯ್ ವರ್ಮಾ ಅಲ್ಲೂರಿ) – ₹ 100

ಮಾವೋನ ಕೊನೆಯ ನರ್ತಕ – ಲೀ ಶ್ವಿನ್‌ಶಿಂಗ್ (ಜಯಶ್ರೀ ಭಟ್) – ₹ 340
ಕೋಬಾಲ್ಟ್ ಬ್ಲೂ – ಸಚಿನ್ ಕುಂಡಲ್‌ಕರ್ (ಸಪ್ನಾ ಕಟ್ಟಿ) – ₹ 150

ವಸುಧೇಂದ್ರ

ಮನೀಷೆ – ಕತೆಗಳು – ₹ 120 (8ನೆಯ ಮುದ್ರಣ)
ಯುಗಾದಿ – ಕತೆಗಳು – ₹ 190 (9ನೆಯ ಮುದ್ರಣ)
ಚೇಳು – ಕತೆಗಳು – ₹ 120 (8ನೆಯ ಮುದ್ರಣ)
ಹಂಪಿ ಎಕ್ಸ್‌ಪ್ರೆಸ್ – ಕತೆಗಳು – ₹ 195 (9ನೆಯ ಮುದ್ರಣ)
ಮೋಹನಸ್ವಾಮಿ – ಕತೆಗಳು – ₹ 200 (6ನೆಯ ಮುದ್ರಣ)
ವಿಷಮ ಭಿನ್ನರಾಶಿ – ಕತೆಗಳು – ₹ 280 (4ನೆಯ ಮುದ್ರಣ)
ಕೋತಿಗಳು – ಪ್ರಬಂಧ – ₹ 120 (8ನೆಯ ಮುದ್ರಣ)
ನಮ್ಮಮ್ಮ ಅಂದ್ರೆ ನಂಗಿಷ್ಟ – ಪ್ರಬಂಧ – ₹ 100 (26ನೆಯ ಮುದ್ರಣ)
ರಕ್ಷಕ ಅನಾಥ – ಪ್ರಬಂಧ – ₹ 110 (5ನೆಯ ಮುದ್ರಣ)
ವರ್ಣಮಯ – ಪ್ರಬಂಧ – ₹ 200 (5ನೆಯ ಮುದ್ರಣ)
ಐದು ಪೈಸೆ ವರದಕ್ಷಿಣೆ – ಪ್ರಬಂಧ – ₹ 280 (5ನೆಯ ಮುದ್ರಣ)
ಹರಿಚಿತ್ತ ಸತ್ಯ – ಕಾದಂಬರಿ – ₹ 200 (6ನೆಯ ಮುದ್ರಣ)
ತೇಜೋ–ತುಂಗಭದ್ರಾ – ಕಾದಂಬರಿ – ₹ 450 (13ನೆಯ ಮುದ್ರಣ)
ಮಿಥುನ – ಶ್ರೀರಮಣರ ಕತೆಗಳು – ₹ 120 (8ನೆಯ ಮುದ್ರಣ)
ಎವರೆಸ್ಟ್ – ಜಾನ್ ಕ್ರಾಕೌರ್ – ₹ 360 (4ನೆಯ ಮುದ್ರಣ)

ಕಾದಂಬರಿ

ಎನ್ನ ಭವದ ಕೇಡು – ಎಸ್ ಸುರೇಂದ್ರನಾಥ್ – ₹ 75
ನ್ಯಾಸ – ಹರೀಶ ಹಾಗಲವಾಡಿ – ₹ 250
ಗುಣ – ಗುರುಪ್ರಸಾದ್ ಕಾಗಿನೆಲೆ – ₹ 150
ದ್ವೀಪವ ಬಯಸಿ – ಎಂ. ಆರ್. ದತ್ತಾತ್ರಿ – ₹ 250
ತಾರಾಬಾಯಿಯ ಪತ್ರ – ದತ್ತಾತ್ರಿ ಎಂ ಆರ್ – ₹ 160
ಅಗೆದಷ್ಟೂ ನಕ್ಷತ್ರ – ಸುಮಂಗಲಾ – ₹ 230
ಪ್ರಿಯೇ ಚಾರುಶೀಲೆ – ನಾಗರಾಜ ವಸ್ತಾರೆ – ₹ 295
ಋಷ್ಯಶೃಂಗ – ಹರೀಶ ಹಾಗಲವಾಡಿ – ₹ 125
ಅಂತು – ಪ್ರಕಾಶ ನಾಯಕ್ – ₹ 200
ಚುಕ್ಕಿ ಬೆಳಕಿನ ಜಾಡು – ಕರ್ಕಿ ಕೃಷ್ಣಮೂರ್ತಿ – ₹ 200
ಬರೀ ಎರಡು ರೆಕ್ಕೆ – ಸುನಂದಾ ಪ್ರಕಾಶ ಕಡಮೆ – ₹ 220
ದೀಪವಿರದ ದಾರಿಯಲ್ಲಿ – ಸುಶಾಂತ್ ಕೋಟ್ಯಾನ್ – ₹ 160

ದಾರಿ – ಕುಸುಮಾ ಆಯರಹಳ್ಳಿ – ₹ 395

ಕವಿತೆ

ಮದ್ಯಸಾರ – ಅಪಾರ – ₹ 60
ಪೂರ್ಣನ ಗರಿಗಳು – ಪೂರ್ಣಪ್ರಜ್ಞ – ₹ 30
ಹಲೋ ಹಲೋ ಚಂದಮಾಮ – ರಾಧೇಶ ತೋಳ್ಪಾಡಿ – ₹ 50

* ನಮ್ಮ ಪ್ರಕಟಣೆಯ ಎಲ್ಲ ಪುಸ್ತಕಗಳ ಪ್ರತಿಗಳೂ ಲಭ್ಯ
* ಪುಸ್ತಕದ ಪ್ರತಿಗಾಗಿ ವಾಟ್ಸಾಪ್ ಮಾಡಿ 98444 22782